வெள்ளந்தி மனிதர்கள் வாசம்

சிறுகதைத் தொகுப்பு

இரணதீரன் பிரசன்னா

Made with ❤ on the Notion Press Platform
www.notionpress.com

இந்த மண்ணில் வாழும் அணைத்து வெள்ளந்தி மனிதர்களுக்கும்....

பொருளடக்கம்

முன்னுரை

'ஆடு மாடு மேல உள்ள பாசம் வீட்டு ரேசன் கார்டில் சேர்க்கச் சொல்லி கேட்கும். வெறும் தண்ணீ கேட்டா மோரு தரும் நேசம். வெள்ளந்தி மனிதர்கள் வாசம் மண்ணு எங்கும் வீசும்' என்ற வைரமுத்துவின் வரிகளை போல இந்த மானுட உலகில் தான் எவ்வளவு வெள்ளந்தி மனிதர்கள். அவர்க-ளின் வாடை இந்த உலகத்தில் காற்றோடு காற்றாக கலந்து தென்றலாக வீசி கொண்டு தான் இருக்கிறது. அன்பை மட்-டுமே தங்கள் குலச்சொத்தாக அள்ளி அள்ளி கொடுத்து வரும் மனிதர்களை பற்றி தான் நீங்கள் தெரிந்து கொள்ள போகிறீர்கள்.

வாழ்க்கையில் நாம் சந்திக்கும் மனிதர்களை எப்படி பார்க்கிறோம் என்பதில் தான் நம் மொத்த வாழ்க்கையும் அடங்கி இருக்கிறது. கொஞ்சம் யோசித்துப் பாருங்கள் என்-றாவது நீங்கள் நீண்ட பயணத்தில் சாலையில் வழி தெரி-யாமல் விழி பிதுங்கி நிற்கும் போது வழி சொல்லும் வழிப்-போக்கன் உங்களை அந்த இடத்திற்கே அழைத்து சென்றி-ருப்பார். நீங்கள் தாகத்துக்கு தண்ணீர் கேட்டு இருப்பீர்கள் அவர்கள் நீர்மோர் கொடுத்து உங்கள் தாகத்தை தணித்தி-ருப்பார்கள். பசிக்கு எதாவது உணவு கேட்டு இருப்பீர்கள் அவர்கள் அறுசுவை உணவு பரிமாறி இருப்பார்கள். படுக்க திண்ணையில் ஓர் இடம் கேட்டு இருப்பீர்கள் அவர்கள் தங்கள் மாளிகையிலே இடம் கொடுத்திருப்பார்கள். யாரிடம் கடன் கேட்பது என்று மயங்கி தவித்து இருப்பீர்கள் யாரென்றே தெரியாத நபர் உங்களுக்கு கடன் கொடுத்திருப்-பார். பேருந்தில் கூட்ட நெரிசலில் உட்கார இடம் கிடைக்-காமல் தவித்து இருப்பீர்கள் யாரோ ஒருவர் தன் அருகே வந்து அமரும்படி கை அசைத்திருப்பார்.

காலை சுற்றி வந்து வாலாட்டும் நாய்க்கு பிஸ்கட் போட்டு விட்டு ரசிக்கும் மனது. யாசகம் கேட்டு கையேந்துபவரிடம் சில்லறை காசுகளை கொடுத்து புன்னகைக்கும் மனது. அடி-

பட்டு ரோட்டில் விழும் மனிதரை தூக்கி மருத்துவமனைக்கு கொண்டு செல்லும் மனது என இப்படி அன்றாடம் நம் வாழ்க்கையில் பல வெள்ளந்தி மனிதர்களை சந்தித்து இருப்போம். அவ்வளவு ஏன் நாம் கூட அந்த வெள்ளந்தி மனிதராக பலருக்கு உதவி புரிந்திருப்போம்.

அன்பு சூழ் உலகத்தில் நாம் பார்க்கும் அனைத்து மனிதர்களுமே வெள்ளந்தி மனிதர்கள் தான். நம் மனதுக்குள் எத்தனைக் கோபமும் வன்மமும் இருந்தாலும் எங்கோ ஒரு ஓரத்தில் அன்பு என்ற ஒன்று ஒட்டிக் கொண்டு தான் இருக்கிறது. வாழ்க்கையில் நாம் சந்திக்கும் ஒவ்வொரு மனிதர்களையும் எவ்வளவு அழகாகப் பார்க்கிறோமோ அதை விட அழகாகவே இந்த உலகம் நமக்குக் காட்டுகிறது. உலகின் எந்த மூலைக்கு நீங்கள் சென்றாலும் உங்களை இருகரம் விரித்து வரவேற்க வெள்ளந்தி மனிதர்கள் காத்துக் கொண்டு தான் இருக்கிறார்கள். மென்மையான இதயம் கொண்ட இந்த ஆத்மாக்கள் அவர்கள் நேசிக்கும் உறவுகளுக்காக எந்த எல்லைக்கும் செல்லத் துணிந்தவர்கள். தங்களைச் சோகமும் துயரமும் எவ்வளவு ஆட்கொண்டிருந்தாலும் எந்தவித வஞ்சமும் இல்லாமல் சிரிக்கும் வெகுளிதனமான மக்களைப் பார்த்து, கேட்டு, உறவாடிய கதைகள் தான் இந்த வெள்ளந்தி மனிதர்கள் வாசம். இந்தத் தொகுப்பில் இருக்கும் மனிதர்களை நிச்சயமாக உங்கள் வாழ்க்கையில் சந்தித்து இருப்பீர்கள். அப்படி ஒரு பாக்கியம் கிடைக்கவில்லை என்று நீங்கள் சொல்வீர்களானால் என்றேனும் ஒரு நாள் அவர்களை நிச்சயம் சந்திப்பீர்கள்.

வாருங்கள்! நம்மோடு இரண்டறக் கலந்து உலகம் முழுவதும் வியாபித்து இருக்கும் வெள்ளந்தி மனிதர்களின் வாசத்தை நுகர்வோம்...

பேரன்புகளுடன்
இரணதீரன் பிரசன்னா

1

உப்புக்காத்தும் நீலபுறாவும்

வட்டமிடக் கூட சத்தில்லாமா தான் அது இன்னும் சுத்துது; அசராம சுத்துது. இது நாள் வரைக்கும் இறக்கையைப் பரப்ப விரிச்சு தனக்கு வட்டமிட தெரியும்னே அப்பத்தான் அதுக்கே விளங்குச்சு. கடலம்மா மேனில இருந்து அது-கேத்த தெம்பான உசரதுல நிதானமா சுத்துது, கூட்ட விட்டு இரை தேடிப் போன பிஞ்சு இன்னைக்குக் கழுகுக்கு இறை-யாக போகுதேனு தெரியமா தான் சுத்துது, அந்த கடல்புறா. போன பிஞ்ச நினைச்சு இழுவாம போய் மத்த பிஞ்ச பாருனு கரையோர புன்னை மரத்த காட்டவும் எவனுக்கு வக்கில்ல அது அழுகைய கேட்கவும் ஒரு நாதியில்ல அங்க தான் பருந்து ஒன்னு காத்திருக்குனு சொல்ல எவனுக்கும் வாயு-மில்ல அது விதி இவ்வளவு தான்னு தேவனும் நினைக்கான் போல, அவன் நினச்சுபுட்டா மறுவார்த்த ஏது. சுத்தி சுத்தி ஓயுர நேரத்துல கிழக்கால வசவான காத்து ஒன்னு அத அடிச்சு ஓரங்கட்ட பார்த்துச்சு.

அந்த உப்புகாத்து கிழக்கால கரையோரம் வீசயில அம்-மியும் கொஞ்சம் ஆடி தான் போச்சு. ஆடி மாச காத்துல அமாவாசையும் சோடி சேர அந்த கடலம்மா ரெம்பவே பொங்கி போய்ட்டா. "அவ பொங்குறது இன்னைக்கு நேத்தா

காலம் காலமா வந்து தான போறா அந்த பாவி மக, அவ மட்டும் இல்லையினா இங்க சோறு எப்படி பொங்கும்"னு புலம்பிட்டே கிடந்தா ராக்காயி. ராக்காயிக்கு தேகம் நிலை கொள்ளல வழக்கத்தைவிட கூட்டத்த கண்டதும் அவளுக்குச் சந்தோஷம் தாங்கல .

மீன்வாடை ஒரு ஓரமா வருடையில அம்மில நல்லா வரமுளகாயா கிள்ளி போட்டு அரைக்கும் போது உப்புகாத்துப் படல் படலா மணல மேவயில கொஞ்சம் விசும்பிப் போன மவ எதையும் கண்டுக்குறாம அறைச்சிட்டு இருந்தா.

'உடுப்பதற்கோ உடையுமில்லை
உண்பதற்கோ உணவுமில்லை
படுப்பதற்கோ பாயுமில்லை
பறக்குதுபார் வெள்ளத்திலே
பார்க்கத் பார்க்க துக்கம்
பார்த்துப் போனாலுமே ஏக்கம்'

இதையே நினைச்சு வேற முனுமுனுத்துட்டே இருந்தா, அன்னிக்குனு புயல்ல சிக்கி சிதைஞ்ச வடுவப் பாக்கக் கூட்டம் அலைமோதுச்சு. இப்படி ஆயிடுச்சேனு ஈவு இல்லமா புயலோட கைவண்ணத்தைக் கண்டு சிலிர்த்தாய்ங்க. "ஆஹா ! என்னா அலை"னு ரசிச்சாய்ங்க அப்ப கூட அது அங்க சுத்திகிட்டு தான் இருந்துச்சு.

'கண்ணுக்கெட்டுன தூரம் வரைக்கும் நீலமும் வானமுமா தான் இருக்குது, சொல்ற மாறி ஒன்னும் காண கிடைக்கல. இத பாக்கவா இம்புட்டு கூட்டமுனு' இராமன் தான் செஞ்ச பாவத்த தொலைச்ச இடத்த பாக்க வந்தவன் உரக்க சொல்லி ராக்காயி கடையாண்ட இருந்த கல் அணைகட்டுல உக்காந்தான்.

"இங்காருங்கயா! என்ன இப்படி சொல்லிபுட்டிங்க, பொத்தாம் பொதுவா பேசாதிங்கயா இந்த மண்ணு எத்தனை பேர வாழ வச்ச மண்ணு தெரியுங்களா! இந்த மண்ணு எங்க உசுரு மாதிரியா அப்படி பொசுக்குனு வார்த்தையை விடாதிக. ஒரு காலத்துல இந்த கடலும் மண்ணும் அவ்வளவு பரபரனு இருக்கும் பாக்கவே கோடி கண்ணு வேணும். ம்ம்!

யாரு கண்பட்டுச்சோ! இன்னைக்கு இப்படி கிடக்கு. நீங்களா படிச்சவுக உங்களுக்கு நான் சொல்லி தெரியவேண்டியதில்லம்" சொல்லிபுட்டு பதமா சோத்த வடிச்சிட்டு இருந்தா ராக்காயி.

"அட கோச்சுக்காதிங்கமா! நான் பார்த்ததைச் சொன்னேன் அம்புட்டு தான் தப்பா நினைச்சுகாதிங்க. நல்லா சில்லுனு ஒரு சர்பத் போடுங்க தாகமா இருக்கு"

"சோறு திங்கிற வேளையில சர்பத் கேக்குறீகளே. ஒரு பத்து நிமிசம் பொறுத்தீகனா மீன் சோறே சாப்டலாம்"

"குடியே கெட்டுச்சு போ! ஆத்தா நான் சுத்த சைவம் என்கிட்ட மீன் சாப்பாட பத்தி சொல்றீங்க"

"அடி ஆத்தி மன்னிச்சுகக! சைவ சாப்பாடு இன்னைக்கு கிடைக்குமானு தெரிலீங்களே" சொல்லிட்டு கத்துனா ராக்காயி.

"அடியேய்ய்ய் பொட்டுகண்ணி! சைவ சாப்பாடு இருக்கா??" அங்கயும் இல்லயுனு கையசவுல தெரிஞ்சுகிட்டா.

"சொல்றேனேனு தப்பா நினைக்காதிக. இந்த மீன் சோறு திங்களயேனு ரொம்ப வருத்தபடுவீக பாருங்க" சொல்லி சிரிச்சா ராக்காயி, அந்த சிரிப்புல தான் எவ்வளவு வெகுளிதனம். தூக்கி கட்டுன நீல சீலையும் அதுக்கு பொருந்தாத சாக்கெட்டும் பரட்டை தலைனு அவ மொத்த தேகத்துலயும் இரண்டே விசயம் தான் வெள்ளை ஒன்னு அவ சிரிக்க அப்ப தெரியுற பல்லும் இன்னொன்னு அவ வெள்ளந்தி மனசும் தான்.

"அது கிடக்கட்டும்! சர்க்காரே உதவாத இந்த ஊருல கூரைய போட்டு இருக்கீங்களே இதலாம் சகிச்சுக்கிட்டு இங்க கிடக்கனுமா? அத சொல்லுங்க" பரிதாபமா தான் கேட்டான் அந்த ஆசாமி.

"ஏய்யா! பிள்ளைய பெத்துபோட்டோமேனு எவளாச்சும் சுமந்தத அறுத்து போட்டுருவாளா! இங்க வாழவே வக்கில்லனாலும் எதுவுமே கிடைக்கலனாலும் இங்க இருக்குற மனுச மக்க கட்டை இந்த உப்புகாத்துல தான் கலக்கும்.

நாங்க போறதா இருந்தா அம்பது வருசத்துக்கு முன்னாடியே போயிருக்க மாட்டோமா! இது எங்க மண்ணுயா அத எந்த கொம்பனும் தடுக்க முடியாது. அது எங்கள கொன்னாலும் சரி"

"ம்ம்ம்! அது நடந்தப்ப நீங்க இங்க தான் இருந்தீகளா!"

"ஆமாங்கய்யா, ஆமா! இங்க தான் கிடந்தேன். அப்ப எனக்கு ஏழு வயசிருக்கும். இந்தா! இந்த சர்சுல அன்னிக்கு ஏசப்பன் விசேசம் நடந்துட்டு கிடந்துச்சு. ஊரே இங்க தான் இருந்துச்சு என்னிக்கும் இல்லாமா அன்னிக்குனு காத்து வெறசா அடிச்சிச்சு. அன்னிக்கு எங்க ஆத்தா சத்தத்த கேக்கனுமே! ஏன் ஈர குலையே நடுங்கி போச்சு. அவ அந்த மாறி கொந்தளிச்சு நான் பார்த்ததேயில்ல. அப்பவே தெரிஞ்சிச்சு என்னமோ நடக்க போதுனு. ஊருகாரவுக எல்லோரும் கொஞ்சம் பயந்து போய் தான் படுத்தோம். விடியற்கால ஒரு நாலு மணி இருக்கும் அப்படி ஒரு சத்தம். பேய் மழை புயலு வேற. நாய் நரியலாம் கத்துது. அம்மா ஆத்தானு கூச்சல் காத கிழிக்க, அந்த நேரம் தான் ஆத்தா பொங்குனாஆஆஆ!!!!" சொல்லி ஒரு பெருமூச்சுவிட்டா ரக்காயி. அவ கண்ணுல தான் இன்னும் பீதி தெரியுது. அந்தக் கிலி இன்னும் அவக் கண்ணுல நிழலாடுது. அன்னைக்கு நடந்தத இம்மி பிசகாம அப்படியே ஒப்புவிச்சா.

"அப்புறம் என்னமா ஆச்சு" ஆசாமிக்கு பதட்டம் தாங்கல.

"சூரியன் வந்தப்ப தான் தெரிஞ்சிச்சு, நம்ம நடந்தது மண்ணுல இல்ல என் மக்க தலையிலனு ஒரே பொண குவியலு. எங்க சாதி சனம் எல்லா கிடந்துச்சு. அப்புறம் ரொம்ப நாளா கடலுக்கும் போல எங்க தொழிலையும் பாக்கல. அந்த சமயம் போட் மெயில் வேற கட்டிட்டு இருந்தாக புயல்ல அதும் அடிச்சிட்டு போக, பின்ன நாங்க தான் போய் வேலை பார்த்தோம். அப்பத் தான் எங்க அய்யா கிட்டச் சொன்னேன் பேசமா கடலுக்கு போறத விட்டுபுட்டு இந்த கொலுத்து வேலையை பார்ப்போம்னு சட்டுனு கோபப்பட்டு எறிஉளில அடிச்சாப்ல அது தான் இந்தக் காயம்"னு சிரிச்-

சிட்டே நெத்தி தழும்ப காட்டுனா அதுலயும் அவ அழகு தான் உத்தம சோழன் பெண்சாதி மாறி.

இதலாம் கேட்டு தாகத்த மறந்தவனுக்கு மறுபடியும் நாவ-ரண்டு போக மறுக்கா கேட்டான்.

"அம்மா சர்பத் கேட்டேன்ன். ஆமா உங்களுக்கு எத்தன புள்ளைக"

அவன் கேட்டத கொடுத்துபுட்டு "எனக்கு இரண்டு புள்-ளைக ஒன்னு கடலுக்கு போயிருக்கு இன்னொன்னு பள்-ளிக்கூடம் போயிருக்கு" சொல்லிபுட்டு கடலயே பார்த்தா ராக்காயி.

உசரதுல இன்னும் அது சுத்திகிட்டு தான் கிடந்துச்சு.

பிறவு மண்சட்டியில பேரிக்கா கணக்கா புளிய எடுத்து கரைகயில, கண்ணம்மா வந்து எத கரைக்க போறாளோனு தூரத்துல அவளயே பார்த்து கரைச்சிட்டு இருந்தா ராக்காயி.

"என்னக்கா ஊரே அடங்கிக் கிடந்தாலும், நீ அசர மாட்-டுறியே, ஊருகாரி கடைலலாம் கருவாடு குழம்பு கொதிக்-கையில இங்க மட்டும் மீன் வாடை வீசுதே"

"அடி போடி! குசலக்காரி இத கேக்கதான் வந்தியாக்கும்"

"கடலுக்கு போனவுக இன்னும் வரல, நீ எங்க இருந்து வாங்கியாந்த"

"இன்னிக்கு மவன் வந்தாலும் வருவான் அதான் விடிய-காலை வெறசா சந்தைக்கு போய்ட்டு வாங்கியாந்தேன் அங்-கயும் ஒன்னுமே இல்லடி. உளுவை தான் கிடந்துச்சு அத தான் அள்ளி போட்டு வந்தேன்"னு சொல்லி அரச்ச முள-காயில ஊற வச்ச மீன் துண்ட பதுசா எடுத்து போட்டு கொதிக்கவிட்டா ராக்காயி. நெப்பும் நிழலுமா மிதந்துச்சு நெய்யில போட்ட தேன் மாறி.

ஒரு வழியா மதிய வேளை வர கூட்டம் அலைமோதுச்சு சோறு திங்க, ராக்காயி கடை மீன் குழம்பு வாடை எட்டு-திக்கு பரவக் கூட்டம் கட்டி ஏறுச்சு. கூட்டத்துக்குப் பந்தி வைக்கும் நேரம் படக்குனு எந்திரிச்சு ஓடுனா ராக்காயி அவ ஓட்டத்த பார்த்த கண்ணம்மா கனிச்சு பரிமாற தொடங்குனா.

"எங்கமா, இந்தம்மா இப்படி ஓடுது" அந்த ஆசாமி பதறிப் போய் கேக்க அவ சிலுப்பாம சொன்னாள்.

"போட்டு சத்தம் கேக்குதுல மவன் வர்றானானு பாக்க போயிருக்கும், ம்ஹூம் நாலு நாளுக்கு முன்ன கடலுக்கு போனவுகளாம் வந்துட்டாக அவ மவன் இன்னும் வரல. இன்னும் எந்த நம்பிக்கையில போய் பாக்குறோளோ ம்ம்"

"இது என்னமா போனவுங்க வந்து தான ஆகனும்" கேட்டவனுக்கு எப்படிப் பதில் சொல்லுவா. இராவணன் ஆண்ட மண்ணக் கண் எட்டுனாப்ல பாக்கலாம்னும் அப்படி பார்த்தவுக திரும்பி வந்ததில்லனு. ஒரு சிரிப்ப மட்டும் விட்டுபுட்டு போனவ கிட்ட வெறசா ஓடி வந்தவன் கேட்டான்.

"ஏய் இரக்காயி எங்க!"

"இப்ப ஏன் இப்படிப் பதறுற என்னாச்சு"

"ஸ்கூலு கட்டடம் இடிஞ்சு பிள்ளைக மேல விழுந்துடுச்சாம் " அதான் எங்கனு சொல்லு. கடல கை காமிச்சு வழி காட்டுனா கண்ணம்மா. அந்த கடல பார்த்தபடி தான் அவளும் நின்னுட்டு இருந்தா யாரயோ தேடி பார்த்துட்டு இருந்தா.

உலகம் பூரா ஓடுற இந்த உப்பு தண்ணியவே பேர் வச்சு பிரிச்ச பயலுக கடலுக்கு வேலி போட்டுத் தடுக்க மாட்டாய்ங்களா என்ன? இப்படி இந்த கெட்ட ஈன சாதி மனுஷக கிட்ட மாட்டிகிட்டு தனிமரமா அவளும் நிக்குறா அந்த கரையில. "கண்ணுக்கு தெரிஞ்ச எதிரி வந்தா கடலுக்குப் போன மவன் எறிஉளி கொண்டு எறிஞ்சிடுவான் இந்தப் பசியெனும் எதிரி வந்தா எதைக் கொண்டி எறியனும்னு தேவன் சொல்லலியே" நினைச்சு புலம்புனவ மேல மிதமா ஒரு உப்புக்காத்து அலையோட வந்து அவ கால நனச்சு அவ முகத்த நீல இறகோட வருடுச்சு. இப்போ அவ கண்ணு ரெண்டும் ரங்க ரங்கமா அந்த கடல சுத்துச்சு, அதுவும் தான்.

2

பாவியர் சபைதனிலே

அது ஒரு குலை நடுங்கும் குளிர். நள்ளிரவு ஒரு மணி இருக்கும் மணித் துளிகள் கடக்க மறுத்த நேரமது. நால்வர் மூச்சிரைக்கத் துரத்திக் கொண்டிருந்தனர். தாயும் மகளும் தலைதெறிக்க ஓடிய அந்தச் சாலையில் யாருமே இல்லை. இருவருக்கும் ஓடமுடியவில்லை பாதங்கள் கவ்வியது வெறுங்காலோடு ஓடுகிறார்கள் அல்லவா. துரத்திய அந்த நால்வரிடமே அகப்பட்டுக் கொண்டார்கள். இருவருக்கும் பயம் தொற்றிக் கொண்டது என்ன நடக்கப் போகிறதோ என நிமிடங்கள் கூடப் பரபரத்தன. இருவர் இருவராகப் பிரிந்து இருவரைப் பிரித்தனர். இருவரும் திமிறி சலசலத்-தனர் அவர்களின் சலசலப்பை அந்த நால்வரால் சகிக்க முடியவில்லை சகிப்பின்மை காரணமாக இருக்கலாம்.

கொடிக் கம்பத்தின் கீழே அண்டைக்கு வைக்கப்பட்ட கருங்கல்லை எடுத்து தாயின் தலையில் ஓங்கி வைத்தான். சிறிது நேரத்தில் கருங்கல் சிவப்பானது. மெள்ள மகளை நோக்கி வந்தான், தலையை பிடித்தவாறே மயங்கும் நிலை-யில் அலறினாள் தாய் “யாஜ்னா பாக் பாக்” என்று. முடி-யவில்லை என் செய்வாள் நான்கு திசைகளிலும் நரிகள்

சூழ்ந்து கொண்டன. அனுதினமும் பார்த்துப் பழகியது என்றாலும் அந்தக் கபரி பசாரில் அவளுக்குத் திக்கும் தெரியவில்லை திசையும் தெரியவில்லை இருந்தும் ஓட முயன்றாள், ம்ஹூம்! முடியவில்லை. கருங்கல்லை முதுகிலே எறிந்தான் அடுத்த நிமிடமே சுருண்டு விழுந்தாள் மேலும் பூட்டிய கதவின் மேற்கூரையில் இருந்த மூன்றடி நீள இரும்புக் கம்பியை எடுத்து அவள் பின்னந்தலையைப் பழுக்க வைத்தான் இன்னொரு பாதகன். இப்போது சர்வமும் அடங்கியது மெள்ள அவள் மயங்க முனங்கல் சத்தம் மட்டுமே கேட்டது. அவள் ஆடைகளை மெதுவாகக் களைந்தார்கள் கயவர்கள், இன்னும் மயங்கித் தான் கிடக்கிறாள்.

அங்கு ஒரே பேய் சிரிப்பொலி அந்தச் சிரிப்பொலியின் சத்தத்தைக் கேட்டு வண்டுகள் கூடத் தங்கள் ரீங்காரத்தை நிறுத்திக் கொண்டன, அங்கும் இங்கும் திரிந்து கொண்டிருந்த நாய்களும் தங்கள் சப்த நாடியையும் அடக்கிக் கொண்டு தங்கள் இருப்பிடத்தில் ஒடுங்கிக் கொண்டன. சிறிது நேரம் நீள் அமைதி. தவளை தன் இணையை மயக்கும் சத்தம் மட்டும் அங்குக் கேட்டுக் கொண்டிருந்தது அவள் முனங்கலும் தான். மயக்கம் மெள்ள தெளிந்தது போலும் வலியின் தாக்கத்தைத் தாங்க முடியாமல் ஆஆஆஆவென்று அலறினாள். கண்ணீர் அவள் காதோரம் வழிந்த உதிரத்துடன் கலந்தது. குளிரிடமிருந்து அடைகாத்த கடைசி ஆடையையும் உருவி எடுத்துவிட்டார்கள் பாவிகள். அவள் வாழ்க்கையின் முதல் அழுகையின் கோலத்தில் தான் இப்போது அவள் அழுகிறாள். அவள் மென் கைகள் அந்தப் பாவிகளின் கால்களின் கீழ் இருப்பதையே அப்போது தான் உணர்ந்தாள் என்பதே அவள் சுயநினைவின் வீரியம்.

ஆவென்று கதற கதற கண்ணீரும்; இரத்தமும்; வியர்வையும் அவளை நனைத்து அந்தக் குளிரில் அவள் மேனியைச் சிலிர்க்கச் செய்தது. அந்த ரணகளத்திலும் வானத்தையே பார்த்துக் கொண்டிருந்தாள். எங்கு நமக்குக் கண்ணன் துகில் ஏதும் அனுப்புவானா என்று. அதற்கெல்லாம்

அவனுக்கு நேரமுமில்லை மனமுமில்லை என்று அந்தப் பாதகத்திக்கு எப்படிச் சொல்வது. அப்படி அனுப்புவானேயானால் இந்தப் பாரதமே துகிலால் நிறைந்திருக்காது.

அந்தக் கடுங்குளிரின் குளிர்ச்சியைத் தாங்காது அவள் கதறல் கேட்டுக்கொண்டே இருந்தது. அந்தக் குளிரையே தாங்க முடியாதவள் அடுத்துக் கடக்க இருக்கும் அந்த வன்தருணங்களை எப்படித் தான் தாங்க போகிறாளோ அந்தக் கண்ணனுக்கே வெளிச்சம். தலைப்புச் செய்திகள் கூட தலைப்பேற்க தயங்கும் தருணங்கள் அது. எதுவாக இருந்தாலும் அதிகாலை தலைப்புச் செய்திகளில் தெரியும் அவளுக்கு நடந்த அந்த வன்கொடுமை.

இத்தனைக்கும் எட்டு வீட்டிற்குக் கேட்கும்படி அந்தத் தலைப்புச் செய்தியை வாய்விட்டுப் படித்துக் கொண்டிருந்தார் இருந்தும் தண்ணீரில் விழுந்த கோழியின் இறகைப் போல அங்கு எந்தச் சலனமும் இல்லை படித்த அவருக்கே எந்தத் தாக்கமுமில்லை. எப்படித் தெரியும்? வெட்டியானுக்குத் தெரியுமா வழியும் வேதனையும். அருகில் நின்று பார்க்கும்போது கூட அனுதாபக் கணைகள் வீசாத அற்ப மானிடர்கள் தானே. ஆகையால் வழக்கம்போல அவர் துணைவி இட்லி சட்டியின் ஆவியில் முகம் புதைத்துக் கிடந்தாள் மகன் காபியை சப்பு கொட்டிக் குடித்துக் கொண்டிருந்தான். மகளோ பரபரக்க கிளம்பிக் கொண்டிருந்தாள்.

“மா சாப்பாடு வேனாம், நான் கிளம்புறேன்” என சடையை பின்னியவாரே சமையலறை நுழைந்தாள்.

“ஏய் என்னடி! செஞ்சுட்டேன் எடுத்துட்டு போ”

“வேணாமா! டைமாச்சு”

“ஏன்டி வெள்ளிகிழம அதுவுமா? போ போய் விளகேத்தி குங்குமம் வச்சுட்டு போ”

“மா! வேணாம் மா”

“ஏய்! சொல்லிட்டே இருக்கேன்”

“மா! பிரியட்ஸ் மா... ஈவ்னிங் வர லேட்டாகும் காலேஜ் போய்ட்டு அப்படியே ஜனனி வீட்டுக்கு போரேன்”

“சரி சரி! பார்த்து பத்திரமா போ! வீட்டுக்கு தூரம்னா வாய தொறந்து சொல்லவேண்டியது தான என்ன பொண்ணோ”

“சரி மா” என்று பையை எடுத்துக்கொண்டு அப்பாவின் கன்னங்களைக் கிள்ளிவிட்டு “பாய் பா” என்றாள்

“ம்ம் ஜாக்கிரதையா போடா” என்றார் அவர்.

அண்ணனைப் பின்னந்தலையில் தட்டிவிட்டு

“டேய் அண்ணா பாய்”

“ம்ம். ஏய்! நான் வந்து டிராப் பண்ண வா”

“பாருடா! பிரதருக்கு பாசத்த நான் போய்குவேன்” என வாசல் வரை வந்து வழி அனுப்பிய அண்ணனுக்கு டாட்டா காட்டியபடியே போனாள். அவ்வளவு புன்னகை அவள் முகத்தில்.

தங்கை பார்த்தபடியே நின்று கொண்டிருந்த பரதனை கைப்பேசி அழைத்தது.

அலைப்பேசியில் அவன் ஆருயிர் நண்பன் தான்,

“டேய்! நேத்து பேசுனபடி இன்னைக்கு சாயங்காலம் அஞ்சு மணிக்கு வந்துரு...”

“கண்டிப்பாடா உன்ன அசிங்கப்படுத்துனவள இன்-னைக்கு நம்ம அசிங்கப்படுத்துறோம். நான் வரேன்” என்-றான் பரதன்.

சாயும் காலமும் வந்தது பேசியபடியே இருவரும் சந்தித்-தனர். அது ஓர் ஒற்றையடிப் பாதை இருசக்கர வாகனம் மட்டும் அதில் பயணம் செய்யலாம் பாதசாரிகளும் அவ்வப்-போது செல்வார்கள். ஆறு மணிக்கு மேல் ஆள் அரவம் நடவாத, தெருவிளக்கில்லாத, சேரும் சகதியும் சேர்ந்து உறவாடிய அந்த கார்ப்பரேசனின் செல்லச் சந்தின் முகட்டில் ஒரு பெரிய வேப்ப மரம் அதன் அருகில் இரண்டு நிழலா-டியது அந்த நிழல்கள் பேசிக் கொண்டன.

“டேய் பரதா ! இன்னும் கொஞ்சம் நேரத்துல அவய்ங்-களும் வந்தருவாய்ங்க, அவளும் வந்துருவா! ரெடியா இரு”

“அவள என்னடா பண்ணப்போறோம்” என அவன் காதாண்டைக் கூறினான் பரதன்.

“தெரில ஆனா அவள எதாச்சும் பண்ணனும்டா பெருசா! அவ இத வாழ்க்கையில மறக்க முடியாத மாறி”

சொன்னபடியே மேலும் இருவர் இணைந்தார்கள்.

“டேய்! என்ன தான்டா பிரச்சனை அவ பேரென்ன” என்றான் மூன்றாமவன்.

“அவ பேரு ஜனனி! வேற எதும் கேக்காத”

“என்ன ஜனனியா!” என நடுவே ஆச்சரியப்பட்டான் பரதன்

“சரி எதா இருந்தா என்ன? இன்னைக்கு ஒரு கை பார்த்துருவோம்” என்றான் நாலாமவன்.

மணி ஐந்தை தாண்டியது ஆனால் அவள் வரவில்லை வழக்கமாக ஐந்து மணிக்கு டான்ஸ் கிளாஸூக்கு செல்லும் அவளை இன்னும் காணவில்லையே எனக் கொஞ்சம் கடுப்பானார்கள். கடுப்பானாலும் நேரமாக ஆக அவர்கள் மனதில் கொஞ்சம் அச்சம் தொற்றிக் கொண்டது.

தூரத்து ஹெட்லைட் வெளிச்சத்தில் சேரும் சகதியும் தெரிக்கத் துப்பட்டாவில் முகம் மறைத்து செங்கண் பார்வை கொண்டு வந்தாள். அவளைப் பார்த்த போதே அவர்களுக்கு அல்லையைப் பிடித்தது, இருந்தும் “டேய்! வாங்கடா” என பரதன் முன்மொழிய அவன் சொல்படி நடந்தனர்.

வேகமாக வழி மறித்த அவளைத் தட்டுத் தடுமாறி நின்ற வண்டியிலிருந்து கார் கூந்தல் பற்றி இழுத்தான் பரதன். நான்காம் அவன் கீழே பிடித்துத் தள்ளிவிட இரண்டாம் அவன் ஓங்கி கன்னத்தில் அறைய மூன்றாம் நபர் அவள் தலையைத் தட்டினான். அவளுக்கோ ஒன்றும் புரியவில்லை முகத்தை கர்ச்சிப்பால் மூடியதால் யாரென்று தெரியவில்லை. அடிக்க உதைக்கத் தடுக்கச் செய்தாள் ஒன்றும் முடியவில்லை கடைசியாக வாய்விட்டுக் கத்த அவள் முயன்றபோது வாயைப் பொத்தினான் ஒருவன். மற்றொருவன் கையை இறுக்கிப் பிடித்துக் கொண்டான். பரதன் நெருங்கி

வந்தான் கழுத்தில் கை வைத்தான் மெள்ள கை கீழே இறங்கியது. அவள் கதறினாள், அலறினாள், பதறினாள் கண்ணீர் அவள் முகம் மறைத்த துப்பட்டாவை நனைத்தது. வேகமாகத் தலையை ஆட்டினாள் இன்னும் வேகமாக முடிச்சுகள் அவிழ்ந்தது அது விதியின் முடிச்சுகளாகக் கூட இருக்கலாம்.

அவள் முகத்தைப் பார்த்த அடுத்த கணமே நால்வருமே தேள் கடித்தாற்போல துடி துடித்தார்கள். பரதனுக்கோ உயிரோடு தன்னை தீ வைத்துக் கொளுத்தியதை போல எரிந்து சாம்பலாகப் பார்த்தான் யாராவது செய்யமாட்டார்களா என ஏங்கினான். அந்தப் பாவியை தீ கூடத் தீண்ட மறுக்கும் என்பதை அவன் அறிந்திருக்கமாட்டான். கடைசியாக வந்த இருவரும் வந்த தடம் தெரியாமல் ஓடினார்கள். இவர்களை ஒருங்கிணைத்தவனும் தலைதெறிக்க ஓடினான். பரதனுக்கு ஓடவும் முடியவில்லை ஒளியவும் முடியவில்லை. கண்கள் கணத்தன. கண்ணீர் சுரந்தன. அவள் பரிதாபமான முகத்தைக் கண்டு கண்ணீர் பீரிட்டது. அவள் கிடத்தப்பட்ட இடத்திலிருந்து நகரவே இல்லை. உயிர் இன்னும் அவள் உடம்பில் இருக்கிறது ஆனாலும் இறந்து அழுகிறாள். அவனோ தலையில் அடித்துக் கொண்டே அழுகிறான் முகத்தை மறைத்த துணி விலகியது கூடத் தெரியாமல் அழுகிறான் கூனிக் குறுகி அழுகிறான் வாழும்போதே அழுகி அழுகி அழுகிறான்.

யார் தவறு என்று தெரியவில்லை காதல் சொல்ல வந்தவனை ஏசிப் பழித்தாளே அவள் தவறா, தன் ஆற்றாமையைப் பூர்த்தி செய்ய அழைத்த நண்பனின் தவறா, தோழியின் வீட்டிற்குச் சென்று அவள் ஆடையை உடுத்தி அவள் வண்டியில் வந்த இவள் தவறா, அவளைச் சிறுவயதில் தோளில் போட்டுச் சுமந்த இவன் தவறா, இவர்களைப் படைத்த அந்த ஆண்டவனின் தவறா என்று, ஆனால் ஒன்று மட்டும் நிச்சயம் அன்று பாவியர் சபைதனிலே பாஞ்சாலியைக் கூந்தல் பற்றி இழுத்து வந்த துச்சாதனனுக்கும் இழுத்து வரச் சொன்ன துரியோதனனுக்கும் துச்சலையை

அப்படிச் செய்திருந்தாள் எப்படி இருந்திருக்குமோ! அந்தக் கார்மேகக் கண்ணன் திரௌபதிக்கு பதிலாக துச்சலையை இடம்மாற்றி துச்சாதனன் கையினாலே அந்த லீலையைச் செய்திருந்தாள் துரியோதனனுக்கு எப்படி இருக்குமோ அப்படி ஒரு நிலையில் தான் இப்போது இருக்கிறான் பரதன். அதற்கு வியாசர் கூட விடையளிக்க முடியாது. முகத்திரை விலகிய பரதனைப் பார்த்து அவள் கேட்ட கேள்வியில் இன்னும் கொஞ்சம் அழுகை பீரிட்டது இனி அவன் எவ்வளவு நீரை இரைத்தாலும் அந்தப் பாபத்தைக் கழுவ முடியாது இருந்தும் அவள் பரிதாபமாக கேட்டாள்.

"அண்ணா, நீயா!!!"

3

மெய்தீண்ட ஸ்பரிசம்

தாமரைக் குளந்தனில் மலர்க் கொடிகள் சூழ்ந்து கிடக்க, பனித்துளி கமல மலர்களை அள்ளி அணைத்த நேரமது. வலப்பக்கம் ஒருக்களித்துப் படுத்த சுகம் வெறுத்துப் போக இடப்பக்கம் ஒருக்களிக்க முன்வந்தாள் வெண்மதி. ஏனோ மல்லாந்து படுத்திட நேரமுமில்லாமல் தலைக்குப்புற படுத்திடக் காலமும் கனியாமல் தன் கண்களை அலைக்கழித்துக் கொண்டிருந்தான் வளன். எதை எதையோ யோசிக்கத் தூக்கம் அவன் கண்ணைக் கவ்வாமலே கிடந்தது அவ்வப்போது மனைவியின் முகத்தையும் அவள் இடுப்பின் வளைவையும் கண்டு மனம் வெகுண்டான். அவளோ வண்ணக் கனவுகளால் மெய்மறக்கத் தன் சப்தமிடும் வளைவிகளைக் கொண்டு தன் அடி வயிற்றை மெல்ல அனைத்தாள். அவள் முழுக இன்னும் ஈர் இரண்டு திங்கள் ஆகும்படியால் அவள் முகம் சற்றும் குறையாத அவாவை அள்ளி பூசியிருந்தது.

யாருக்கும் எளிதில் இந்த வரத்தை அவன் வழங்காத போதிலும் இந்த வரத்தைப் பெற்றமையால் வளனின் உள்ளம் பெரிதும் இன்பம் கொள்ளாது இருந்தது. அவன் மனம் சஞ்சலத்தில் மூழ்கித் தவித்தது. ஆசை காதல் மனைவியின் முகம் கூட மறையும் மட்டும் அவன் புத்தி எதோ ஒன்றில் மழுங்கி கிடந்தது.

நூற்றாண்டின் ஆண் மகன் என்ற போதும் இவன் மூதாதையர்களின் மந்தி மதி இவனை ஆட்கொள்வதில் எந்தத் தாத்பரியமும் தேவையில்லை தானே. விடியும் முன்பனி நேரம் தொடங்கியும் அவன் கண்கள் அயரவில்லை அவன் நாசி பெருமூச்சிட தயங்கவில்லை ஆனால் அவன் காதுகளோ எதோ ஒன்றை முணுமுணுத்துக் கொண்டே இருந்தது. அது அவன் அலுவலக கேலி உரையாடல்கள்.

“டேய் ராஜ் என்னடா உனக்கு ஆம்பள பிள்ள தான் பிறக்கும்னு சீன் போட்ட இப்ப என்னாச்சு. நான் தான் சொன்னேன்ல நீ தான் கேட்கவே இல்லை. ம்ம்... அடுத்து வளன் தான்” என்ற பாபுவின் வார்த்தைகளுக்கு இவ்வாறு மறுமொழிந்தான் ராஜ்.

“என்னடா! பொம்பள பிள்ள புறந்தா இப்ப என்னாங்குற”

“என்னாவா! அசால்ட்டா கேக்குற இப்பனில்ல அப்ப இருந்தே பொம்பள பிள்ள பிறந்தாலே ஒவ்வொருத்தனும் கதறுவானுக” என பாபு கூற.

“டேய் நீ கிராமத்துல பொறந்து வளர்ந்ததுனால அப்படி பேசுர”

“ஆமா சிட்டில நீங்களாம் செய்யவே மாட்டீங்க! போடா டேய் ! இங்க பாரு பொம்பள பிள்ள பிறந்தா அது படிக்க வச்சு, பெரிய பிள்ள ஆன சடங்கு செஞ்சு, கல்யாண பண்ணி வச்சு சீர் சினத்தி கொடுத்து, வளைகாப்பு பண்ணி ஒரே வேலை தான் அதுமட்டுமில்லாம அத கட்டி கொடுக்குற வரைக்கும் பொத்தி பாதுகாக்கனும் நடுவுல எவனாயாவது இழுத்து ஓடுற கேஸ்லாம் இருக்கு. இதலாம் விட ஆம்பள பிள்ள பெத்தெடுத்த தனி கெத்து தான டா! என்னடா வளன் நான் சொல்றது சரிதான” என்று ராஜ் கூறி முடித்த பிறகும் அதற்குப் பதில் கூற மனமில்லாது வளனின் வாய் நன்கு அடைந்திருந்தது அவன் செவிகளும் கூட. அதனால் தான் பாபுவின் மறுமொழி அவன் காதுகளை துளைக்காமலே போயிற்று.

அந்தக் காலை விடியல் அவ்வளவாக தெளிச்சியடையவில்லை. வழக்கத்திற்கு மாறாக பெயருக்கு ஏற்றார் போல நிறைமாத நிலவையொத்த மஞ்சள் பூசி பூர்ணச் சந்திர நிலவொளி ததும்பச் சற்று முன் கண்ணயர்ந்த காதல் கணவனை எழுப்பிட வந்தாள் வெண்மதி. அவள் முகத்தில் அப்படியொரு பிரதிபலிப்பு. அவள் குரலில் அத்துணை வாஞ்சை "வளன் எந்திரி டா, ஆபிஸ் போனுல" என்று அவள் கூறும்போதே அந்த குறிப்பிட்ட உரையாடல் மீண்டும் அவன் செவியை எட்டியது. இருந்தும் மகிழ்ச்சியின் ழகரம் ஐகாரமாக ஒலிக்க வெட்கம் மேலிட "அம்மா அடுத்த மாசம் வளைகாப்பு பண்ணலாம் சொன்னாங்க" என அவள் கூறியபோது மஞ்சள் கன்னத்தில் சிவப்பு ரேகைகள் பரவின அவனுக்கோ அது கண்களில் பரவியது.

அந்த சிவந்த கண்களுக்குத் தெரியவில்லை தான் எதற்காகச் சிவக்கின்றோம் என்று அவ்வளவேன் அவனுக்கே அந்த அனிச்சைகளின் அசைவுகளை புரிந்து கொள்ள முடியவில்லை. அவளோ அவன் முகத்தைக் கண்ணிமைக்காமல் பார்த்துக் கொண்டிருந்தாள். அவன் ஒற்றை வார்த்தைக்காக வெகு நேரம் காத்திருந்தாள். 'ம்ம்ம்' என்ற ஒற்றை வார்த்தை வந்து விழுந்தது ஆனால் அவள் அதுவல்லவே.

மெல்ல எழுந்து சோம்பல் முறிக்கையில் அவன் காதோரம் வந்து இவ்வாறு செப்பினாள் "இன்னிக்கு செக்கப் போனும்"

"நான் வரல! அம்மாவ கூட்டிட்டு போ"

"எப்பவும் நீங்க தான வருவீங்க" என அவள் கேட்கையில் அந்த வாக்கியத்தில் அத்துணை கனிவு.

"அதான் சொல்றேன்ல அம்மாவ கூட்டிட்டு போ" என அவன் கூறும் போதே முற்றத்தில் கொத்தித் தின்ற புறாக்கள் தன் இணையை கூட்டிக் கொண்டு பறந்தன.

புறாக்களின் அந்தச் சலசலப்பை வாசுகி பெரிதாக ரசிக்கவில்லை.

“என்னடா! காலையிலே கத்திட்டு இருக்க” என்று அவள் அதட்டலில் வளனுக்கு மற்றுமொரு சோம்பல் முறிப்பு.

“இன்னிக்கு செக்கப் போனுமாம். நீ கூட்டிட்டு போய்ட்டு வா”

“என்னடா புது பழக்கம்! புருஷனா லட்சணமா கூட்டிட்டு போ. அடுத்த மாசம் விசேஷம் வேற வச்சு அவ அம்மா வீட்டுக்கு அனுப்பனும். ஒழுங்க போய்ட்டு வா! நீ ரெடியா இருமா” இவ்வாறு வாசுகி தன் கூற்றை முடிக்கும் முன்பே தாயின் சொல்லைத் தட்டாது சென்றான்.

அன்று காக்கை கரைந்ததற்கு அது தான் காரணமோ என்னவோ மல்லிகா அந்தக் காலை வேளையிலேயே மஞ்சள் குங்கும முக வனப்போடு வந்துவிட்டாள். ‘வாசுகி வாசுகி’ என்று கத்திக்கொண்டே நுழைந்தாள்.

“ஏன்டி வாசுகி கிளம்பிட்டியா” சொல்லும் போதே அந்த மஞ்சள் முகம் வெண்மதியின் மதி வதனத்தில் விழுந்தது. மல்லிகாவைப் பார்த்தவுடனே வெண்மதியின் கண்கள் அவள் பாதங்களைத் தேடியது சாஷ்டாங்க நமஸ்காரமாக இல்லாவிட்டாலும் நமஸ்கரிக்க முன்வந்தாள் இருந்தும் அவள் ஆசீர்வாதங்கள் வெண்மதியைச் சேர என்றும் தயங்கியதில்லை.

“அப்பா முருகா! சௌபாக்கியவதியா இருடீ. நல்ல வயிறு தெரிதுடீ கண்டிப்பா பொம்பள பிள்ளை தான். ஜாக்கரதமா!” என்று கூறுயிலே

“ஆமா மல்லிகா, புளிப்பே ஆகாதுங்குறானா பாரு. சாக்லேட் தான் வாங்கி வாங்கி சாப்ட்றா. முகம் வேற ரொம்ப வெளரி போய்ருக்கு. எனக்கும் பொம்பள பிள்ள தான் தோனுது” வாசுகி இப்படிச் சொல்லி முடிக்கையில் காகம் கரைந்ததன் மற்றொரு காரணம் விளங்கிற்று. வெண்மதியின் தோழி இன்முகத்துடன் வருவதைக் கண்டு வாசுகி வரவேற்றாள்.

“வாமா நல்லாருக்கியா ! பார்த்து ரொம்ப நாளாச்சு இப்ப தான் வழி தெரிஞ்சத. சரி சரி ! மதி உள்ள தான் இருக்கா போ. நான் வெளிய கிளம்பிட்டேன். மதி! செக்கப் போய்ட்டு வந்து ஞாபகப்படுத்து பாதம் வீங்கி சூடேறி இருக்குன்னல ஒத்தடம் கொடுக்கனும். சரியா?” என்று கனிவுடன் விடை-பெற்றாள் வாசுகி.

மாமியாரை வழியனுப்பிய கையோடு தோழியை வரவேற்-றவள். சிறிது நாழிகை கூட இடைவெளிவிடாமல் தோழியின் பேறு கால அனுபவங்களை அத்துணை ஆச்சரியத்துடன் கேட்டாள்.

தான் பெண் பிள்ளை பெற்றெடுத்த அந்த அழகிய தரு-ணங்களை வெகுவாக அளப்பறிந்தாள். “மாசா மாசம் மூனு நாள் சாகுரதுக்கு பிள்ளை குட்டியா பெத்து போடுடலாம் என்னடீ!” “போடி லூசு” என மனம் விட்டு இருவரும் பேசி சிரித்துக் கொண்டிருந்தார்கள். உரையாடல்கள் நீண்டது சில பல அந்தரங்கச் சமாச்சாரங்களை நோக்கிப் பயணித்தது. ஒரு வழியாக உரையாடல் முடிவுரையை நெருங்கியது.

“அப்ப கண்டிப்பா பொம்பள பிள்ள தான்டீ” என்று எக்-காள சிரிப்புடன் அவள் தோழி சொல்ல ஏதுவாக வளனும் அவ்விடம் வந்தான். அனைத்தையும் கேட்கவில்லை என்-றாலும் குறிப்பறிதலின் குறிப்புகளை அவன் மூளையிலே குறித்துக் கொண்டான். அவனைப் பார்த்தவுடனே “பாப்-பாக்கு காது குத்துறோம் நீங்க கண்டிப்பா வரனும். உடம்ப பாத்துக்கோடி. வரேன்! வரேன்!” என ஒரு சேர இருவரிட-மும் விடைபெற்றுச் சென்றாள் மதியின் தோழி.

நேரம் மெல்லக் கடந்தது மருத்துவமனைக்கு இருவரும் புறப்பட்டனர். அவளோ பிள்ளையைச் சுமக்க அவனோ பல குழப்பங்களை சுமந்தவாரே வந்தான். அவள் பேச்சுக்-களின் சுவையை வளனின் செவி சுவைக்க மறுத்தது. ஒரு சிறிய கத்தி அவன் மன சுவரை உதிரம் சிந்தாது அருவி-யது. இன்று அந்தக் கேள்வியைக் கேட்டே ஆக வேண்டும் என்று அவன் மனம் துடித்தது.

டாக்டரைச் சந்தித்த வேளையில் அந்த நிகழ்வை இவர்கள் பார்க்க வேண்டும் என ஆண்டவன் விதி செய்தானோ என்னவோ. பார்த்து விட்டார்கள். “இங்க பாருங்க ஐப்பசி பதிமூன்று சூர்யோதயத்துக்குப் பிறகு துலா லக்னத்துல திருவாதிரை நட்சத்திரத்தில மிதுன ராசியில என் மருமகளுக்குக் குழந்தை பிறக்கனும் என்ன பண்ணுவீங்களோ தெரியாது எனக்கு இந்த இதுல தான் பிறக்கனும் தயாரா இருந்துகோங்க”

“மேடம் என்ன நினைச்சுட்டு இருக்கீங்க. திஸ் இஸ் இம்பாஸிபிள்”

“போன வாரம் க்ரானைட் ஓனர் மருமகளுக்கு பண்ணும் போது தெரிலயா”

“பட் ! உங்க மருமக ஆரோக்கியமா இருக்கா ! தேர் இஸ் நோ நெஸஸிட்டி ஃபார் சிஸேரியன்”

“பட் சிட் லாம் தேவையில்லை. நீங்க பன்றீங்க ! அதுக்கு எவ்ளோ வேணாலும் வாங்கிகோங்கோ!” முகம் கொஞ்சம் சிவந்தது மெள்ள தன் இருக்கையில் அமர்ந்த மாத்திரமே எழுந்து மதியை அழைத்துச் சென்றார் டாக்டர்.

சில மருத்துவச் சம்பிரதாயங்களை முடித்த பிறகு டாக்டர் சிரித்த முகத்துடன் வந்து வளனை நலம் விசாரித்தார்.

நலம் தெரிவிக்கக் கூட நாழிகை செலவாகுமென்று சட்டென “டாக்டர் இஃப் யூ டோண்ட் மைன்ட் ! பொறக்கபோறது என்ன குழந்தனு தெரிஞ்சுக்கலமா” என்று குரல் ஒடுங்க மெல்லிய சப்தத்தில் கேட்டான்.

நடுவே தொலைப்பேசி டாக்டரை பதில் கூற விடாமல் தடுத்தது. தொலைப்பேசியில் ஒரு செவிலியர் “டாக்டர் வார்டு நம்பர் ஃபைவ் ரதிதேவிக்கு லேபர் பெயின் ஆரம்பிச்சுருச்சு லேபர் வார்டுக்கு எடுத்து போயிடவா”

“ஆப்ரேஷன் தியேட்டர் கூட்டிட்டு போ. சிசேரியனுக்கு ரெடி பண்ணு! இல்லனா அந்த டீன் என்ன புடிச்ச கத்துவான். திஸ் இஸ் தர்டு. இதும் பொம்பள பிள்ள தான் சோ மேக் இட் அஸ் சிசேரியன் வித் டூபல் லிகேஷன்.

அந்த ஆள்ட சைன் வாங்கிட்டு. எபிடுரல் அனஸ்திஸியா குடுத்து ஆப்ரேஷன் ரெடி பண்ணி வை இதோ வரேன். ஏய் அனஸ்திஸ்ஸிஸ்ட்டு லீவ் சோ பார்த்து ஒகே"

இதைக் கேட்ட கனமே வயிற்றில் அந்தச் சிசுவுக்குக் கூட ஒரு சின்ன மயிர்க் கூச்சம் பதமாகத் தன் தாயின் அடி வயிற்று சுவரை ஆழம் பார்த்தது. இறுக அணைத்து அந்த இன்ப வலியை புன்முறுவலுடன் அனுபவித்தாள் வெண்மதி. சக்ர வியூகம் சூட்சுமத்தை அறிய அபிமன்யு எடுத்த அந்தச் சலசலப்பும் சீதையின் வயிற்றில் உச்சி கொட்டி வால்மீகியின் கதா கலாட்சபேத்தை கேட்டு லயித்த குசலவர்களின் பரவசத்திற்கும் அந்தச் சிசுவின் தேக சிலிர்ப்பிற்கு என்றும் ஈடாகிவிடாது அப்படி நுண்ணிய நகர்வுகளின் உணர்வுகளை அந்தச் சிசு கடத்திவிட்டதை இறைவனும் கூடக் கண்டு அதிசயித்துப் போயிருப்பான்.

இப்போது ஒரு சின்ன அசட்டு முகச்சுளிவோடு நிறுத்தி நிதானமாகவே உதட்டோரப் புன்னகையோடு பதில் சொன்னார் டாக்டர் "ஐ வில் மைன்ட்"

அதோடு நிற்காமல் மேலும் தொடர்ந்தார் "சி மிஸ்டர் வளன் ! ஐ திங் யு ஆர் அ 'புரோகிராம் அனாலிஸ்ட் ' ரைட்டு. தென் திஸ் குவெஸ்டின் இஸ் சிம்ப்லி ரிடிகுலஸ். இன்னும் மூனு மாசம் பொறுத்துக்கோங்க.. அப்புறம் உங்களுக்கே தெரியும். அன்ட் ஷி இஸ் கம்ப்ளீட்லி ஃபைன் குழந்தையும் ஆரோக்கியமா இருக்கு. தி சேம் டைட் அன்ட் மெடிசன்ஸ். அதே ஃபாலோ பண்ணுங்க. அன்ட் ஒன் திங் ஃபோன்ல பேசுனது எதையும் மனசுல வச்சுகாதீங்க." என மீண்டும் ஒரு அசட்டு முகச்சுளிவோடு ஒரு குறுஞ்சிரிப்பு.

"அது எங்களுக்குத் தெரியாதா" என முணுமுணுத்துக் கொண்டே அயல் மொழியில் நன்றி கூறி மதியை அழைத்துச் சென்றான்.

மறுபடியும் அதே யோசனை பித்தம் தலைக்கேறியது மூளை கொஞ்சம் சூடேறியது வீட்டில் அவளை இறக்கி விட்டு அடுத்த நொடியே அவன் கண்கள் அலைபாய்ந்தது.

என்ன செய்வதென இதயம் எகிறித் துடித்தது. எனக்கு 'பொம்பள பிள்ள தான் இப்ப என்ன செய்ய போற' என மனக்கதவைத் திறந்து யாரோ கூக்குரலிட்டுக் கொண்டிருந்தார்கள். இரத்தம் கொதிநிலையின் அளவீட்டைத் தாண்டியது. பட்டம் படித்த நாகரிக மிருகம் அல்லவா ஆகையால் மனம் இப்போது இணையத்தைத் தேடியது கூகுளாண்டவனின் துணையை நாடியது.

தேடலின் உச்சத்தை அடைந்தான். எதோ ஒன்று கண்களில் சிக்கியது. சிக்கியதை விடுவதாக இல்லை. நேராக மருந்துக்கடைக்கு சென்றான். கால்களில் இருந்த நடையின் வேகம் வார்த்தைகள் விழும் நாவில் இல்லை. தயங்கினான் கொஞ்சம் மயங்கினான் பிறகு நெஞ்சுரம் கொண்டு. "மிஃப்டிஸ்ட்ரோன், மிசோபிர்டோல் இருக்கா" என்றான்.

“ஆஆஆன் என்னாது”

“மிஃப்டிஸ்ட்ரோன், மிசோபிர்டோல் வேனும்”

கடைக்காரன் ஏற இறங்க அவனையே வெறித்தான் “டாக்டர் பிரிஸ்கிரிப்ஷன் இருக்கா”

“இல்ல!!” என்றான். அந்த ஒற்றை வார்த்தையில் அவன் ஜீவனும் அடங்கியது.

“ப்ளிஸ் சார் தாங்க” என்று கெஞ்சினான்.

“சார் அப்டிலாம் தர முடியாது” எனக் கடைக்காரர் கூறியவுடன் மொத்த உலகைத் தோற்ற தொனியில் செல்ல முற்பட்டான். தன்னையே தோற்று அற்பப் பிறவியானவனுக்கு உலகைத் தோற்ற தொனி தேவை இல்லை தான் இருந்தும் அதை உருவகப்படுத்திக் கொண்டான்.

சென்றவனை ஒரு குரல் தடுத்தது. அது அந்தக் கடைக்காரனின் குரல் தான்.

“எத்தன மாசம்” என்றான்

நிரை மாதம் என்று சொல்லிடாதே என்று அதே மனக்குரல் ஒலித்திட “இரண்டு மாசம்”

“இரண்டு மாசமா.... பிரிஸ்கிரிப்ஷன் இல்லாம தந்தா ஓனர் திட்டுவாரு

பக்கத்து தெருல நாட்டு மருந்துக் கடை இருக்கு அங்க போய் கருக்கலைப்பு மாத்திரை வேனும், தேவா அனுப்புனான்னு சொல்லுங்க''

அட கொடுமையே அந்தச் சண்டாளன் கடையைத் திறந்து தான் வைத்திருக்க வேண்டுமா! மனிதத்தை கழட்டி வைத்து விட்டுத் திரியும் ஐந்தறிவுக்கு அன்று நினைப்பதெல்லாம் நடக்கத்தான் வேண்டுமா. அந்த ஆலகால விஷத்தை வாங்கிய போது அந்த முகத்தில் வெளிப்படும் முறுவலைப் பார்த்த போது அத்துணை அருவருப்பு. காலில் மிதிபட்ட அசிங்கத்தை போல ஓர் அயர்வு.

மெள்ள தான் தினவெடுத்துத் தேடி எடுத்துக் கொண்டு அந்த நாட்டு மருந்தை யாருக்கும் தெரியாதவாறு காய்ச்சிய பாலில் கலந்தான்.

தன் பிள்ளையைக் கொல்லத் தானே கால் கடுக்க பாலை காய்ச்சிவிட்டுச் சென்றாளோ வெள்ளந்தி பிள்ளத்தாச்சி. அவள் காய்ச்சியதை அவளுக்கே பரிசளிக்க இப்போது எடுத்துச் செல்கிறான். அந்தப் பாலை பவ்வியமாக மதியிடம் கொடுத்தான். அவன் கண்களில் வெளிப்பட்ட கொலையுணர்வு அவள் காதல் கண்களுக்கு ஏனோ அது புலப்படாமலே போனது. பாலை வாங்கி சொட்டு மிச்சமில்லாமல் குடித்தாள்.

கொஞ்ச நேரம் கண் சிமிட்டாமல் அவனையே பார்த்துக் கொண்டிருந்தாள். சட்டென "உனக்கு இந்த குழந்தய பெத்துகுறது பிடிக்கலயா'' என்றாள். அதைக் கேட்ட கனமே அவன் சப்த நாடியும் ஒடுங்கியது. "ஏய் என்ன உளர்ற. பேசாம தூங்கு'' என்று நகர்ந்தான்.

அவள் கேட்ட கேள்வி ஒரு பக்கம் சஞ்சலத்தை ஏற்படுத்தினாலும் அவன் மனம் நிறைந்து காணப்பட்டது மற்றொரு கணம் குற்றவுணர்ச்சியில் சுருங்க எத்தனித்தது. நகர்ந்தவன் இருக்கையில் அமர வாசுகி டம்ளர் நிரம்பப் பால் எடுத்து வந்து கொடுத்து அவன் அருகிலேயே அமர்ந்தாள். அவன் குடித்து முடிக்கும் வரை அவனையே பார்த்-

துக் கொண்டிருந்தாள். அவன் குடித்து முடித்தவுடன் தன் இன்முகத்தில் பொன் முறுவலிட்டாள்.

தீடீரென "மா!!!!" என்று கத்தினான் அல்லையை எதோ ஒன்று கவ்வியதை உணர்ந்தான். அவன் கதறல் முற்றத்தில் பறந்த புறாக்களால் கூட கேட்க முடியவில்லை.

"என்ன காரியம் பண்ணப் பார்த்த வளன்" என்று அவள் கேட்கும் போதே அவனிடம் இருந்தது அரை உயிர் தான். இதைக் கேட்கும் போது வாசுகி மிகவும் கூனி குறுகி இருந்-தாள்.

இப்படி ஒரு பிள்ளையைப் பெற்ற பாவத்தை எங்கனம் சென்று கழுவுவாள். அன்று வயிற்றைக் கழுவி இருந்தால் இப்படி ஓர் உயிரினம் ஜனிக்காமல் கிடந்திருக்கும். அவனை எண்ணுகையில் அவள் உடம்பே நடுங்கியது அவனுக்கு பாலூட்டிய மாரை அறுத்து எறிய துடித்தாள். அவனை பெற்றெடுத்த உறுப்பைப் பொசுக்கிடத் துடித்தாள். ஈரய்ந்து மாதம் சுமந்த கருவறையை உருவி எடுத்திட துடிதுடிதத்-தாள். கண்களில் தாரை தாரையாகக் கண்ணீர் வர.

"நீ என் வயித்துல தான் பிறந்தியா ! ச்சீ !!! உன்ன பிள்ளயா பெத்தத நினைக்கும் போது அருவருப்பா இருக்கு" என்று காரி உமிழ்ந்தாள்.

"என்னடா நம்ம அவளுக்கு கொடுத்தது நமக்கு எப்படி வந்துச்சுனு பாக்குறியா! கண்டிப்பா தெரிஞ்சகனுமா ! நீ இனி எதையும் தெரிஞ்சுக்க வேனாம்" என்று கூறி கேசத்தை அள்ளி முடிந்து நகர்ந்தாள்.

கலந்த பாலை அவன் இமைத்த கணம் அவள் மாற்றி-யதை அவன் அறிந்திருக்க மாட்டான். தனக்குப் பிறக்கப் போகும் பிள்ளை ஆணா பெண்ணா என்று அறிய இருப்-பானா என்றும் அறிந்திருக்க மாட்டான். அதை அவன் அறிய இப்போது அவன் விளையவில்லை. பாபுவின் வாக்-கியங்கள் இப்போது தான் அவன் காதை எட்டியது "பொன்-னுங்க தான்டா நம்மக்கிட்ட கடைசி வரைக்கும் அன்பா இருப்பாங்க. பொன்னுங்க பாத்துக்குற எந்த அப்பா அம்-

மாவும் முதியோர் இல்லம் போனதா சரித்திரம் இல்ல” என அவன் காதுகளை வட்டமிட்டது.

உயிர் மயங்கிய அந்த தருணத்தில் அவன் நா ஒன்றை மட்டுமே முனுமுனுக்க முயற்ச்சித்தது “மா என்ன காப்பாத்து மா!”

4

அன்பெனும் சொல்

வானத்தைத் தீண்டக் கதிரவன் கதறிய நேரமது காலை பனி மெல்லப் படர்ந்த அத்தருணத்தில் ஓர் உரத்த குரல் 'ஜானு' 'ஜானு' என்று. தூங்கிக் கொண்டிருந்தவளுக்கு உறக்கம் கலையவில்லை இன்னும் உரக்க ஜானு என்றழைக்க மார்கழி குளிர் மேய்ந்த தன்னுடலை அசைத்தாள் ஜானகி. கண்ணைத் திறக்க மனம் மறுக்க உறக்கம் கலைத்தாள்.

"என்னங்க காலங்காத்தாலே உங்களுக்கு என்ன பிரச்சனை" என்று சொல்லி கொண்டே கடிகாரத்தை நோக்கினாள் ஜானகி ஆறு இரண்டை தழுவி கொண்டிருந்தது.

"ஒரு பிரச்சனையுமில்ல இன்னிக்கு எனக்கு ஆடிடிங் சீக்கிரம் ஆபிஸ் போனும் எனக்கு லஞ்சு வேனா ஓகேவா" என்றான் பார்த்திபன்

"இத நேத்தே சொல்லகூடாதா" என்று நொந்து கொண்டாள் ஜானகி.

"சொன்ன மட்டும் என்ன பண்ண போற" என்று முனு முனுத்து கொண்டே கைக்கடிகாரத்தை மாட்டிக் கொண்டிருந்தான் பார்த்திபன் "என்ன! என்ன சொன்னீங்க!" என அதட்டல் தொனியுடன் கேட்டாள் ஜானு

"ஒன்னுமில்ல சொல்ல எங்க நேரமிருந்துச்சு" என்று அவளைச் சமாளித்தான்.

சமரசமில்லாமல் தனக்குள் பரபரப்பை ஏற்படுத்திக் கொண்டான் பார்த்திபன். "சரிடா ! நேரமாச்சு பாய்...." எனப் புலி துரத்திய மானைப் போல வாசலை நோக்கி ஓடினான் பார்த்திபன்.

இதை விழித்துக் கொண்டே கவனித்த அவனைக் கவனிக்கப் பார்த்திபனுக்கு நேரமில்லை. அது இருந்திருந்தாலும் அவனைக் கவனிக்கப் பார்த்திபனுக்கு எண்ணமில்லை. ஆனால் அவன் கவனிக்க வேண்டுமென்றே அவன் விரும்பினான் அது அவன் தவறொன்றும் இல்லை அது காலத்தின் தவறு.

வாசலை அடைந்த பார்த்திபன் அவளை எதிர்பார்த்தது தான், பார்த்திபனை பார்த்த அந்த கணமே 'வணக்கங்கயா' என்றாள் அவள் அதற்கு மறுமொழி கூறக் கூட அவனிடம் வார்த்தையில்லை தன் கால் சக்கரத்தை இரு சக்கரத்தில் வைத்து சுழிக்காற்றைப் போலத் தெறித்தான். இதை அவள் பார்த்துக் கொண்டே வீட்டுக்குள் நுழைய முற்பட்டாள் அந்நேரம் பேப்பர்காரன் வர அவள் கைநீட்ட பேப்பரை அவள் கைகளில் தர இயலாத அவன் கீழே போட, அதைப் பவ்யமாகவே எடுத்தாள். இதையெல்லாம் அவள் பெரிதாக எடுத்துக் கொள்வதில்லை இதை விடப் பலவற்றை அவள் ரசித்திருக்கிறாள். பேப்பரையும் கேட்டில் கட்டிய துணிப்பையிலிருந்து பால் பாக்கெட்டையும் கையில் பற்றிக் கொண்டே வீட்டுக்குள் நுழைந்தாள்.

"அம்மா ! அம்மா !" என்று கூறிக்கொண்டே அவன் அறையை நோக்கி நடந்தாள் அவளைப் பார்த்தவுடனே தூங்குவதைப் போல நடித்தான் அவன் அதைக் கவனித்த அவள் "கண்ணா! கண்ணா! எழும்பு கண்ணா!" என்று அருவாமனை அரிந்த விரல்களால் அவன் காலில் கோலமிட்டாள்.

செங்கருங்கூந்தலை அள்ளி முடிந்து கொண்டு அறை வாசலின் முன்னே வந்து நின்ற ஜானகி தான் நவமாதம் சுமந்தது

"டேய் ! ராகுல் ஏந்திரி ... நீங்க என்னம்மா கெஞ்சிட்டு இருக்கீங்க. அடிச்சு எழுப்புங்க ம்மா. ராகுல் இன்னிக்கு ஸ்கூல் தெரியும்ல கெட் ரெடி பாஸ்ட். அம்மா அவன சீக்கிரம் ரெடி பண்ணுங்க..." என்று சொல்லிக் கொண்டே அவ்விடம் நகர்ந்தாள்.

டீச்சரின் குரல் கேட்டுக் கூட இப்படி வெறுப்பாகியிருக்கமாட்டான். தன் தாய் குரல் கேட்டு முகம் சுழித்தே எழுந்தான் அவன் கண் விழிக்க அவன் முன் மஞ்சள் பூசிய முகத்தில் செந்நிலா வட்டப் பொட்டு வைத்து மின்னல் வெட்டு சிரிப்புடன் காட்சியளித்தாள் இவள்.

"வாடா, கண்ணா ! பள்ளிக்கூடம் போனும்ல வா" என்றழைத்தாள் என்னமோ தெரியவில்லை அவள் சொல்லை மட்டும் அவனால் தட்டமுடியவில்லை. இதன் நடுவே, 'கண்ணகி மா ! எனக்குக் கொஞ்சம் காப்பி' என்று ஜானகி நாளிதழைப் புரட்டிக் கொண்டே கத்தினாள்.

ஆம் ! அவள் பெயர் கண்ணகி, அந்த மகாராணியின் சேவகி. பெயர் மட்டும் தான் கொடுத்தான் என்றால் மாதரசியின் வாழ்கையையும் அப்படியே கொடுத்துவிட்டான் அந்தப் படுபாவி

குடிகார கணவன், அவன் குடிக்கப் பணம் கொடுக்கும் பணக்காரி, வெயிலுக்கும் மழைக்கும் அடைக்கலம் தரும் குடிசையின் சொந்தக்காரி. இடுப்பில் ஏத்திக் கட்டிய பருத்தி சீலை, மஞ்சள் முகத்தில் சிவப்பு நிலா, சிரித்த முகமெனக் கோவலனின் கண்ணகியைப் போலவே இருப்பாள் யார் கண்டா கண்ணகியின் மறுபிறப்பாய் கூட இருக்கலாம். வேண்டாம் அவள் முற்பிறவியில் அனுபவித்ததே போதும். இப்போது ஜானகி தன் பணியை இனிதே செய்யக் கிளம்பிவிட்டாள். அதேசமயம் ராகுலும் மூட்டையைக் கட்டிக்கொண்டு சென்ட்ரல் மார்கெட்டில் மூட்டை தூக்கும் சாமனினைப் போலக் கிளம்பிவிட்டான். மூட்டையைச் சுமந்தபடி வீட்டின் வாசலில் ராகுல் நிற்க

"ராகுல் பாய் ! லஞ்ச் மிச்சம் வைக்காம சாப்டனும் சரியா!" என்று அவன் உச்சந்தலையில் முத்தமிட்டுக் கைய-

சைத்துக் கொண்டே அவ்விடம் விட்டு நகர்ந்தாள் ஜானகி. எல்லோர் வீட்டிலும், மன்னியுங்கள்! சில வீட்டில் தன் பிள்ளையை வழியனுப்பத் தாய் வாசலில் நிற்பாள் ஆனால் தாயை வழியனுப்பிவிட்டு ஏக்கத்தோடு வெறும் வீதியைக் கண் கொட்டப் பார்த்துக் கொண்டிருக்கிறான் இவன்.

“கண்ணா ! ரெண்டு வாய் சாப்புடுபா என் செல்லம்ல” என இட்லியை அதன் துணையுடன் எடுத்து ஊட்ட "வேணாம் கண்ணகியம்மா வேணாம் எனக்கு பசிகல" என்று அவன் வழக்கமான சொல்லாடலைப் பயன்படுத்த அவளும் தன் வழக்கமான தகிடுதத்தத்தை உபயோகித்து இரண்டுக்கு மூன்றாகவே திணித்துவிட்டாள்.

திண்ற வாயைத் தன் சீலையாலே துடைத்துவிட்டு கதவைப் பூட்டி விட்டு அவனை அழைத்துக் கொண்டு வீதியில் வர, ஆஹா! அவள் முகத்தில் தான் எத்தனை சந்தோஷம், எத்தனை பெருமிதம், எத்தனை கர்வம் அரை நூற்றாண்டான பிராயத்தில் அவள் வயிற்றில் ஒரு புழு பூச்சியைக் கூடச் சுமந்ததில்லை. எந்த பச்சமண்ணையும் கையில் தூக்கி மாரனைத்து பாலூட்டியதில்லை இருந்தாலும் தன் பிள்ளையைப் போல அவன் கைபிடித்து அந்தத் தெருவில் வலம் வருவதற்காகவே அவள் விடுமுறைகூட எடுப்பதில்லை. அனுதினமும் இந்தத் தருணங்களுக்காகவே அவள் தவமிருப்பாள். ஞாயிறு சனியின் மீது கூட அவ்வப்போது அவள் கோபம் கொள்வதுண்டு. அதைவிடத் தேர்வு விடுமுறைகளை அறவே வெறுப்பாள். ஏனென்றால் அவனை பார்சல் கட்டி பாட்டனிடம் அனுப்பிவிடுவார்கள். அதற்காக, அந்த அழகிய தருணங்களில் லயித்து இருப்பதற்காக ஆண்டின் அனைத்து நாள்களும் அவன் பள்ளிக்குப் போகவேண்டும் என்று கூட அவள் நினைப்பதுண்டு. மேலும் தன் பகட்டை காட்ட இவனைப் பள்ளிப் பேருந்தில் அனுப்பாமல் இவளுடன் அனுப்பியதற்கு இவள் கொடுத்து வைத்தவளாகத் தான் இருக்க வேண்டும்.

ராகுலும் வார்த்தைக்கு வார்த்தை 'கண்ணகியம்மா! கண்ணகியம்மா!' என்று வாய் நிறையத் தன் பள்ளி அனுபவங்களைச் சிலிர்த்துக் கூறும் நேரமது. அவன் கூறும் அனைத்தையும் "அப்படியா! அடடே !" என ரசித்து அந்த 20 நிமிடங்களைச் செலவழிப்பாள். அதுவும் அந்த 'கண்ணகியம்மா' என்ற வார்த்தை அவளை ஆனந்த கூத்தாட வைக்கும் எல்லோரும் அப்படித் தான் கூப்பிடுவார்கள் ஆனாலும் ராகுலின் இதழ்களிலிருந்து உதிரும் வார்த்தைக்காகவே அவள் தன் உயிர் பிடித்து வாழ்வதாகவும் அவள் நினைப்பதுண்டு.

இவளுக்கு ஏன் அவன் மீது இவ்வளவு வாஞ்சையும் கரிசனமும் என்று நாம் நினைக்கலாம். காலம் முழுவதும் இப்படித் தாங்கிக் கொண்டு இருக்கப் போகிறாளா அல்லது இருந்துவிட முடியுமா, ஆனால் அவள் வேதனையையும் ஆனந்தத்தையும் அவ்விடம் இருந்து அனுபவித்தால் தான் அது நமக்கு விளங்கும். இருந்து தான் போகட்டுமே மகிழ்ச்சியா சந்தோஷமா நம்ம ஏன் அதை விமர்சிப்பானே.

பள்ளிக்கூடத்தை நெருங்கிவிட்டார்கள் போல அவள் பதைபதைப்பதைப் பார்த்தால் அப்படித் தான் தெரிகிறது. ஆம்!நெருங்கிவிட்டார்கள் பள்ளி வாகனங்களும் வண்டிகளும் கார்களும் சரமாரியாக வந்து சென்று கொண்டிருந்தன. பெண் பிள்ளைகளும் ஆண் பெண்களும் தங்கள் பெற்றோருடன் ஆரவாரமாகக் கடந்து சென்றனர். வழக்கம்போல ராகுலின் பன் கன்னங்களைப் பிச்சு தின்று விட்டு அவ்விடம் விட்டு நகரமுடியாமல் நின்று கொண்டிருந்தாள் கண்ணகி. ராகுலும் "கண்ணகியம்மா டாட்டா" என்றவாறே துள்ளிக் கொண்டு தன் நண்பனைப் பார்த்த சந்தோஷத்தில் ஓடிவிட்டான். அவளைத் திரும்பிக் கூடப் பார்க்கவில்லை. அவளும் அதை எதிர்பார்க்காமல் மெல்ல நகர்ந்தாள். இனி அந்தி எப்போது சாயும் கிழக்கே வந்தவன் எப்போது மேற்கே போவான் என அவள் மனம் அந்தக் கடிகாரத்தில் உள்ள நான்கை நோக்கி அங்கலாய்க்கும்.

பாத்திரங்கள் பளபளத்துவிட்டது. வீடு சுத்தமாகிவிட்டது. காயபோட்ட துணிகளும் காய்ந்துவிட்டது. எல்லாவற்றை முடிவித்து விட்டு மணியைப் பார்த்தாள் மணி மூன்றாக இரண்டு நிமிடங்கள் மிச்சமிருந்தது. ‘அட கடவுளே’ இன்னும் ஒரு மணி நேரம் இருக்கிறதா எனத் தலை கிறுகிறுக்கும்போதே அவள் அடி வயிறு அவளைப் புரட்டிப் போட்டது பாவி மகள் காலையிலிருந்து ஒன்னுமே சாப்பிடவில்லை போலும் வயிறு ரொம்ப கிள்ளிவிட்டது. அடுப்படிக்குச் சென்று மிச்சம் மீதியை எடுத்துக் கொட்டிக் கொண்டாள். சட்டென அவள் முகத்தில் ஒரு தெளிச்சல் அவள் பால் நிலாவை வீடு அழைத்து வர நேரம் வந்துவிட்டது ஒரு நிமிடம் கூடத் தாமதிக்காமல் கிளம்பிவிட்டாள்.

அன்ன நடைபோட்டுச் சென்றால் அந்தி சாய்ந்துவிடும் என்பதால் மூச்சிரைக்க ஓடினாள். தன் கண்ணன் தனக்காக காத்துக்கொண்டிருப்பான் என அவள் மனது அவளைக் கவ்விக் கொண்டே இருந்தது. நல்ல வேளை அவன் கண்ணன் இன்னும் வரவில்லை மெள்ள நடந்து பள்ளியின் வாசலின் முன் இருந்த மரத்தின் மீது சாய்ந்து கொஞ்சம் இளைப்பாறினாள். இன்னும் சில தாய்மார்களும் அவ்விடம் தங்கள் பிள்ளைகளை அழைத்துச் செல்லக் காத்திருந்தனர். அச்சமயம் இராவணனைத் தாக்க வந்த வானரக் கூட்டத்தின் கோஷத்தை போல அப்படி ஒரு பேரொலி. சற்று நேரம் ஒரு போர்க்களம் போலவே அவ்விடம் காட்சியளித்தது. புழுதி பறக்க ஓடிவருவதைப் பார்த்து அவரவர் பெற்றோர் வரவேற்று அனனத்துக்கொண்டனர். இந்தச் சலசலப்பு அடங்கவே சில மணி நேரம் பிடித்தது எல்லோரும் கொஞ்சம் கொஞ்சமாகக் கலையத் தொடங்கினர் ஆனால் இன்னும் இவள் கண்ணன் வரவில்லை.

மனம் கலங்கியது. கண்கள் பொங்கியது. வாய் குளறியது. அந்தக் கண்ணனின் யசோதைக்கு யாரிடம் கேட்பது எங்குத் தேடுவது என அவள் ஈரக் குலை நடுங்கியது. சில விநாடிகளில் அவள் உடல் விட்டு உயிர் நீங்கத் தயாராக இருந்த சமயத்தில். தலையைத் தொங்கவிட்டபடி மெள்ள நடந்து

வந்தான். கண்ணன் மட்டுமா வந்தான், அவள் உயிரும் இருந்த இடம் தேடி வந்தது. கண் பொங்கியதில் தண்ணீர் வெளிவர எண்ணியது தன் முந்தானையில் தன் கண்களைத் துடைத்துக் கொண்டாள்.

“என்னடா கண்ணு இவ்ளோ நேரம், நான் பயந்துட்டேன் தெரியுமா”

“ஒன்னுமில்ல கண்ணகிமா வா போலாம்” என்று ஜானகி மைந்தன் முன்னே நடந்தான் அவனுள் ஏதோ ஒரு குழப்-பம். அவளும் அவன் மூட்டையை இடுப்பில் வைத்தபடி அவனைப் பின் தொடர்ந்தாள்.

“என்ன கண்ணா என்ன ஆச்சு ? ஏன் ஒரு மாறியா இருக்க. மிஸ் திட்டுனாங்களா"

“இல்ல கண்ணகிமா..”

"பின்ன அடிச்சாங்களா" எனக் கரகரத்த குரலில் பதறிக் கொண்டே கேட்டாள்

“அதலாம் இல்ல நான் சொல்றேன்ல ஒன்னுமில்லனு” என சிணுங்கிக் கொண்டே கூறினான்.

“அப்பனா ஏன் கண்ணு இப்படி இருக்க, எனக்குக் கவலையா இருக்கு எனக் கூறிக் கொண்டே" அவன் நடையை ஈடுகட்டினாள். எப்பவும் கலகல வென தன் கீச்சுக் குரலில் பிதற்றிக் கொண்டே வருபவன், இன்று நிசப்தமாக வருவது அவளை எனவோ செய்தது. திடீரென ஒரு மணி-யோசை வேகமெடுத்த நடையில் சின்ன தாமதம் ராகுல் அந்த ஓசையில் லயித்து இருந்தான்.

“என்னடா கண்ணு ஐசு வேணுமா”

“ம்ம் வாங்கி தர்றியா ஆனா அம்மா வையுமே” எப்போ-தும் நடப்பது தான் என்றும் மறுப்பவன் இன்று வாய் விட்-டுக் கேட்டுவிட்டான். முதல் முறையாகக் கேட்டுவிட்டான். அவன் கேட்டால் பாற்கடலில் வீற்றிருக்கும் அந்த வைண-வனைத் தள்ளி விட்டு அமுதம் எடுத்து வருவாள். அந்-தச் சைவ மகன் கணபதியின் கொழுக்கட்டையையும் பிடுங்-கித் தருவாள் விண்மீன்களே தூண்டில் போட்டு தொட்டியில்

இட்டுத் தரச் சித்தமாய் இருப்பாள் இதைச் செய்யமாட்டாளா?

“வாடா கண்ணு என்ன ஐசு வேனும் சொல்லு”

“சாக்கோ பார்” என்றான் ராகுல்

"இருக்கா தம்பி !!! ம்ம் இருக்கு மா !! அப்ப ஒன்னு கொடுபா" கையில் வாங்கிய கண்ணகி செல்வன் முகத்தில் பொக்கை வாய் சிரிப்பு தென்பட்டது.

எவ்ளோ பா !!!

இருபந்தஞ்சு மா !!

“என்னப்பா குச்சி ஐசு பத்துருப்பா தான “

“அது லோக்கல்மா இது கம்பேனி ஐஸ்”

ராகுலின் மகிழ்ச்சியைப் பார்த்த அவளுக்கு வேறு எதுவும் சொல்ல தோனவில்லை. ரவிக்கையில் கைவிட்டு பர்ஸை எடுத்துப் பார்த்தாள் நிறையத் துண்டு காகிதங்களும், ஒரு பழைய போட்டோ இருந்தது அவள் தந்தையுடையது போல உலகில் அவளுக்குப் பிடித்த முதல் ஆண் “இந்த மனுஷன் இருந்திருந்தா எனக்கு இந்த நிலைமையே வந்திருக்காது” என விநா பொழுது அந்த போட்டோவை பார்த்துக் கொண்டு மேலும் பர்ஸை துலாவினால் ஒரு பழைய பத்து ரூபாய் நோட்டும் காந்தியின் இடக்கண் இல்லாத கசங்கிய ஓர் ஐந்து ரூபாய் நோட்டும் இருந்தது. அதை எடுத்து விட்டு மறுபடியும் துலாவினால் ஒன்றும் சிக்கவில்லை முந்தானையில் எதோ முடிந்து வைத்த ஞாபகம். அதையும் பிரித்துப் பார்த்தாள் இரண்டு இரண்டு ரூபா ஓர் ஒரு ரூபா இருந்தது. பாதகத்தி காலையில் பஸ்க்கு போகத் தான் இரவு வீடு திரும்ப வைத்திருந்த காசையும் எடுத்துக் கொடுக்க தயாரானாள். ‘இருக்கட்டும் ஒரு நாள் மூனு மைல் நடந்து போன என் ஜீவனா போகபோது’ என மனதில் சொல்லிக் கொண்டே கையை பிசங்கிக் கொண்டே ஐஸ்காரனை பார்த்தாள்.

அவள் ஒரு புழுவைப் போல நெளிந்தால், என்ன சொல்வதெனத் தெரியவில்லை. இப்படி ஒரு சங்கடத்தை அவள்

அனுபவித்ததில்லை ஒரு வழியாக "தம்பி! ஐஞ்சு ரூபா கொறையுது" எனத் தயங்கித் தயங்கி வார்த்தைகளை மென்று முழுங்கினாள்.

நடப்பவை அனைத்தையும் ராகுல் புரிந்து கொண்டான்.

சற்று நிதானத்துடனே வார்த்தைகளை விட்டான். அவன் குரலில் ஒரு தெளிவு.

"அண்ணே! இந்தாங்க எனக்கு வேணாம் நீங்க வச்சு-கோங்க" என அவன் அதை ஐஸ்காரனிடம் நீட்டிய அந்-தத் தருணம் கண்ணகியின் கண்கள் குளமாகின. கண்-ணீர் முட்டியது. புழுவை விட ஒரு கேவலப் பிறப்பைப் போல உணர்ந்தாள். அவள் தொண்டைக்குழி வெற்றிடத்-தால் அடைபட்டது. வார்த்தை வெளி வரவில்லை. அவன் தலையை அவள் மடியில் புதைத்து அவள் கலங்கிய கண்ணை முந்தானையால் துடைத்தாள்.

இந்த நிகழ்வைப் பார்த்த அந்த ஐஸ்காரன் உச்சந்தலை இரட்டைச் சுழியில் இருந்த வெண்மயிர் சிலிர்த்ததை யாரும் பார்த்திருக்க மாட்டார்கள் அவனே அதை உணரச் சிறிது நேரம் பிடித்தது.

ஐஸ்காரன் புன்சிரிப்புடன் "தம்பி சாப்பிடு; இருக்கட்டும் மா கொடுங்கள் நான் பாத்துக்கறேன்" என இருபதை வாங்-கிக்கொண்டு மெள்ள நகர்ந்தான். நாட்டில் இப்படியும் சில மனிதர்கள் இருக்கத் தான் செய்கிறார்கள். அவள் செய்த புண்ணியம் கொஞ்சமாவது நன்றி செய்யாத என்ன.

ராகுல் செய்த காரியத்தைக் கண்டு அவள் உடம்பே புல்-லரித்தது. 'ஒரு சிறு குழந்தை செய்யும் காரியமா இது!' என நினைத்துக் கொண்டாள். அதற்கும் மேல் ஒரு காரி-யத்தை அவன் செய்யப் போகிறான் என்றவளுக்குத் தெரிய வாய்ப்பில்லை அதைக் கனவில் கூட அவள் நினைத்திருக்க மாட்டாள்.

ஒருவழியாக வீடு சேர்ந்துவிட்டார்கள். நடந்து வந்த களைப்பில் அப்படியே ஒய்யாரமாக சோபாவில் உட்கார்ந்-தான் ராகுல் அவன் வாயில் பிசுபிசுப்பும் உடலில் சோர்வும்

இருந்தது. முட்டையைக் கீழிறக்கி வைத்தபடி மூனாங் கிளாஸ் படிக்கிற பிள்ளைக்கு இவளோ புக்கா என நாலு வசை பாடினாள்.

"கண்ணு! சீக்கிரம் மூஞ்சி முகம் கழிவிட்டு வா கண்ணு; உனக்கு நான் நூடுல்ஸ் செஞ்சு தாரேன்" அவன் எந்த ஓர் ஆச்சர்யமும் கொள்ளாமல் நகர்ந்தான்.

முகம் கழுவி உடை மாற்றி அக்கடா என டிவி முன் உட்கார்ந்தான். முதலில் பூனை எலியைத் துரத்திக் கொண்டிருந்தது. அதன் பிறகு லட்டு தின்னும் பையனைப் பார்த்தான். ஹூஹூம் ஏதோ ஒன்று அவனை நெருடிக் கொண்டே இருந்தது. அலைவரிசை இடைவிடாமல் ஓடி கெண்டே இருந்தன. திடீரென ஓர் ஒலி சட்டென அடுப்படியிலிருந்து வெளி வந்த கண்ணகி "கண்ணு அந்தப் பாட்ட போடு கண்ணு" என்றாள். எது இதுவா இதுவா என்று மாற்றிக்கொண்டே இருந்தான் அப்போது இசைத்தது வாலியின் வைர வரிகள்,

"தாயழுதாளே நீ வர
நீ அழுதாயே தாய் வர
தேய்பிறை காணும் வெண்ணிலா
தேய்வது உண்டோ என் நிலா
உன்னை நான் தான்
நெஞ்சில் வாங்கிட
மெத்தை போலுன்னை மெல்லத் தாங்கிட
விழி மூடாதோ
சின்னத் தாயவள் தந்த ராசாவே
முள்ளில் தோன்றிய சின்ன ரோசாவே"

மீண்டும் கலங்கின அவள் கண்கள் ஒரு சொட்டு அவள் மூக்கின் அருகே வந்து அவள் மூக்குத்தியை அழகாக்கியது "கண்ணகி மா எதுக்கு அழுவுற" என்றான் ராகுல் "அதலாம் ஒன்னுமில்ல கண்ணு வெங்காயம் நறுக்குனேல அதான்" என்றாள் கண்ணகி. ஏழு வயது சிறு பிள்ளைக்கு அந்த வரிகளின் ஆழம் புரியாமல் இருக்கலாம். ஆனால்

அவனுக்கு உணர்வுகள் நன்றாகப் புரியும் பத்து மாதம் சுமந்தேன் என்று தாய்க்குத் தெரியும் ஆனால் பத்து மாதங்கள் கருவறையில் இருந்தேன் என்று எப்படி அந்த சிசுக்கு தெரியும் யார் சொல்லித் தெரியும். ஏன் சரியாக ஈரயிந்து மாதங்களில் வெளிவரத் துடிக்கிறான். எல்லாம் இந்தப் பாழாய்ப் போன உணர்வுகள் செய்யும் வேலை தான். அதை அவனிடம் மறைக்க நினைத்து ஏமாந்துவிட்டாள் கண்ணகி.

நேரம் செல்லச் செல்ல ராகுலின் மனதில் எதோ ஓர் இறுக்கம் “அப்படி என்ன தான் நடந்தது காலையில நல்லா பேசிட்டு போனவன் இப்போது ஏதோ யோசிட்டே இருக்கான் கேட்டாலும் சொல்ல மாட்றான்” எனப் புலம்பிக் கொண்டே தட்டில் நூடுல்ஸை வைத்து அவனிடம் கொடுத்தாள் எப்போதும் பேரலை கரையை வாரிக் கொள்வது போல ஆர்ப்பரிப்பவன் இன்று எதையோ உள் வாங்கிக் கொண்டிருக்கிறான். அவன் முகத்தைப் பார்த்தபடியே “இப்பனாச்சும் சொல்லு கண்ணு ஸ்கூல்ல என்னாச்சு!”

“ஒன்னுமில்ல மா” என்று மறுபடியும் மழுப்பினான். பள்ளிகூட நினைவை அசைபோட்டுக் கொண்டே சாப்பிட்டான். பூர்ண சந்திரன் மெல்ல எட்டிப் பார்த்தான் இருளை குளிர் சூழ்ந்தது. வழக்கம் போல சாப்பிட்டுவிட்டு தன் வீட்டுப் பாடம் எழுத உட்கார்ந்தான் ராகுல். அதே நொடியில் ஜானகி ரயில் இன்ஜினுக்கு கரி அள்ளி போட்டவள் போல மயங்கி வந்தவள் அப்படியே சோபாவில் சாய்ந்துவிட்டாள். ராகுலை பார்க்கவில்லை போலும் வந்த களைப்பில் “கண்ணகி மா காபி” என்றாள் “இதோ கொண்டு வரேன் மா” என்றாள் கண்ணகி. இப்போது தான் அவளுக்கு மெல்ல சுய நினைவு வந்தது “இது என்னடா அதிசயமா இருக்கு; சமத்தா ஹோம் வொர்க் பன்ற” என்று ராகுலை பார்த்துக் கேட்டாள்

“மிஸ்சு ! எதோ பார்ம் ஃபில் பண்ண சொன்னங்க”

“என்ன பார்ம் கொடு” என்றாள் ஜானகி. வாங்கி பார்த்தாள் "ம்ம் சாதாரண பார்ம் தான், நீயே! ஃபில் பண்ண

கத்துகோ'' என்றாள்

"சரி மா ! "என்று சொல்லிக் கொண்டே அதை நிரப்ப முயற்சித்தான். சட்டென்று கேட்டுவிட்டான் அந்தக் கேள்வியை வேறு என்ன செய்வான் அவன் கேட்டதில் தவறொன்றும் இல்லை. அதைச் சரியென்றும் சொல்லி விட முடியாது. இதைத் தான் அவ்வளவு நேரம் மனதில் போட்டு உருட்டிக் கொண்டிருந்தான் போலும்.

பாவம் அந்த வேலைக்காரி கூடக் காப்பி டம்ளரைக் கீழே போட்டுவிட்டாள். ஜானகி இதைக் கேட்டுச் செத்துப் போயிருக்க வேண்டும். ஆனால் அப்படி ஒன்றும் நடக்கவில்லை. உயிரைத் தாங்கிக் கொண்டு தான் அவனை உற்றுப் பார்த்தாள். கோபத்துடன், பாசத்துடன், பயத்துடன், ஏக்கத்துடன், கண்ணீருடன் என்ன செய்ய முடியும் அவளால் அவனைக் கொன்று விடவா முடியும். கொன்று விட்டால் எல்லாம் முடிந்துவிடுமா என்ன. அந்தக் கலியுகக் கண்ணகியின் முகத்திலோ ஆனந்தக் கண்ணீர் ஏன் வராது? இந்த வார்த்தைக்குத் தானே தவம் கிடந்தாள் இன்று வாயடைத்துப் போய் நிற்கிறாள். ராகுல் இருவரின் முகத்தையும் சட்டை கூடச் செய்யவில்லை மும்முரமாக இருந்தான் நிரப்புவதில். நீண்ட நிசப்தம் ஆனால் அந்த மாதரசிகளின் காதில் மட்டும் ஒலித்துக் கொண்டே இருந்தது அந்தக் கேள்வி

"மா பார்ம்ல மதர்ஸ் நேம்ல உன் பேர் எழுதவா இல்ல கண்ணகி மா பேர எழுதவா''

5

மீட்டாத வீணை

“மறந்துடேனா! இந்த லோகத்துல அந்த இரங்கநாதன் கூட மக்கள ரட்சிக்க மறக்கலாம்டி குழந்தே ஆனா நான் என்னைக்குமே என்னோட கொள்கைகள மறந்ததில்ல தெரியுமோ”

“இல்ல இவ்ளோ நாழி ஆயிடுத்தே! இப்ப போறளே அதான் கேட்டேன்” என்றாள் கஸ்தூரி மாமி.

“வயசாயுடுத்தோனோ! அதான் நடக்க முடியுறதில்ல” என்று ஐப்பசி மாத மழை நீர்த் தேக்கங்களில் தத்தி தத்தி நடந்து வந்து கொண்டிருந்தார் சீனிவாசன். பாவம் எம்பத்தினாலு வயசாயுடுத்தோனோ அப்படி தான் இருப்பார். என்ன பண்ண சொல்றேள். சட்டென சிறிது நேரம் நின்று நிதானமாக ‘என்ன?’ என்று சம்பாஷனையில் கேட்டார். நம்மலதானோ! நம்மலயே தான். ‘என்ன?’ இல்ல இந்த தெருவில் இருக்குற மத்த மார்க்கம் சமூகம் கொண்டவா கூட அக்ரஹாரத்துப் பாஷை பேசுறச்ச நம்ம பேசலன தப்பாயுடுமோனோ அதான்..... வேண்டாம்குறேளா! நல்லா இல்லயோ, இருந்தாலும்... சரி இதோடு நிறுத்தின்றுவோம் இல்லனா ரொம்ப கோச்சுண்டுருவார் போல ம்ம்.

சுப்ரபாதக் கீர்த்தனைகள் ஆங்காங்கே ஒலித்துக் கொண்டிருந்தது. கதிரவனின் ஒளி வேகம் சற்று குறைந்து தான்

வந்தது. அக்ரஹாரத்து மாமிகள் எல்லோரும் மஞ்சள் தெளித்துக் கோலமிட்டுக் கொண்டிருந்தனர். ஆஹா! என்ன அழகு இத பார்க்க நம்ம சீனிவாச மாமாக்குக் கொடுத்து வைக்கலயே. ஆமா கண் பார்வை வேற குறஞ்சுருச்சோனோ. பாவம் அந்த நடை தளர்வில் பங்கஜம் மாமி போட்ட கோலமயிலோட கால மிதிச்சுட்டார். பங்கஜம் மாமிக்கு கோவம் தலைக்கேறிவிட்டது.

“காலகாலத்துல போய் சேராமா நம்ம பிராணன இப்படி வாங்குறதே” படக்கென வாயைவிட்டாள் பங்கஜம் மாமி.

கண்கள் கொஞ்சம் மங்கல் என்றாலும் காதுகள் ஒருவாறு உயிர்ப்போடு தான் இருந்தது. “கொஞ்சம் பொறுடி மா வைகுண்டத்துல இடமில்லையாம் அதான் கைலாயத்தில் கேட்டுருகேன் இடம் கிடச்ச உடனே போய்றேனடி மா சரியா” இந்த மறுமொழிக்குப் பங்கஜம் மாமியிடமிருந்து குமட்டு சிணுங்கல் தான் கிடைத்தது.

“அப்படி தட்டு தடுமாறி இந்த அதிகாலை வேளையில எங்க தான் போறாரோ அந்த பெருமான சேவிக்க போறாரோ” என்றான் அவரை கண் கொட்டாமல் பார்த்த வழிப்போக்கன்.

மறுபடியும் நின்று நிதனமாகத் திரும்பிப் பார்த்தார் சீனிவாசன் மறுபடியும் நம்மளதான் “அய்யோ நானில்ல சார்வாள்”.

“ஓய் நீ என்ன ஊருக்கு புதுசா அவர் எங்க போறாரு நோக்கு தெரியாதா. நேதாஜி போருக்கு கூப்டப்ப பாரதி பாட்டெல்லாம் பாடின்டே பட்டாளத்துக்கு போனவரு. பெருமாள சேவிக்க போறாராக்கும்”

“நேக்கு என்ன தெரியும்? பின்ன எங்க அவசரமா கொல்லைக்கு போறாரோ”

“போடா அபிஷ்டு வெட்டி பேச்சு பேசாம போடா” என வழிபோக்கனுக்கு புத்தி கூறி சென்றார் கோயில் குருக்கள்.

அந்த மனுஷன் எங்கே தான் போகிறார் என்று பின் தொடர்ந்து போனான் நம்மவன். பனிக்காற்று வாடையும்

குளிரும் அந்தக் காலைப் பொழுதை ரம்மியமாக்கியது.

ஒரு நீண்ட நடைப் பயணத்துக்குப் பிறகு சீனிவாசன் பெருமாள் கோயில் வாசல் தென்பட்டது. மெள்ள அவர் நடை வேகம் பெற்றது முகத்தில் கொஞ்சம் புன்னகை கொஞ்சம் சிணுங்கல் அது மூப்பின் காரணமாய் இருக்கலாம் கொஞ்சம் பதற்றமும் கூட. ஒருவழியாக அந்த காலை பனி அவரை வெகுவாக மறைத்தது.

கோயில் கடைத்தெருவின் வாசலின் மறைவில் நின்று நம்மவன் பனி விலகக் காத்திருந்தான். அப்படி என்ன தான் பண்ணப் போகிறார் இன்றைக்குப் பார்த்தே ஆகவேண்டும் என்ற ஆவலுடன்.

மெள்ள புகைமூட்டம் புடை சூழ்ந்தது அது விலக வெகு நேரம் ஆனது அதற்குள் நம்மவன் அங்கலாய்த்துத் தீர்த்துக்கொண்டான். அந்தப் புகை மண்டலம் சற்றே விலக எத்தனித்தது. பொறி பறக்க நெருப்பின் ஜுவாலை தெரிந்தது துளசி வாடையுடன் நெய்யின் நறுமணமும் கலந்து மூக்கைத் துளைத்தது. இட்லிகள் கமகமவென ஆவியைப் பரவவிட்டது, ஆழப் பொரிந்த தோசைகள் நெய்யைச் சொட்டிக் கொண்டிருந்தன, வறுத்த கொட்டை பொடியின் இடுக்குகளில் சிக்கரி தன் மணத்தைச் சிதற விட்டது குறிப்பாகப் பொன்னிற அப்பங்கள் தேனைக் கக்கிக் கொண்டிருந்தன. அந்த நாராயண வாடை ஒருவாறு அவனைப் பாற்கடலில் மூழ்கச் செய்தது ஆனால் எந்த விதச் சலனமுமில்லாமல் அங்கே கிடத்தப்பட்ட பலகையின் முன்னேரத்தில் உட்கார்ந்து சௌகரியத்துடன் சப்பு கொட்டி மணி கடை காப்பியைக் குடித்துக் கொண்டிருந்தார். நம் சீனிவாசனைப் பார்த்து கொஞ்சம் ஆடித்தான் போனான் நம்மவன்.

“அட பகவானே” எனத் தலையில் அடித்துக்கொண்டே பெருமாள் கோயிலை நோக்கி நடந்தான் நம்மவன். அவனை நேருக்கு நேர் முட்டுவதைப் போலத் துளசியையும் நெய் பொங்கலையும் கைகளில் ஏந்தியபடி ஆழிலையில் எழுந்து ஓடி வந்த கண்ணனைப் போலச் சீனிவாசனை

நோக்கி ஓடி வந்தான் பாரதி "சீனி தாத்தா! இந்தாங்க" என்று இரண்டு கைகளையும் நீட்டினான். பொங்கலை எடுத்து கொண்டு காப்பி டவராவை பாரதி கைகளில் வைத்-தார் சீனிவாசன், அதனைப் பவ்யமாகவே ஏந்தி கழுவி மணியிடம் கொடுத்தான்.

"டேய் தம்பி, இந்தா இத போய் சிவராமன் சார்ட்ட கொடுத்துட்டு வா" என நான்கு நெய் அப்பத்தை வாழை-யிலையில் மடித்துக் கொடுத்தான் மணி.

அதை வாங்கிக் கொண்டு துள்ளிக் குதித்து ஓடினான் பாரதி. அவன் ஓடும் அழகை அவ்வளவாக ரசிப்பதற்-கில்லை அவன் அணிந்த பனியனில் அவன் மொத்த மச்-சங்களையும் எண்ணிடலாம் அவன் அணிந்திருந்த டவுச-ரில் தான் எத்துணை நிறங்கள் அது ரசிப்பதற்குரியதாகுமா என்ன!.

சூரியன் இப்போது சஞ்சாரம் செய்யத் தொடங்கிவிட்-டான். சீனிவாச அய்யங்காருக்மாமாவுக்கோ ஒரே படபடப்பு.

"என்ன ஓய் தேடிட்டு இருக்கீரு" எனக் கூறிக்கொண்டே அவ்வழி கடந்தார் கரீம் பாய்.

"ஓ! நீயா மூக்கண்ணாடிய மறந்துட்டேன் ஓய்! கொஞ்சம் நீ வந்து படிச்சு சொல்லேன்" என்று அன்றைய நாளிதழை நீட்டித் தன் சுருங்க சிரிப்பால் அசடு வழிந்தார்.

"இப்பலாம் நீ ரெம்பவே மறக்கறீர் ஓய். கொஞ்சம் பொறும் பேரன போய் ஸ்கூல்ல விட்டுட்டு வந்துடறேன்." எனக் கூறிவிட்டு மெள்ள நடந்தார் பாய்.

வழக்கம்போலப் பாதசாரிகளை வேடிக்கை பார்த்தவாறே நாழியைக் கடத்தினார். அதற்குள் நம் பாரதியும் வந்துவிட்-டான். வாய்க்கு வாய் வாயாற 'தாத்தா' என்று அழைக்கும் உரிமையை முழுமையாக அந்த அக்ரஹாரத்தில் பெற்றவன் பாரதி மட்டுமே என்பதில் அங்கிருப்பவர்களுக்குக் கொஞ்-சம் பொறாமை தான். பகுத்தறிவு பேர்வழி என்று எப்போ-தும் விதண்டாவாதமாகப் பேசிக்கொண்டு சித்தாந்தங்களைச் சிந்திக்கொண்டு திரிவார் என்பதாலோ அல்லது பட்டாளத்-

தில் சில பல பராக்கிரம செயல்களைச் செய்ததால் தானோ என்னவோ சீனிவாசனை அவ்வளவாக யாருக்கும் பிடிப்பதில்லை. தான் பெற்ற ஐந்தும் சரி, தன்னை ஆறாவதாகப் பெற்றவர்களும் சரி சீனிவாசனின் கொள்கைகளில் பெரிதும் அவநம்பிக்கை உடையவர்கள். ஆனால் சீனிவாசனும் ஒரு விதத்தில் அதிர்ஷ்டசாலி தான், தன் சிந்தனை பிதற்றல்களைக் கேட்க ஒருத்தியை அனுப்பி வைத்தானே. அவள் என்ன பாவம் செய்தாளோ வாழ்க்கைபட. இருந்தாலும் அவள் பேணிய அன்பிற்கு நிகர் அந்த ஆண்டாள் கூட ஈடு செய்ய முடியாது.

அவள் வெற்றிடத்தின் பக்கங்களைத் தான் இப்போது நிரப்ப முயற்சி செய்து கொண்டிருக்கிறார் சீனிவாசன். அதற்குப் பெரிதும் தான் பயன்படுகிறான் பாரதி. பின்பு தூக்கித் தாலாட்டிய தன் பேரப் பிள்ளைக்கே வைக்க இயலாத பெயரை இந்த மணி மைந்தனுக்கு வைத்து அழகு பார்த்தார் அல்லவா!. அன்று கூட்ட நெரிசலுக்கு வழி இல்லாமல் போனது அதனால் கடையும் இளைப்பாறிக்கொண்டது. பாரதிக்குத் தான் கொஞ்சம் மகிழ்ச்சி இரண்டு அப்பம் ஒரு தோசையும் எடுத்துச் சீனிவாசன் அருகே உட்கார்ந்து சுவைத்துக் கொண்டிருந்தான்.

“பாரதி கண்ணா! இத கொஞ்சம் படிச்சு சொல்லுடா” என்றார் சீனிவாசன் ஏக்கமாக. சீனிவாசனைப் பார்த்து மென்சிரிப்பை உதிர்த்துவிட்டு மீண்டும் சுவைக்கலானான். அதற்குள் கரீம் பாயும் வந்துவிட்டார். சீனிவாசனுக்குப் புன்னகை பொங்கியது பாவம் அவையெல்லாம் இன்னும் கொஞ்சம் நாழிக்குத் தான் என்று அறிந்திருக்கமாட்டார் யானும் சொல்வதாய் இல்லை அனுபவிக்கட்டும். கரீம் பாய் கேட்கப்போகும் கேள்விகளுக்கும் அதைக் கேட்க மறுக்கப் போகும் சீனிவாசன் செவிகளுக்கும் ஏன் அந்த அக்ரஹாரத்துக்கே பேரதிர்ச்சியாகத் தான் இருக்கப் போகிறது அந்தக் கேள்வி.

பாவம்! நடக்கப்போவது இன்னதென்று அறியாமல் சிரித்துக் கொண்டிருந்தார் சீனிவாசன் தெரிந்திருந்தால் இந்தக் கேள்விக்குப் பதில் கூற தேவையே இருந்திடாதே.

“என்ன ஓய் ரெம்ப நாளா ஆளயே காணோம்”என்றார் சீனிவாசன்.

“என்னத்த ஓய் சொல்ல, பேர பிள்ளைகள் வீட்டு வேலைனே ஓடிடுது”

"உம்ம பசங்கலாம் எப்படி இருக்கா?” எனக் கேட்டார் கரீம் பாய்.

“எல்லாரும் சௌக்கியம் ஓய், சென்னை ரொம்ப பிடிச்சு போய்டுத்து போல தீபாவளிக்கு கூட என்ன அங்க வரச் சொல்லுதுகள் ஏன்டானு கேட்டா லீவ் கிடைக்காதுனு சொல்றதுகள். இப்படி காசு பணத்த சம்பாரிச்சு என்னத்த பண்ணபோறதுகளோ. ம்ம் பிராணன விட்ட கூட வருதுகளோ என்னவோ”

“ஓய் உன்னை முதியோர் இல்லத்துல சேர்க்காம தனியா விட்டதுக்கு சந்தோசபடுவோய், அப்புறம் பேர பசங்க எப்படி இருக்கா”

“அவங்களுக்கு என்ன ஓய் நல்ல பெரிய இன்டெர்னாஷ்னல் ரெசிடன்ட் ஸ்கூல்ல படிக்கிறாங்க” என்று பகட்டு சிரிப்பு சிரித்தார் சீனிவாசன்.

“ஹூம். ரொம்ப சந்தோஷம், ஆனா இப்படி தனியா எப்படி தான் சமாளிக்கிறியோபா”

“தனிமை என்ன நமக்குப் புதுசா ஓய், பாதி இளமைய தனிமையே வாங்கிடுத்து மீதி தனிமைய இப்ப அனுபவிக்கிறேன். நல்ல வேள ஓய் அவ சுமங்கலியா போய்ச் சேர்ந்துட்டா நான் போய் அவ இருந்துருந்தா வாழும் போதே நரகத்த பார்த்துண்டுருப்பா. இவாலாம் அதுக்கும் மேல காட்டிருப்பா” எனக் குரல் தழுதழுத்தது அருகிலிருந்த மாக்கோலத்தையே கண் கொட்டாமல் பார்த்துக்கொண்டிருந்தார் அந்தக் கோலம் அவர் ராஜலக்ஷ்மி போட்டது போல் இருந்திருக்கலாம். பழைய ஞாபகங்கள்.

“விடு ஓய், என்னைக்காது என் நிலைமைய கண்டுருக்கீரா. பம்பரம் மாறிச் சுத்திட்டு இருக்குற வயசாவோய் இது, ஒரு அஞ்சு நிமிசம் செத்த குருக்க சாச்சு கண்ணசற முடியுதா! ம்ஹூம்...” என்று சலித்தார் கரீம் பாய்.

“என்ன ஓய் இப்படி சளிச்சுக்குற, நம்ம பட்டாளத்துல இருந்தப்ப கூட நீ இப்படி சலிச்சதில்ல இப்ப என்ன ஓய்”

“உனக்கு என்ன ஓய் நீ நல்லா இருக்கீரு. சுகவாசியா பசங்க பேரங்கலாம் நல்ல வெளியூருக்கு அனுப்பி வச்சுட்டு ஒண்டி கட்டயா சந்தோசமா இருக்கீரு. என்ன பாரும் வயசுக்கு மரியாதையுமில்லை ஒரு பச்சாதாபமில்ல இந்த வயசுக்குமேல என்ன என்ன வேலயலாம் வாங்குறாக ம்ம் ‘அல்லாஹ் கி கசம்’ உண்மையை சொல்லனும்னா முடிலடா... சீனி”

“வாஸ்தவம் தான். வர வர மனுஷாளாம் மாறீட்டே வர்றா. ஒரு பொறுப்பில்ல. இங்க பாரு திருப்பல்லாண்ட எப்ப பாடுறதுகள்னு கலிகாலம் என்னத்த சொல்லச் சொல்ற”

“ஆமா ஆமா மனுஷாள் மாறிட்டு தான் வராங்க அதுல நீயும் தான இருக்க... ஹா ஹா ஹா” என்றார் கரீம் பாய் எக்காள சிரிப்புடனே.

“என்ன ஓய் சொல்றீரு?” என்று கரீம் பாயை சிறுது நேரம் உற்று பார்த்தார்.

‘கொஞ்சம் தள்ளுங்க தாத்தா’ என்று கரீம் பாயின் கவனத்தை சிதறி சென்றான் பாரதி.

“பின்ன என்ன ஓய், இந்த இருக்கானே மணி. அவன் வம்சமே உங்க வீட்டுக்குப் பரம்பர பரம்பரையா சேவ செஞ்சிட்டு வந்தாங்க. இப்ப இங்க இருக்கான் ரைட்டு, அதுக்கு நீ தான் காரணம் ஆனா....” என்று இழுத்தார்.

ஆம், சுமார் அறுபது ஆண்டுகளாக சீனிவாசன் வீட்டில் கைங்கரியம் செய்து வந்த மணியின் மூத்த குடிகளின் பூர்வ பிம்பத்தைத் தகர்த்து மணியின் இருபதுகளில் தனக்கு பிடித்தமான தாயார் சன்னதி தெருவில் உள்ள காணி நிலத்தைக்

கொடுத்து அழகு பார்த்தவர் சீனிவாசன். எத்தனை மனிதர்கள் இப்படி இருக்கிறார்கள் கண்முன்னே உதிரம் சிந்திக் கிடக்கும் மனிதர்களின் இரத்த வாடை கூட நுகர்தல் கூடாது என்று விலகிச் செல்லும் மனிதர்களிடையே சீனிவாசன் அந்த நூற்றாண்டின் நாயகன் தான் இருந்தும் சீனிவாசன் இன்று இப்படிச் செய்ததை யாராலும் நியாயப்படுத்த முடியாது என்பதே நிதர்சனம்.

காணி நிலம் கொடுத்தும் எப்படி வாழப்போகிறோம் என்று கைப்பிசறி முழி பிதுங்கி நின்ற மணிக்குத் தான் வாழ்க்கையின் சூட்சமத்தை ஒப்புவித்தார். இவர்கள் இப்படி தான் இருக்க வேண்டும் அவர்கள் அப்படி தான் நடக்க வேண்டும் என்ற கூற்றுகளைக் கேளாது வாழ்ந்த சீனிவாசன் அப்படிச் செய்தது போற்றுதற்குரியதாக என்றும் இராது தானே.

கலைவாணி மீட்டெடுக்கும் வீணையின் இசையை இவர்கள் தான் கேட்க வேண்டும் என்று பிரம்மன் செய்தானோ தெரியவில்லை ஆனால் அப்படிச் சேராத இசையை மீட்ட வீணை வாணியின் கைகளில் இருந்தென்ன லாபம் அது நலம் கெட்டுப் புழுதியிலே கிடத்திடலாம். அதை வாரி எடுத்திட்டு மீட்டச் சீனிவாசன் போன்று மனிதர்கள் இருந்தார்கள் அவர்களும் விதிவசத்தால் மதி இழந்து கிடக்கிறார்கள் இதுவும் பிரம்மனின் செயல் தானோ யார் அறிவார்?.

பாரதி இந்தச் சம்பாஷனைகள் எதையும் பொருட்படுத்தவில்லை அவன் கவனமெல்லாம் அவனைக் கடந்து சென்ற அந்தப் பள்ளி மாணவன்மீது தான் இருந்தது புத்தக மூட்டையின் அடர்த்தியைத் தாங்காமல் ஒரு புத்தகம் புழுதியில் வீழ்ந்தது அதை ஓடிச் சென்று தொட்டு எடுத்தது அந்த மென் கைகள் ஆஹா! என்ன நறுமணம் புத்தக வாடை தான் எவ்வளவு அருமையாக இருந்தது அவனுக்கு. ஒவ்வொரு பக்கமாகத் திருப்பினான் ஒவ்வொரு பகுதியையும் ரசித்தான் மெள்ள திருப்ப ஓர் இடத்தில் நின்றான் தவறவிட்டவனும் வந்தான் பாரதி கைகள்பற்றிய புத்தகத்தைப் பிடுங்கி எடுத்துச் சென்றான் பிடுங்கிய வேகத்தில் அந்தப் பக்கம் கிழிந்து பாரதி கைகளிலே தங்கிற்று. அந்தக் காகி-

தத்தையே பார்த்துக்கொண்டிருந்தான் பாவம் அவனுக்குத் தான் என்ன தெரியும் முன்னும் பின்னும் பார்த்துக் கொண்டிருந்தான் ஒன்றும் புரியவில்லை காற்றிலே பறக்கவிட்டான் அது ஓடி விளையாடியது அங்கிருந்த பாப்பாக்களுடன். அதைப் பார்த்துக் கொண்டிருந்த கரீம் பாய் இப்போது சட்டென வினாவினார்.

“ஆனா இந்தப் பாரதி பையன பள்ளிக்கூடதுல சேர்க்கனும் படிக்க வைக்கனும்னு தோனலல. உம்ம பேரன மட்டும் இன்டர்நெஷனல் ஸ்கூல்ல படிக்க வைக்கிறீரு. இவன கவர்மன்ட் ஸ்கூல்ல கூடப் படிக்க வைக்க முடியலயே ஓய். ஏன் ஓய் கொள்கைகளலாம் மறந்துட்டியா இல்ல மறச்சுட்டியா”

இதற்கு மறுமொழியைப் பாய் எதிர்பார்க்கவில்லை சீனிவாசனும் இந்தக் கேள்வியை எதிர்பார்க்கவில்லை.

சீனிவாச மாமாக்கு என்ன சொல்வதென்றே தெரியவில்லை வாய் குளறியது ஆனால் உதடுகள் மட்டும் ஏதோ சொல்லத் துடித்தது “நான் மறந்துட்டேனா... நான் மறந்துட்டேனா...”

6

கொல்லான் புலால்

தூரத்தில் 'மா மா மா....' என்று மாட்டின் கூக்குரலையும் தாண்டி ஒலித்தது அவர்களின் சத்தம் அது ஒரு வீண் பிதற்றல். நாட்டில் நடக்கும் சில ஒலி மாசுகளில் அதுவும் ஒன்று இருந்தும் அந்த மாசில் நனைந்தபடி ஒரு கூட்டம் அதைச் செவி சாய்க்காமல் கேட்டுக் கொண்டிருந்தது.

'இந்த நாட்டின் புல்லுருவிகளான அந்த அரசியல்வாதிகளை நாம் வல்லூறாக மாறி வேட்டையாட வேண்டும். நம் இரத்தத்தைக் குடிக்கும் இந்த பூச்சிகளை நசுக்கிட புது புரட்சி செய்திட வேண்டும். நம்மை அடக்க நினைத்தால் ரேஷன் கார்டை தூக்கி வீசுவோம். நம் அடையாளத்தை அழிக்க நினைத்தால் ஆட்சியையே கவிழ்ப்போம்ம்ம்.'

"டேய் யாரா இவன் இப்படி கூவிக்கினு இருக்கான், மதியோம் வெயில்ல நாஸ்டா கூட துண்ணாம வந்து குந்துன்னா இப்டி மொக்கைய போட்டுகினு இருக்கான்" என்று முனுசாமி கபாலி காதாண்டே முணுமுணுத்தான்.

"அட் இர்ரா காசும் பிரியாணியும் தரான் அது போதாதா நீ கம்முனு கிட இந்தா... அவ்ளோ தான் முடியபோது" என்று கபாலி அவனை அடக்கினான்.

உதய சூரியன் ஒரு வழியாக உதயத்தை விடுத்துச் சுட்டெரிக்கத் தொடங்கியது பச்சிலைகளும் தாமரை மலர்களும்

துளிர்விட்டன கை ஓங்கியபடி ஓங்காத கதிர் அருவாள்கள் ஆங்காங்கே வேலைக்குச் செல்ல கலைந்தன.

“டேய் வாடா நம்மலும் கிளம்புவோம்” என்றான் முனுசாமி

“டேய் இவன் தான்டா கட்சி தலிவன் இவன் பேசுனவுன முஞ்சிறும். நீ பேயமா இரு புல்லா இருந்தா தான் வேண்டியது கிடிக்கும்” என்றான் கபாலி.

‘எனக்காக நீங்கள் செய்யவேண்டும். தமிழகத்திற்குச் செய்வினை செய்த இவர்களை வலுவாகச் செய்ய வேண்டும் செய்வீர்கள் என்று வேண்டி விடைபெறுகிறேன் நன்றி வணக்கம்’

“அடங்கப்பா ஒரு வழியா முடிச்சுட்டான்டா, ஒழுங்கா பேசக் கூட தெரில இவனுகுலாம் எப்டிரா நம்ம பயலுக ஓட்டு போடுவானுக” முனுசாமி கேட்கக் கபாலி மெள்ள கிசுகிசுத்தான்.

“டேய் இவன்லாம் ஆட்சிய பிடிக்க அரசியல் பன்றவன் இல்ல இவன் கூட்டத்துக்கு தலிவனா இருந்து ஓட்டவித்து சம்பாரிக்கிற பயபுள்ள நம்ம ஊருல இந்த சாதி, மதம், இனம் இதலாம் வச்சுகினு இவனுக சென்மத்துக்கும் வர முடியாது இருந்தாலும் ஏன் பன்றானுவ தெரியுமா இவனுக கூட்டத்த ஒன்னு சேர்த்து காசு பாப்பானுவோ. சரி அந்த கழுதைய விடு வா போய் காச வாங்குவாம்” என்று வரிசையாக நடப்பட்டிருந்த கட்சிக் கொடி கம்பங்களின் இரண்டு கொடிகளை லாவகமாக கழட்டி வேட்டியின் இடுப்பு மடிப்பில் சொருகினான்.

“டேய் எதுக்குடா இத எடுக்குற”

“அட கோவனத்துக்கு ஆகும்டா, சும்மா தான கிடக்கு நமக்குனாச்சும் உபயோமா கிடக்கும்”

“டேய் மாமா பின்றடா! உனக்கு எம்புட்டு அறிவு, பேசமா நீயும் ஆயிறுடா” எனக் கபாலியை நினைத்து கொஞ்சம் சிலிர்த்தான் முனுசாமி.

“ஏன் என் கட்சி கொடிய கோவனமாக்கவா போடா. அந்தா அங்க கூட்டமா நிக்கிறானுக அங்க தான் போலவா!”

‘யோவ் வரிசையில வாங்கய்யா. எல்லாருக்கும் இருக்கு”

ஆவலோடு முண்டியடித்து கை நீட்டிய கபாலிக்குக் கிடைத்தது என்னவோ இரண்டு சிட்டைகள்.

“இன்னாடா டோக்கன தரான். யோவ் காசு எங்கயா அத்த கொடு பர்ஸ்ட்”

“காசா நாங்க எப்போ தரோனோம்”

“யோவ் கூட்டத்துக்கு வந்தா இருநூறு ரூபாவும் பிரியா-ணியும் தருவோம்னானுக”

“கூட்டத்துக்கு வரவனுகுலாம் இப்படி குடுத்தா எலக்ஷன் வரும்போது இன்னாத்த குடுக்குறது, இந்த டோக்கன எடுத்-துட்டு அந்தாண்ட போனினா பிரியாணி பொட்லம் குவாட்டர் பாட்டிலும் கொடுப்பான் வாங்கினு கிளம்பு”

“யோவ் டாப்பாய்க்காம காச கொடு”

“ஏய் அல்லு சில்லு மாறி பேசிகினு இருந்த அட்ச்சு மூஞ்சிகிஞ்சிலாம் ஒட்சுருவேன் மருவாதயா வாங்கினு ஓடு இல்லினா கொடுத்துட்டு இடத்த காலி பண்ணு”

“டேய் வாடா இவன்கிட்ட பேசிகினு” எனக் கபாலியை ஆறுதல் படுத்தி நகர்த்தினான் முனுசாமி.

“இன்னாட இவன் இப்பவே இப்டி ஏமாத்துறான் நாளபின்ன இவன்லாம் நம்மலா ஆண்டானா வச்சு செஞ்சுறு-வான் போல”

“விட்றா வந்ததுக்கு இதுனா கொடுத்தானே... வா! பிரி-யாணியும் குவாட்டரையும் வாங்கினு போவோம்”

“இல்லிடா என்னுக்கு இப்ப காசு வேனும்” என்றான் கபாலி. அந்த குரலில் ஒரு விரக்தி ஒரு ஏக்கம் இருந்ததை முனுசாமியினால் உணரமுடியவில்லை.

“இப்ப இன்னாத்துக்கு ஒனக்கு காசு”

“அதலாம் உன்கு புரியாது”

“அடிங்கு இருநூறு ஓவா வச்சுகினு இன்னா பண்ண போற”

“எல்லாம் ஒனக்கு பிறவு சொல்றேன். முதல்ல காசு கரக்ட் பண்ணனும், வா” என்று கபாலி ஒரு கலக்கத்துடனே நகர்ந்தான் அவன் தவிப்பை வெளியே சொன்னால் நகைப்புக்குரியதாகும் என்று அனைத்தையும் மறைத்தான் பின்னே கண்ணீர் சிந்தும் கண்ணுக்கு தானே அந்த நீரைச் சுரக்க ஏற்பட்ட வலி எவ்வளவு என்று தெரியும். அதை வெறும் கண்கள் அறிந்திடுமா என்ன. டோக்கனை கொண்டு போராடி காசு பண்ண நினைத்த அத்துனை முயற்ச்சியும் வீணாகி போக என்ன செய்வதன்று தெரியாமல் நின்றான் கபாலி.

“ஒன்னு சொல்றேன் பேசாம சரக்கையும் பிரியாணியையும் வாங்கிகினு வெளில வித்துருவோம் வர்ர காச எடுத்துப்போம்”

“இதலாம் சரி வருமா” என்றான் கபாலி

“நீ ஒன்னியும் கவலபடாத நான் பாத்துகினேன்” எனச் சொல்லி முனுசாமி டோக்கனை எடுத்துக் கொண்டு அந்த இடத்தை நோக்கிச் சென்றான் ஒரே கூட்டம் மெரினாவின் உப்பலைப் போல அங்கே குடியலை குடிமகன்கள் முட்டி மோதிக் கொண்டிருந்தார்கள்.

“ஏய் நவுறு நவுறு” எனச் சரமாரியாகப் புகுந்தான் முனுசாமி.

“அடிங்கு இங்கென்ன கிஷ்னாயிலா ஊத்திகினுருக்காங்க நவுறு நவுறுனு பூர்ர” என்று கொக்கரித்தான் ஒரு மூத்த குடிமகன்.

“ஆமா ஊத்துறானுக ரேசன் கடையவே மூடினு டாஸ்மாக் ஆரம்பிக்க தான் பிளான் பண்றானுக அதுனால நாங்க பூர்ர தான் செய்வோம்” முனுசாமிக்கு கொஞ்சம் கோவம் தான் அது எதனால் என்று அவனுகே சிலசமயம் விளங்குவதில்லை ஒருவேளை சோம பானங்களின் விலையேற்றமாக இருக்கலாம்.

ஒருவழியாக இரண்டு டோக்கன்களுக்கு வேண்டியது கிடைத்தது. முனுசாமியின் முகத்தில் சோம வாடை பீறிட்-டது ஏனோ கபாலியின் முகம் சுருங்கியது.

“டேய் சரக்க வாங்கிகினேன். வா! போய் பிரியாணிய தட்டலாம்”

“ஏய் காச கரக்ட் பண்ணனும்னா பிரியாணியையும் சரக்-கையும் தேத்தினு இருக்க”

“ஏய் அப்பத இருந்து காசு காசுனு கூவினு இருக்க காச வச்சுகினு இன்னா பண்ண போற”

“என்னமோ பண்ணுவேன்”

“இது வேலைக்காவது நான் கிளம்புறேன். நீயே எதனா பண்ணிக்க”

“டேய் டேய் கோச்சுகினியா”

“பின்ன இன்னாடா ஒனக்காக நாஸ்டா துன்னாமா கொலுத்து வேலைக்கு போவாம உன் கூட சுத்திகினா நீ ஓவரா கலாய்கிற. இப்ப சொல்ல போறியா இன்னா?”

“அது••• வந்து••• எப்டி சொல்றது” எப்படிச் சொல்வது ம்ம் கபாலிக்குத் தான் அதை எப்படிச் சொல்ல முடியும் அதைச் சொல்லி முனுசாமியின் எக்காளச் சிரிப்பை எப்படி அவனால் ரசிக்க முடியும். இருந்தும் அவன் சொல்லித் தான் ஆக வேண்டும். மேல் உதடும் கீழ் உதடும் குளற ஒவ்-வொன்றாகச் சொன்னான். கதையின் தொடக்கத்தை எப்ப-டித் தொடங்குவது என்று கபாலிக்குச் சற்றே பெருங்குழப்பம் மாட்டிடம் இருந்தா மகளிடம் இருந்தா என்று.

மகளுக்கும் மாட்டுக்கும் தான் என்ன சம்பந்தம், தன் மகள் உதிர்த்த வார்த்தையின் வீரியம் தான் அவனுக்குப் புரிந்திடுமா புரியாது போனால் அதை எள்ளி நகையாடக் காத்திருக்கும் வாய்தனை கண்டு தான் தன் உள்ளம் கனிந்து பூச்சொரியுமா என எத்தனையோ மனக்குழப்பங்கள் தூய இன்பத்தமிழில் சிதறிட்ட செய்யுள் பாக்கள் போல உரை-நடை இல்லாமல் தவித்தது. ‘தாமதிக்காத சிச்சா சிச்சுகினு போறான் நீ கூவுனு’ மனக்குரல் கேட்டிட ஆரம்பித்தான்.

“வெண்பா, நல்லா படிக்கிற புள்ளனு உனக்கே தெரியும். அது பர்ஸ்ட் கிளாஸ் பாஸ் பண்ணிகின்னதுக்கு அது பிரண்ட்ஸ் எல்லாருக்கும் கறி சோறு போடுறேனு சொல்லினு கிடந்துச்சு”

“சரி அத்துக்கு இன்னாப்போ நம்ம மணி கடையாண்டே போய் நூறு ரூபா கொடுத்தனா சோளி முடிஞ்சு. அதுக்கு போய் நீ இவ்ளோ கூத்து பண்ணிகின்னுக்குற”

“உனக்கி எப்புடி சொல்றது. சொன்னா புரியாது....”

“அடிங்கு இன்னா புரியாது ஒழுங்கா சொல்றா”

நீண்ட யோசனை ஆழ்ந்த அமைதி தீர்க்கமான ஒரு பெருமூச்சு விட்டபடியே அன்று நடந்ததைக் கூறினான். அது அப்படி ஒன்றும் பெரிய பாவம் இல்லை சிவபெருமானே சிறுத்தொண்டனிடம் பெரிய பொருட்டாகக் கருதாத போது கபாலிக்கு இதாலாம் சர்வ சாதாரணம் இருந்தும் சிறு புல் பெரிதெனத் தெரியும் மானுடம் இவ்வுலகில் உண்டென அறிய ஒரு பிரம்ம பிரயத்தனம் தேவைப்படுகிறது.

“ஒரு இரண்டு மாசத்துக்கு மின்னாடி பஞ்சவர்ணம் பிள்ளைக்குக் கறி சோத்த கட்டி குடுத்துருக்கு ஸ்கூலுக்கு. அது அந்தாண்ட போய் நான் கறிக்குழம்பு இத்தாண்டுருக்கேன் சாப்டேனு அது பிரண்ட்ஸ் எல்லாருக்கும் கொடுத்துருக்கு. அத துன்ன பிள்ளைக மறுநாள் உடம்பு முடியாம போய்டுச்சுகளாம் டாக்டராண்ட கேட்டத்துக்கு ‘உங்க பசங்க பீஃப் சாப்டுருக்காங்க அதான் ஒத்துக்கலனு’ சொல்லிகினாய்ங்களாம். அப்புறமா வெண்பாவா அவ பிரண்ட்ஸுக ஸ்கூல ரொம்ப ஓட்டிருக்குக பாவம் பிள்ள ‘ஏய் மட்டன் சொல்லி பீஃப் கொடுத்து ஏமாத்துறியா’ ‘ஏ பீஃப்! பீஃப்’னு தினம் ஓட்டிருக்குங்க. அன்னைக்கு பிள்ள அழுதது ரொம்ப பேஜாராய்ருச்சு. ‘ஏன் பா இத்தன நாளா என்ன ஏமாத்துனீங்க’ சொல்லி கேட்டுபுச்சு, எனக்கு அப்பவே நெஞ்ச பிடிச்சிச்சு. ஏமாத்தீடீங்கனு சொன்னது இன்னும் என் காதாண்ட கேட்டுகுனே இருக்குபா. பஞ்சவர்ணம் சமாதானப்படுத்தி நீ பர்ஸ்ட் ரேங்க் எடு உன் பிரண்ட்சுக்கு வைப்போம்னு

சொல்லி வச்சுச்சு. என்னால இன்னா பண்ணமுடியும் நம்ம வாங்குற கூலிக்கு வெள்ளாட்டங்கறிலாம் திங்க முடியுமா !!!! நம்மளா மாட்ட நம்பி தான் உசுர ஓட்டிகினு கிடக்கு. அந்தா கிடக்கானுவலே கூட்டம் கூட்டமா பங்களாவுல அவனுக தட்டுல கிடக்குறதலாம் நம்ம மோந்து பாக்ககூட முடியாது.'' என்று மூச்சுவிடாமல் கபாலி சொல்லி முடிக்கையில் முனு-சாமிக்கு மூச்சு வாங்கியது.

“ஏய்! யார்டா சொன்னது இவனுக இததான் திங்கனு-முனு. நம்ம வயித்துல இன்னா கிடக்கனும்னு நம்ம தான் முடிவு பண்ணனும். சரி வா வெண்பா இன்னிக்கு கறிக்கஞ்சி சாப்டுது''

ஒரு வழியாகக் கூட்டம் கட்டுக்குள் ஓட்டுக்கு விலை-போகும் ஆட்டு மந்தைகள் மேய்வதை நிறுத்தி கொண்டன.

“சரக்கும் பிரியாணியும் வாங்கி வெளில வித்தா கூட அவ்ளோ காசு தேறாதே ஒரு கிலோ ஆட்டுக்கறி ஐந்நூ-றுவா சொல்லுவானே. இன்னா பண்ணலாம்'' என முனுசாமி முனுமுனுத்தான்.

“நீ பேசாம இரு நான் வேற ஒன்னு பண்ண போறேன்''

“வேற பண்ண போறியா, இன்னா பண்ண போற''

“அந்தா நம்மல இட்டான்டால அவன் கையில கிடக்கி-றது எடுத்தா எவ்ளோ தேறும்''

“ஏய் இன்னா ஆட்டய போட போறியா, மாட்டுன சாவ-டிச்சுருவாங்க''

“உனக்கு அல்லு இல்லன பேசாம கிட நான் பாத்துகு-றேன்''

இங்கு களவாட தயரானான் கபாலி, அங்கே தந்தையை காண தயரானாள் வெண்பா.

இருவரும் ஒருகோட்டில் இன்று சந்திக்கப் போகிறார்கள். அந்த தருணங்கள் எப்படிக் கடத்தப்படப் போகிறது என முனுசாமி ஐய வினாக்கள் ஓட களவு நடந்தது.

“ஏய் என் கிட்டயே நீ கை வைக்கிறியா. எப்பயும் நாங்க தாண்ட உங்க கிட்ட கை வைக்கனும் நீங்கலாம் வைக்ககூ-

டாது. டேய் இவன அடிச்சு சாவடிங்கடா”

எண்ணிய தருணங்கள் நிலைமாற முனுசாமி கடுகடுத்தான், பதறினான், பயந்தான், பிறகு கெஞ்சினான் கதறினான் தன் தோழமைக்காக.

அவன் முகத்தில் எத்தனை காயங்கள், அந்த காயங்களில் வழிந்த இரத்தம் கூட அவனை நீங்க மறுத்தது நல்லவர்கள் இரத்தம் சிந்தக்கூடாது என்று நினைத்திற்று போலும் கொஞ்ச நேரம் அங்கேயே கிடந்திற்று இருந்தும் நிலத்தில் வீழ்ந்தது ஈர்பிசையின் காரணமாக.

தந்தையைக் காண ஓடி வந்தவளுக்கு அப்படி ஒரு காட்சி பேரதிர்ச்சியாகத் தான் இருந்திருக்கும். எந்த பிள்ளையும் தன் தந்தையை பார்க்கக்கூடாத நிலையில் பார்த்துவிட்டாள் பார்த்தும் அவளால் என்ன செய்யமுடியும் இரக்கமெனும் குணத்தையே மறந்த மனிதர்களிடம் அவள் எதைக் கூறி நியாயம் கேட்டிடுவாள்.

அவள் கேட்பதற்கு ஒன்றுமில்லை அவள் சொல்லுவதற்குத் தான் ஒன்று கிடந்தது அவள் உதடுகளில் அது அவள் தந்தையின் காயங்களுக்கு மருந்தாகுமா என்று தெரியவில்லை ஆனால் மனதிற்கு இதமாகும். அந்த சொற்களை இதமாகவே சொன்னாள் வெண்பா, கபாலியின் கண்களைக் குளமாக்கிட. “ப்பா அது நல்லாவே இருக்காதாம் பா, நமக்கு வேணாம் பா அது”

7

அந்நிய வாசம்

“ணே! இந்த பஸ்சு புளியம்பட்டி போகுமா” எனக் கவ்விய குரலில் அருகிலிருந்த டீக்கடைக்காரனிடம் கேட்டான் ராமன். நாவரண்டது போலும் வெறும் வாயை அவ்வப்போது விழுங்கிக் கொண்டே இருந்தான் ராமன். வியாபாரத்தை நினைத்து நொந்து கொண்டே “போகும் போல தம்பி சிக்கிரம் ஏறு” என்று அந்த டீக்கடைகாரன் மறுமொழி கூறினான்.

ஏறு என்ற வார்த்தையைக் கேட்ட மறுகணம் அரக்கப் பரக்க ஓடியப் பேருந்தைத் தொத்திக்கொண்டு ஏறினான் பேருந்து பின் வாசலின் முதல் படியில் இரண்டடி பின்னோக்கியிருந்தால் பேருந்தின் பின் சக்கரம் அவன் கழுத்தில் சஞ்சரித்திருக்கும் என்ன செய்வது ஒரே மனித தலைகள் தான் தென்பட்டன அந்த ஜன கடலை முன்னேறிச் செல்வதற்குள் மூச்சையுற்றான். இடக்கை இறுக்கி மேல் மாட கம்பியை பிடித்துக்கொண்டே வலக்கையில் பத்திரமாக தன் மஞ்சப்பை இருக்கிறதா என்று பார்த்துக்கொண்டான். வியர்வை வாடை மூக்கை துளைத்தது மெல்லிசை மன்னனின் மென்கானம் அவன் காதில் வழிந்தோடியது.

ஒரு வழியாக அவினாசியில் ஜனக் கூட்டம் கொஞ்சம் குறைந்தது உட்கார இடமும் கிடைத்தது அந்த கிழவர்

“உட்காரு தம்பி” எனச் சிரித்துக் கொண்டே வரவேற்றார். இப்போது தான் இராமனுக்கு மூச்சு சீரடைந்தது. மதுரை ஆரப்பாளையத்தில் அதிகாலை நான்கு மணிக்குத் திருப்பூர் பஸ்ஸில் ஏறிய போது அங்கலாய்க்கத் தொடங்கியவன் இப்போது தான் சற்று மனநிம்மதி அடைந்தான். பையிலிருந்த 2 ஐந்நூறு ரூபாய் தாளைத் தொலைத்துவிட்டுத் தேடிய அந்த தருணத்தை நினைக்கும்போதே அவன் உடம்பே வெளவெளத்துவிட்டது அங்கும் இங்குமாக தேடிப் பரிதவித்த அந்த நொடிகளை அவன் எதிரிக்குக் கூட அவன் பரிசளிக்க விரும்பமாட்டான்.

பணத்தைத் தொலைத்த அந்த காலை வேளையில் அவன் தேடாத இடமல்ல கேட்காத ஆளில்லை டீக்கடைக்காரன் பூக்கடைக்காரன் அவ்வளவு ஏன் பிச்சைக்காரனிடம் கூட விசாரணை செய்தான் ஆனால் பயன் ஒன்றுமில்லை.

நமக்கு மட்டும் ஏன் இப்படி நடக்கிறது எனப் படைத்த இறைவனுக்கு இரண்டு வசைகள் அவனும் பாவம் என்ன தான் செய்வான் வந்த வழி போகலாம் என்றால் அவன் துணைவி அவனைப் பார்வையிலே எரித்திடுவாள். பின்னே அவளுக்குத் தான் எவ்வளவு ஆசைகள் தன் கணவனை ஒரு தனவானாக எல்லோர் முன்னும் பெருமையுடனும் பெருமிதத்துடனும் காட்டி கர்வம் கொள்ளவேண்டுமென்று. அதற்காக வாயைக் கட்டி வயிற்றைக் கட்டி சேர்த்து பட்டறையில் இரும்புகளுடன் காலம் கழித்த அந்த ஆசாமியைத் தூரத் தேசம் அனுப்பச் சித்தமானவள் தானே அவள்.

“திருப்புர் பனியன் கம்பேனில நிறைய வேல இருக்குதுனு அன்னிக்கு அவரு சொன்னார்ல நல்ல வேலையா பார்த்து உங்களுக்கு நல்ல சம்பளத்துல சேர்த்துடுவிடுவார் போய்டடு வாங்க மாமா” என்று அன்பழுத்ததுடன் கூறியவளாயிற்றே.

“நம்ம மூனு பொட்ட பிள்ளைகளையும் நல்ல இடத்துல தள்ளனும் மாமா!! நான் இங்க அப்பள கம்பேனில வேலை பார்த்து வய்த்து புழப்ப நடத்திக்குவேன் நீங்க அங்க நல்ல சம்பாரிச்சு சேர்த்து வச்சு கொண்டு வா மாமா” என

அவனை உந்துதல் படுத்தியதே அவள் தான்.

அதனால் வீடு திரும்பும் எண்ணமே அவனுக்கு இல்லை அப்படித் திரும்பினால் அவள் கருணை கண்களில் அவன் எரிந்து போவான் என்று அவனுக்குத் தெரியும்.

என்ன செய்வதென்றே தெரியவில்லை எச்சில் இலைக்கு அலையும் ஒரு நாயைப் போல அங்கும் இங்கும் வட்டமிட்டான். லேசாகத் தலை சுற்றியது. அல்லையை மெல்லக் கவ்வியது. பசியாகத் தான் இருக்கும் மெல்ல பிளாட்பாரத்தில் உட்கார்ந்தான். அந்த பாவிக்குத் தான் இவன் மீது எவ்வளவு பாசம் இவனை அலைய விட்டு வேடிக்கை பார்ப்பதே அந்த மேலோக வாசிக்கு வேலையாய் போயிற்று. இவனுக்கும் அது தேவை தான் எவ்வளவு கொடுத்தாலும் தாங்கிக் கொண்டு உலாவிக் கொண்டிருக்கிறானே.

கலைத்துச் சுருண்டு கிடந்த அவனை திடீரென ஒரு கை அணுகியது "என்ன ஆச்சுங்க காலைல இருந்து எதையோ தேடிட்டு இருந்தீங்க, காச தொலைச்சுடீங்களா, எவ்ளோ வச்சுருந்தீங்க, நீங்க எங்க போனும்" என அடுக்கடுக்கான கேள்விகள் அனைத்து கேள்விகளுக்கும் ஒரே பதில் வாயில் இருந்தல்ல கண்களிலிருந்து ஒவ்வொரு சொட்டாக வழிந்தது புழுதியை நனைத்தது அவன் கேள்விகள் கேட்கக் கேட்க ராமனின் கண்கள் முட்டியது. பெண்களின் கண்ணீருக்கு எப்படி ஒரு மதிப்பு இருக்கிறதோ அதே போல ஆண்களின் கண்ணீருக்கும் ஓர் மதிப்பு இருக்கிறது. அது பெண்களின் கண்ணீரை விட விலை மதிக்க முடியாததாம் சில ஆணியம் பேசும் ஆண்கள் அப்படி ஒரு மாயையை உருவாக்கியிருக்கலாம்.

அவன் கண்கள் கலங்கக் கலங்க அவன் இதயம் கணத்தது கண்ணீரைத் துடைக்கத் துடைக்கப் பொங்கிக் கொண்டே இருந்தது சட்டென வினாவியவன் தன் பையிலிருந்து ஒரு ஐந்நூறு ரூபாய்த் தாளை எடுத்து நீட்டினான் "அழாதிங்க சார் ! இந்தாங்க இத வச்சிட்டு ஊருக்கு போங்க" என நீட்டினான். செய்வதறியாமல் கண்களைத்

துடைத்தான் ராமனிடம் "இந்தாங்க சார்! வாங்கிகோங்கோ உங்க தம்பியா இருந்தா வாங்க மாட்டீங்களா" என வலுக்கட்டாயமாக அவன் கையில் திணித்துவிட்டுச் சென்றுவிட்டான்.

கையில் ஏந்தியபடியே அவனைக் கண்ணிமைக்காமல் பார்த்துக் கொண்டிருந்தான். அந்த ஆசாமி மறைய சில விநாடிகள் தான் பிடித்தது. மனித கடவுள் போலும் சில மனித கடவுள்கள் அங்கும் இங்கும் அலைந்து கொண்டுதான் இருக்கிறார்கள். அவன் பெயரைக் கூட அவன் கேட்கவில்லை, கேட்டு என்ன ஆகப் போகிறது மனித கடவுளுக்குப் பல பெயர்கள் இருக்கும். நன்றியும் அவன் மண்டையில் மறந்து போய்விட்டது, மறக்கட்டும் அந்த மூன்றெழுத்தா அந்த வழிப்போக்கனுக்குப் புண்ணியம் சேர்க்கப் போகிறது. ஆனால் இவன் செய்த புண்ணியமா அல்லது இவன் பத்தினி செய்த புண்ணியமா என்று தெரியவில்லை எப்படியோ தலை தப்பித்தது. அமர இடமும் கிடைத்தது மெல்ல தன் பால்ய நினைவுகளை அசை போட நேரமும் கிடைத்தது.

"தம்பி பேர் என்ன ?" என்று அருகிலிருந்த கிழவன் கேட்ட போது தான் அவனுக்குச் சுயநினைவு வந்தது. "ஹா"என எக்காளவாயை திறந்து கொட்டாவி விட்டு 'இராமன்' என்றான் "நல்ல பேர் தானுங்க தம்பி! எந்த ஊர் நீங்க??" என்றார் அந்த கிழவர் "நமக்கு மதுரை மேலூர் பக்கம் தெற்குத்தெருங்க" என்றான் "மதுரக்காரரா தம்பி நீங்க! நானும் என் பெண்சாதியும் மதுரை மீனாட்சிய பார்த்துபோட்டு வரலாம்னு ரொம்ப நாள நினைக்கோம் ஆனா பலிக்க மாட்டேங்குது...." என்று பொக்கவாய் தெரிய சிரித்து கொண்டே கூறினான் "ஆத்தா எப்ப அழைக்குறாங்களோ அப்ப போவாம்!! அது வரைக்கும் இந்த ஜீவன் காத்திட்டு இருக்கோனும் ம்ம்" என்று வாய்க்கு வந்ததை உளறிக்கொண்டே வந்தான் அந்த கிழவன்.

“தம்பிக்கு இங்க என்ன சமாச்சாரம்” என்று ராமனை நொய்த்து கொண்டே வந்தான். இராமனும் தன் மன சாந்திக்கு தன் வரலாற்றைக் கட்டவிழ்த்துவிட்டான் அவன் வரலாற்றை அவனென்ன அவன் கட்டியிருக்கும் வேட்டியே சொல்லும். தோலில் தூக்கி வளர்த்த தகப்பனின் ஞாபகமாகக் கட்டியிருக்கும் வெட்டியல்லவா அது அதனால் இரண்டு தலைமுறையைத் தாங்கி கசங்கிக் கொண்டிருக்கிறது. அதைக் கேட்டால் சொல்லும் வயலில் நாற்று நட்டுக்களை பறித்த கதை, பாலமேடு ஜல்லிக்கட்டில் மாடுபிடித்து தசை கிழிந்து உதிரம் நனைத்த வாடை, அங்காளி பங்காளிகளுடன் கட்டி புழுதியில் புரண்ட கதை என ஆயிரமாயிரம் சொல்லும் இருந்தாலும் அவன் வாயிலிருந்து தான் வரட்டுமே.

“ஐயா! இங்க பனியன் கம்பேனில வேலைக்கு சேரலாம்னு போயிட்டு இருக்கேன்”

“ஏனுங்க உங்க ஊர்ல இல்லாததா”

“எங்க ஐயா ஊர்ல சொத்தெல்லாம் போச்சு, விவசாயமும் போச்சு இப்ப இருக்குறது கூட இரவல் தான் அது போக நமக்கு படிபறிவுமில்ல அதான் இங்க வந்து பாக்கலாம்னு வாரேன்”

“உங்க சந்ததியும் அப்ப வாழ்ந்து கெட்ட குடும்பம் தானுங்களோ”

“ஆமாங்கய்யா எங்க அய்யன்க்கும் ஆத்தாளுக்கும் நான் மூத்த மகன் எனக்கு அப்புறம் ஒரு நாலு அதுல கடைசி மூனும் பொண்ணுங்க எங்க அய்யன் இருந்த வரைக்கும் நல்லா இருந்தோம் அவர் கண்ண மூடுனதுகப்பறோம் இப்படி சிதறி கிடக்குறோம்”

“என் பொன்டாட்டி பிள்ளைக மட்டும் இல்லன தறிகெட்டு போய்ருப்பேன்”

“அத சொல்லுங்க தம்பி? எல்லா வாழ்க்கைலயும் அவன் நல்ல தான் விளையாடுறானுங்க. இப்டி தான் அம்பது வருஷத்துக்கு மின்னாடி நானும் என் பெண் சாதியும் மனசு

பிடிச்சபோக வீட்ட விட்டு வெளிய வந்துடோம்ங்க அப்புறம் ஊர் ஊரா சுத்துனோமுங்க நாடோடி மாறி இப்ப ஒரு தென்னந்தோப்புல கூலிக்கு வேல பாக்ரோமுங்க எங்களுக்குனு பிள்ள குட்டியுமில்ல. சில நேரம் குழிய தோண்டலாமானு தோனும்ங்க யாருக்கும் கஷ்ட கொடுக்கூடாது இல்லிங்களா!'' எனக் கூறிவிட்டு அந்த எம்பது வயது கிழவன் தன் பொக்கை வாயைக் காட்டினார். இதைக் கேட்டுவிட்டு ராமானால் என்ன சொல்ல முடியும் கொஞ்சம் திடுக்கிட்டான் எதோ கூற வந்தான் அதற்குள் நடந்துநர் வந்துவிட்டான். “டிக்கெட் ! டிக்கெட் ! என்ன பெரியவரே ரொம்ப நாள காணல" கிழவன் கேக்கமலேயே டிக்கெட் கிழித்துக் கொடுத்தான்... நீங்க?'' என்று ராமனைப் பார்த்தான்.

“புளியம்பட்டி ஒன்னு கொடுங்க'' என நூறு ரூபாய்த் தாளை நீட்டினான் அது தான் அவனிடம் இருந்த கடைசி நூறு ரூபாய் கொஞ்சம் சில்லறைகளும் இருந்தது.

“புளியம்பட்டியா அதுலாம் போவாதுங்களே!'' என்றான் அந்த நடந்துநர்.

“போகதா திருப்பூர்ல டிக்கடைககாரர் போகும் சொன்னாப்ல''

“டீக்கடைக்காரன் என்ன கலெக்டரா போவாதுனா போவாதுதானுங்க'' உடனே கிழவன் குறுக்கிட்டு ''தம்பி! நீங்க புளியம்பட்டி போனுமா இந்த பஸ்சு போவாது தம்பி''

“அது கிழக்கா இருக்கு இது மேற்கால போகும்...''

“பேசாமா நீங்க மோண்டிபாளையத்துல இறங்கிகங்க நானும் அங்கன தான் இறங்குவேன் அங்கருந்து கொஞ்ச தூரம் தான் நாலு மைல் இருக்கும் நடந்து போகலாமுங்க இல்லன அங்கன பஸ்சும் வரும்'' ராமனும் தெரியாத ஊர் என்பதால் கிழவன் சொன்னபடியே செய்தான். பார்க்குமிடமெல்லாம் பச்சை பசேல் எனப் பசுமை தன் போர்வை விரித்து நெடுஞ்சாண் கிடையாகக் கிடந்தது.

“ஐயா! இன்னும் எவ்ளோ நேரம் ஆகும்" என்றான் ராமன்

"அதுக்கு இன்னும் ரொம்ப தூரம் போனும்ங்க" என்றான் கிழவன். கிழவருக்கு கண்கள் சொக்கியது அவரை பார்த்த ராமனும் கண் அயர்ந்தான்.

"என்ன இராமன் ! நல்ல வேலை பார்ப்பீங்களா"

"ம்ம் நல்லா வேலை பார்ப்பேன் சார்"

"சரி தம்பி இவர கூட்டிட்டு போய் வேலை சொல்லி கொடு"

பட்டாபிஷேகம் பெற்ற இராமர் போல இராமனின் முகத்தில் எத்தனை மகிழ்ச்சி. ஆஹா எத்தனை அழகு அவன் கறை படிந்த எத்து பல்லின் சிரிப்பு தான் எவ்வளவு கள்ள கபடமற்றது. அவன் பல் இளித்த வாயை பார்த்து கொஞ்சம் பயந்து தான் போனார் அந்த கிழவர்.

"என்ன தம்பி தூக்கத்துல சிரிக்கிறீங்க எதுவும் நல்ல கனவுங்களா?"

"இனி எல்லா நல்லதே நடக்கும்ங்க தம்பி" இதைக் கேட்ட இராமனின் உப்பு மிளகு தூவிய உச்சந்தலை மயிரிழை கூச்சத்தால் சிலிர்த்ததது. வெயில் மேற்கின் வாசலைப் பார்க்கும் நேரமது உச்சியில் சூரியன் சுட்டெரித்தாலும் அந்த இரண்டு மணி வெயில் வெகுவாக அந்த இடத்தை படரவில்லை. இருவரும் தயாரானார்கள், இறங்கும் இடத்தை நெருங்கி விட்டதால் வந்த பரபரப்பு. இறங்கும் இடமும் வந்துவிட்டது இருவரும் மெல்ல இறங்கி தங்களை ஆசுவாசப் படுத்திக் கொண்டார்கள். வெயில் சற்று அதிகமாக இருந்ததால் இருவருக்கும் ஒரே களைப்பு இருந்தபோதும் இராமன் அந்த கிழவனை 'புளியம்பட்டிக்கு எப்படி போக வேண்டும் என கேட்டுத் துளைத்தான் .

"தம்பி வெயிலு அடிக்குது கொஞ்ச நேரம் எங்க குடிசைக்கு வந்து உக்காருங்க பிறவு வெயில் தாள போங்க" என்றார் அந்த கிழவர்

"இல்லங்கய்யா இருக்கட்டும் நான் இன்னொரு நாள் வாரேன் இப்ப எப்புடி போனும் சொல்லுங்க"

“என்னங்க தம்பி சொன்னா கேக்கமாட்றீங்க இப்படியே நேரா போனும் தம்பி சாப்பாடு நேரம் பஸ்சு ஏதும் வராதே”

“இருக்கட்டும்யா நான் பார்த்து போய்கிறேன். ஊருக்குள்ள போக தேவயில்ல ஊருக்கு வெளியா தான் வீடு கட்டிருக்காக. சரிய்யா வரேன்” என கூறி கிழக்கு நோக்கி நடக்க ஆரம்பித்தான் அவன் நடை தளர்ந்தது அவன் நாவில் ஒரு சொட்டு தண்ணீர் கூடப் படவில்லை என்பதால் வந்த தள்ளாட்டம். மெள்ள நெருங்கி விட்டான் அதோ ஒரு பெட்டிக் கடை தெரிகிறது அங்கு அவன் வீட்டைக் கேட்டால் சொல்லிவிடுவார்கள் என கண்ணன் சொன்னது அவனுக்கு ஞாபகம் வந்தது.

“ணே! இங்க கண்ணன் அவுக வீட்டுக்கு எப்படிணே போனும்” என்று அங்கு புகைவிட்டபடி நின்று கொண்டிருந்தவனை கேட்டான்.

“கண்ணனா ! அப்படி யாரும் இல்லிங்களே”

“இல்லங்க மதுரகாரர் இங்க வந்து ஒரு அஞ்சாரு வருஷமிருக்கும். இப்ப கூட புதுசா வீடு கட்டிருகாங்க” உடனே பெட்டி கடை வாசலை எட்டி பார்த்த அந்த தாத்தா “புதுசா வீடு கட்டுனவங்களா அட நம்ம டீபனு” எனக் கூறி ஆச்சரியப்பட்டார். அருகிலிருந்த அந்த ஆசாமியும் “டீபனா!” என ஆச்சரியப்பட்டான்.

“அட ஆமாபா ஆவுங்க இரண்டு வருஷத்துக்கு முன்னாடி தான் அல்லேலூயாவானங்க. அவனும் அவன் பெண் ஜாதியும் அப்ப பேர மாத்தி வச்சுடானுங்கள”

“அப்படியா கதை சரி சரி !” என அந்த பீடி வலித்துக் கொண்டே சொன்னான். ஆனால் இதைக் கேட்ட இடிந்து போன இராமன் 'அட பாவி' என மனதில் நினைத்துக் கொண்டான் “போன வருஷம் ஊருக்கு வந்தப்ப கூட சொல்லவேயில்லையே”

“தம்பி! அதோ பாரு நாலு வீடு தெரிதா அங்க மேற்கா பார்த்து இருக்குல வாழைமரம் கூட இருக்குல” அந்த வீடு தான். மெள்ள நகர்ந்த இராமனின் காதுகளில் அந்த பெட்-

டிக் கடை தாத்தா குரல் கேட்டுக் கொண்டு தான் இருந்தது.

“அந்த அம்மா இருக்கே அந்த பயல எப்படிலாம் ஆட்டி வைக்குதுங்கற ஊர்ல அவ்ளோ இடம் கிடந்தும் இங்க வந்து வீடு கட்டிருக்குங்க பாரு. நான் எவ்ளவோ சொன்னேன பா அந்த பையன் கேக்கவே இல்ல”

“அத சொல்லுங்கய்யா நமக்கெதுக்கு நம்மலே பொழப்பு நடத்த வந்துருக்கோம் பேசாம இருந்துட்டு போய்ருவோம்” எனப் புகையை விட்டபடியே இராமனைப் பார்த்தான். வீட்டை நெருங்கும்போதே ஒரே சத்தம் அநேகமாக இரு துருவங்களும் முட்டிக் கொண்டு தான் இருக்கவேண்டும்.

“வீடு நல்ல தான் இருக்கு” என்று வீட்டுக்கு வெளியில் நின்று முணுமுணுத்துக் கொண்டே “கண்ணா! கண்ணா!” என உறக்க கத்தினான். சட்டென நிசப்தம் ராணியும் டீபனும் எட்டிப் பார்த்தனர் இராமனுக்கு கண்ணனும் கௌரியுமாகக் காட்சியளித்தார்கள். இராமன் வாயிலோ முப்பத்திரண்டும் தெரிந்தது ஆனால் அவர்கள் இருவர் வாயிலும் ஓரறிவு செல்லக் கூட வழியில்லை. மெள்ள கண்ணன் வெளியே வந்து பெருமூச்சு விட்டுக் கொண்டே “என்ன சொல்லாமா கொள்ளாமா இங்க”

“உனக்கு தான் தெரியும்ல ஊருல எல்லாமே நொடிஞ்சு போச்சு அதான்” என மென்று முழுங்கினான். கண்ணன் வாயைத் திறப்பதற்குள் “என்னங்க என குரல்”

“ஒரு நிமிஷம்” எனக் கூறி கண்ணன் உள்ளே நுழைந்தான். வந்தவனை உள்ளே வா என்று சொல்லக் கூட அவனுக்கு வார்த்தையில்லை அதை அவன் எதிர்பார்க்கவுமில்லை. மெள்ள தன் மஞ்சள் பையை வீட்டின் மதில் சுவரில் வைத்தான் அதில் வெறும் இரண்டு சட்டை ஒரு வேட்டி இருந்தது மேலும் ஆசையாக வாங்கிய சேவும் அல்வாவும் இருந்தது. சுற்றும் முற்றும் வேடிக்கை பார்த்தான் அவன் கண்ணுக்கு எட்டிய வரை மூன்று வீடுகளும் அந்த பெட்டிக் கடையும் தான் தெரிந்தது. சத்தத்தைக் கேட்டு மீண்டும் வாசலைப் பார்த்தான் கௌரியின் சத்தம் தான் அது

எட்டுத்திக்கும் எதிரொலித்தது.

“என்னவாம் இங்க வந்து நிக்குது இதுக சகவாசமே வேணாம்னு தான இங்க வந்தோம் இப்ப இங்கயும் வருதுக நானே வாய கட்டி வயித்த கட்டி இந்த வீட்ட கட்டிருக்கேன் இப்ப இங்கயும் வந்துருச்சுக. இப்ப என்ன தான் வேணுமாம்” என படபடவென பட்டாசைப் போல வெடித்துத் தள்ளினாள் பட்டாசைப் பார்த்து விழிபிதுங்கிய சிறுவனைப் போல வெறித்தான் கண்ணன்.

“இல்ல இங்க வந்து வேல பாக்கலாமேனு நான் தான் ஒரு பேச்சுக்கு சொன்னேன் அதான்! ஆன இப்புடி வந்து நிப்பானு நினைச்சு கூட பாக்கல” என இழுத்தான்.

அதற்கு சிறிதும் இடைவெளியில்லாமல் பொரிந்தால் “உனக்கென பெரிய இவன் நினப்பா! உனக்கே இவ்ளோ நாள் நான் தான் சோறு போட்டேன். எதோ இப்ப தான் ஒவ்வெருத்தன் கைய கால பிடிச்சு ஒனக்கு வேல வாங்கிருக்கு. இந்த லட்சணத்துல நீ வேல வாங்கி தரபோறியா. இப்படிதான் ஊருல சொல்லிட்டு திரியிறீயா. நீ இப்ப என்ன பண்ணுவியோ ஏதும் பண்ணுவியோ அந்த ஆள் இங்க இருக்க கூடாது. இதுகலாம் சாகாம இன்னும் சுத்திகிட்டு நம்ம உயிர வாங்குதுக... என்னய்யா இன்னும் கல் மாறி நிக்குற. போ போய் சொல்லு போ”

“இல்லமா வந்துடாப்ல ஒரு இரண்டு நாள்” எனத் தயங்கினான் கண்ணன்.

“ம்ஹூம் நாளைக்கு மொத பஸ்ல ஏத்திவிட்டு ஊருக்கு அனுப்பற போ” என்றாள் கௌரி அல்ல அல்ல ராணி.

சரி என்று சொல்லவும் முடியாமல் மறுக்கவும் முடியாமல் தலையசைத்தவாறே வெளியே வந்தான் கண்ணன். இராமன் வெகு தூரமாகச் சென்று கொண்டிருந்தான். எல்லாம் கேட்டுவிட்டான் காது கேட்காத செவிடன் கூட இவர்கள் உடல்மொழி கொண்டு கணித்துடுவான். இவனுக்குத் தான் காது கேட்குமே செவிடாய் இருந்திருக்கக் கூடாது என்று கூட அவன் நினைத்திருப்பான். அவனும் மனிதன் தான் சோற்-

றில் உப்பு போட்டு உண்பவன் தான். மானம் என்ன அவனுக்கு மட்டும் என்ன கானல் நீரா காணாமல் போக. சென்றுவிட்டான் வெகு தூரம் சென்றுவிட்டான். கண்ணனும் வெகுவாக ஓட்டம் பிடித்தான் மதில் மேல் இருந்த பையைத் தட்டி விட்டதை கூட உணராமல் ஓடினான்.

இவன் கூப்பிடுவது அவன் காதில் விழவில்லை எப்படி விழும் எத்தனை துரோகம், எத்தனை அவமானம், எத்தனை வறுமை, எத்தனை ஏச்சுக்கள், எத்தனை பேச்சுக்கள் அவன் காதில் அது மட்டும் தானே ஒலித்துக் கொண்டிருக்கும். இவன் கூவல்களா அவனுக்கு கேட்கப்போகிறது. பேருந்தும் வந்துவிட்டது. அதோ கையையும் நீட்டிவிட்டான். அடகொ-டுமையே பேருந்தும் நின்றுவிட்டது. அது எங்கே செல்கிறது என்று கூட அவன் கவனிக்கவில்லை. எதற்கு கவனிக்க வேண்டும். இனி எங்கு சென்றால் தான் என்ன கையில் பணமில்லை என்பதையும் மறந்துவிட்டான். மறக்கட்டும். மனிதகடவுள்கள் அவனுக்காக வராமலா போக போகிறார்-கள். ஏறி விட்டான் மெள்ள பேருந்தும் நகர்ந்தது.

துரத்திய கண்ணன் தோற்றான் துரத்தியதில் மட்டுமா. மேலும் கீழும் மூச்சிரைத்தது முட்டியைப் பிடித்தபடியே இராமன் ஏறிய பேருந்தைக் கண் கொட்டாமல் பார்த்துக் கொண்டிருந்தான் திரும்பிப் பார்ப்பானா என்று அவன் கண்-கள் பராபரத்தது. ஒரு வேளை அவன் திரும்பிப் பார்த்திருந்-தால் அவன் அந்த இடத்திலேயே செத்திருப்பான். அப்படி ஒன்றும் நடக்கவில்லை. பேருந்து அவன் கருவிழி பார்வை-யிலிருந்து மறைந்தது நெஞ்சம் சற்று கணத்தது. கண்ணில் நீர் முட்டியது. அவன் முகமே சுருங்கிற்று. மெள்ள அவன் நடையும் தளர்ந்தது. அருகிலிருந்த மைல் கல்லில் உட்-கார்ந்தான். கண் எட்டும் தூரம் வரை ஜன நடமாட்டமே இல்லை. காணல் நீர் தெளிவுறத் தெரிந்தது. முட்டிய கண்-ணீர் மடை திறந்த வெள்ளம் போலக் கரை புரண்டது.

“இந்த பாவத்த ஏழேழு ஜென்மத்துலயும் தொலைக்க முடியாது. நான் பெரிய பாவி ஆயிட்டேன். எனக்குளா

நல்ல சாவே வராது. இன்னொரு பிறப்பா நம்ம பிறக்க-போரோம். ஒரே வயித்துல பெத்தெடுத்து நம்மள சீராட்டி வளர்த்த நம்ம ஆத்தா பாத்த அது ஈர குலையே நடுங்-கிருக்குமே'' என தன் மனதில் உள்ள அனைத்தையும் கொட்டி தீர்த்தான். அந்த ராமன் லட்சுமணன் போல இணை பிரியாமல் இருக்க வேண்டும் என்று அவர்கள் இரு-வரின் தாய் தன் உயிர் பிரியும் போது கூட இதைச் சொல்லி விட்டுத் தான் போனாள். அவன் மனக் குமுறல் இன்னும் தீரவில்லை. எப்படித் தீரும் அவன் வாழும் வரை அவன் நெஞ்சை அது அரித்துக் கொண்டே தான் இருக்கும். அது-வரை அவன் பிதற்றல்களும் தொடர்ந்து கொண்டே தான் இருக்கும். ஆம் நமக்கது பிதற்றல் தானே ஆனால் அவன் பிதற்றலைக் கேட்க யாரும் முன் வரவில்லை இருந்தும் அவன் அதை நிறுத்தவே இல்லை கண்ணீர் கசியக் கசிய உளறிக்கொண்டே இருந்தான். ``அண்ணே என்ன மன்னிச்-சரு ணே என்ன மன்னிச்சுரு ணே''

8

கடவு உள்ளம்

கருவறையில் அமர்ந்திருந்த கபாலிக்கு அந்த கூச்சல்களையும் வசவுகளையும் எண்ணி சற்று மன சங்கல்பம் உண்டானது. அருகிலிருந்த பட்டரை ஓரக்கண்ணால் ஏற பார்த்தான் ஆனால் அவன் மேனியில் எந்த அசைவுகளும் தென்படவில்லை. கபாலியின் மனக்குமுறலை அந்த புரோகிதர் எப்படி அறிந்திருப்பார். ஒருவாறு மனத்தாங்கலுடன் அமர்ந்திருந்த தொனியில் 'சாம்பு மவனே எதனா பாட்ட போட சொல்லுடா' என்று முணுமுணுக்கையில் உலகாளும் ஈஸ்வரனின் குரல் கேட்டதோ என்னவோ சட்டெனப் புரோகிதர் 'நாழி ஆயிடுத்து பூஜய ஸ்டார்ட் பண்ணுங்கோ' எனக் கூறினார் அவ்வாறு கூறும்பொழுது பிரணவ மந்திரத்தின் ஓங்காரம் ஒலிக்கத் தொடங்கியது.

"தென்னாடுடைய சிவனே போற்றி எந்நாட்டவர்க்கும் இறைவா போற்றி கயிலை மலையானே போற்றி போற்றி"

"ஓம்ம்ம்ம்ம்ம் நமச்சிவாய" ஒலித்தது.

இந்த கானத்தைக் கேட்ட மாத்திரமே கபாலியின் மனம் சற்று அமைதி கண்டது. அந்த அமைதி நீடிக்கவில்லை திரை விலகியதுமே பிரணவ மந்திரத்தின் சூத்திரமே அடங்கியது. ஜனத்திரள் மயிலை கபாலீஸ்வரனின் உச்சடாணங்களை ஜபித்தது அதுவும் சிறிது நேரம் மட்டும் தான் தாக்-

குப்பிடித்தது.

‘குனித்த புருவமும், கொவ்வைச் செவ்
வாயில் குமிண்சிரிப்பும்
பனித்த சடையும், பவளம் போல்
மேனியில் பால் வெண்ணீறும்
இனித்தமுடைய எடுத்த பொற்
பாதமும் காணப் பெற்றால்
மனித்தப் பிறவியும் வேண்டுவதே

இந்த மாநிலத்தே’ எனத் தீபாராதனையின் தீப ஒளியில் கபாலி அழகாகவே காட்சியளித்தார் இருந்தும் அதைக் கண்டு லயிக்க ஜனத்திரளில் ஒருவருக்கும் எண்ணமு-மில்லை நேரமுமில்லை. பல குரல்கள் பிரணவ மந்திரத்தை-யும் தாண்டி ஒலித்தது. அதில் "உனக்குக் கண்ணே இல்-லையா”

”உனக்கு இரக்கமேயில்லையா”

”ஏன் என்ன மட்டும் இப்படி சோதிக்கிற”

“எனக்கு பணம் கொடு”

”எனக்கு பதவி கொடு”

“நிம்மதிய கொடு ”

“நீ என்ன கல்லா ”

“எப்ப தான் நல்ல வழிய காட்டப் போற” என பல குரல்கள் பலவாறு ஒலித்தன.

அந்த சொல்லாடல்களுக்கு நடுவே “அமாவாசை பௌர்-ணமினு உனக்கு முப்பது வருஷமா ஸ்பெஷல் டிக்கெட் வாங்கி பாலும் தேனுமா குளிர வைக்கிறேனே எப்ப தான் என் வயித்துல பால வார்க்க போர. நான் உன் கண்ணுக்கு தெரியலயா நான் கதறது உனக்கு கேக்கலயா” என்று ஆடியபாதம் தனக்குப் பிடித்த சொலவடைகளை அவிழ்த்-தான். கபாலிக்கு இந்த வாக்கியங்கள் அனைத்தும் அழகா-கச் செவிகளின் வாயிலில் விழுந்தது. கபாலியின் மனம் கலங்கிக் குமுறியது.

“போன வாரம் தான் நீ கண் கண்ட தெய்வம் நீ தான் எல்லாமேனு அண்ணாபிஷேகம்லா பண்ணிட்டு போனான் இந்த வாரம் இந்த கிழி கிழிகிறான். இதுக்கு தான் இந்த ஆத்திக பயலுகளே கண்டாலே பிடிக்கமாட்டுது ஆப்பர்ச்சு-னிஸ்ட் ”

“ஆமா ஆத்திகர்களையே கடவுளுக்குப் பிடிக்காது. கடவுளுக்கு உங்களை விட எங்களைத் தான் ரொம்ப பிடிக்-கும் ஏன் தெரியுங்களா ஏன்னா நாங்க தான் கஷ்டம் வந்தா அவன திட்றதும் இல்ல. சந்தோஷம் வந்தா அவன புகழ்றதும் இல்ல” என்று மாயவதாரன் சொல்லிச் சிரிப்பை உதிர்க்கும் போது அவன் முகம் பிரம்ம கமலத்தின் சாயலி-லிருந்தது.

“பெருமாள சேவிச்சிட்டு போனு சொன்னது தப்பு தாண்டா அம்பி மன்னிச்சுருடா ஆளவிடு” எனப் பூமா-லைகளுக்காகக் கொடுக்க வேண்டிய காசை மாயவதாரன் கையில் திணித்து விட்டு ஓடினார் நாரயணன்.

“சுவாமி ! நான் சாமி இல்லனு சொல்றவன் இல்ல கடவுள தேடுற தேடல்வாதி. கிடச்சவுன செல்றேன் நீங்க கண்டிப்பா வரனும்” எனத் திருவல்லிக்கேணி பார்த்தசாரதி கோயில் தூண்கள் எதிரொலிக்கக் கத்தினான் அந்த சொற்-கள் நாராயணின் காதுகளில் விழுந்ததோ என்னவோ மயி-லையிலிருந்த கபாலியின் காதில் விழுந்தது. கபாலி மேல் நோக்கிப் பார்த்தவாறே கண்களை உருட்டினார் சட்டெனப் பட்டரை பார்த்தார். புரோகிதர் உடனே ஆடியபாதம் அருகே சென்று “வியாழன் சனி திருவல்லிக்கேணி பார்த்தசாரதி கோயிலுக்குப் போய் பார்த்தசாரதிக்குத் துளசி மாலை சாத்-துங்கோ நினைச்சது நடக்கும். போய்ட்டு வாங்க” என்று அனுப்பி வைத்தார். நன்றி கூறி விடைபெற்ற ஆடியபாதம் கபாலியைத் திரும்பிக்கூடப் பார்க்காமல் சென்றான். ஆம் ஏன் பார்க்க வேண்டும் மார்க்கம் கிடைத்த பிறகு மனம் எதற்கு அவன் சென்ற நொடி தொடங்கியே மக்களின் பேராசை கூச்சல்கள் வழக்கம்போல அதிகரித்தன.

அந்த கூச்சல்கள் சாந்தோம் தேவாலயத்திலும் பாதிரியாரின் ஆதியாகமம் ‘எ நியூ கமாண்ட்மென்ட் ஐ கிவ் டு யு தட் யு லவ் ஒன் அனதர் ஜஸ்ட் அஸ் ஐ ஹவ் லவ்டு யு, யு ஆல்சோ ஆர் டு லவ் ஒன் அனதர் பய் திஸ் ஆல் பீபில் வில் நோ தட் யு ஆர் மை டிசிபிள்ஸ் ஃப் யு ஹவ் லவ் ஃபார் ஒன் அனதர்’ நடுவே ஒலித்தது.

அதோடு நிற்காமல் ஆயிரம் விளக்கு மசூதியில் துவாவின் இடையையும் கேட்கப்பட்டது. ‘ரப்பனா லா துஸிஃக் குலூபனா பஃத இத் ஹதை(த்)தனா வ ஹப்லனா மி(ன்ல்)லதுன்(க்)க ரஹ்மதன், இன்னக அன்தல் வஹ்ஹாப்’.

கபாலி வெகுவாக பொறுமை இழந்தார்.

“இவனுக இம்ச தாங்க முடியல சும்மா அத கொடு இத கொடு சதா டார்ச்சர் பா! இவனுகள்ல பாதியா பார்த்தாக்கு ரெஃபர் பண்ண வேண்டியது தான். அங்க டிரிபிலிகேன்ல பார்த்தாவ போட்டு என்ன பண்றானுக தெரியலயே. எப்பா பார்த்தா இருக்கியா” எனத் தெய்வ சம்பாஷனையில் கேட்கும்போத ‘பல்லாண்டு பல்லாண்டு பல்லாயிரத்தாண்டு பலகோடி நூறாயிரம் மல்லாண்ட திண்தோள் மணிவண்ணா! உன்சேவடி செவ்வித்திருக்காப்பு’ எனக் காம்போதி ராகத்தில் திருப்பல்லாண்டு இசைக்கத் திருப்பாற்கடலில் இலக்குமியின் மடியில் பள்ளி கொண்டு இசையில் லயித்துக் கிடந்த எம் பெருமானுக்குத் துயில் களைய மனம் வரவில்லை.

மீண்டும் ‘எப்பா பார்த்தா’ என்று கபாலி குரல் கொடுத்தபோது தான் லேசாகக் கண்களை விழித்தான் பார்த்தா. விழித்த அடுத்த கணமே பர்த்தாவுக்குத் தலை சுற்றியது. ஒரு நீண்ட வரிசையில் ஜனக் கூட்டம் பற்பல கோரிக்கைகளுடன் காத்திருந்தது. அந்த மக்களின் மனங்களைப் படித்த பொழுது பர்த்தாவுக்கு இனம் காணாத புன்னகை தவழ்ந்தது.

‘உனக்காக நான் எழுதிய திரைக்கதையில் நீ வேண்டியது யாவையும் சேர்த்திட்டு என் சுவாரஸ்யத்தை நானே கெடுப்பானேன்’ என்று கீதையின் நாயகன் ஒவ்வொரு முறையும்

நாம் வேண்டித் தவிக்கும் போது கொள்ளும் பொன் சிரிப்பைக் காணக் கடவு உள்ளம் ஒன்று நிச்சயம் செய்திடத் தான் வேண்டும்.

'நேற்று வாழ்த்தியவர்கள் இன்று தூற்ற, இன்று தூற்றியவர் நாளை வாழ்த்த உங்கள் அன்பில் நான் என்றும் மேனி சிலிர்த்துப் போவேன் ஆம் உங்கள் மீது நான் எப்போதும் கோவம் கொள்வதே இல்லை நீங்கள் ஏசினாலும் புகழ்ந்தாலும் என்றும் மாறாத அன்பு கொள்வேன் இதுவும் ஒருவகை அன்பு தானே. பிள்ளைகளிடம் பெற்றோர் காட்டும் அன்பினை பாசம் என்கிறோம். சகோகளிடம் பரிமாறும் அன்பின் பெயரைச் சகோதரத்துவம் என்போம், சக நண்பனிடம் கொடுக்கும் அன்பின் பெயரை நட்பு என்றும், துணையிடம் வெளிப்படுத்தும் அன்பின் பெயரைக் காதல் என்றும், தாய்நாட்டின் மீது கொண்ட அன்பினை தேசப்பற்று என்போம், சக மனிதரிடம் பரப்பும் அன்பை மனிதம் என்கிறோம் இவையனைத்தும் என்னுள் கொண்டு நீ மருகும் அன்பின் பெயர் ஆன்மீகம் ஆகின்றனவே அப்படி இருக்கையில் உன் மீது எக்காலமும் எனக்கு வெறுப்பு உண்டாகாது' எனப் பார்த்தா மொழிந்திட அந்த நயன மொழியை அவன் மட்டுமே அறிவான்.

புரோகிதர் சொன்னது போல் செய்யக் காத்திருந்தான் ஆடியபாதம். ஞாயிறு சனியைக் கடக்க ஐந்து நாட்கள் ஆகிப்போனது. ஆடியபாதம் மறுக்காமல் மறக்காமல் பர்த்தாவைக் காண வந்தான் துளசி மாலையுடன். அவனைக் கண்டதும் பார்த்தாவுக்கு அதிர்ச்சி. உடனே தெய்வ சம்பாஷனையில் கபாலியை அழைத்தான்.

“என்னப்பா உன் கிளையண்ட்ட என்னான்ட தள்ளி விட்ட ”

“ஆமாபா ரொம்ப பண்றான் பா திட்றது கூட பரவாயில்லை. செஞ்சதலாம் சொல்லிகாட்றாம் பா இவனலாம் ஸ்பெஷல் டிக்கெட் வாங்கினு யார் வந்து பாக்க சொன்னது. நீயே டீல் பண்ணிக்க”

“ஏன்பா இது உனக்கே நல்லா இருக்கா”

“நீ தான்பா! இவனுக இன்ன பண்ணாலும் கோவமே வராதுன்னு சொன்ன”

“அதுக்காக இப்படியா பா பழிக்கு பழி வாங்குவ”

“சின்ன பிள்ளலருந்து இந்த மாறி விஷயங்கள்ல நீ தானபா என்ன காப்பத்துவா”

என்று கபாலி கூறுகையில் பார்த்தாவுக்கு கொஞ்சம் கலக்கம் உண்டானது. அவன் குழப்பத்தை எப்படித் தீர்ப்பது என்று யோசித்த பொழுது மாயவதாரன் பார்த்தா முன் பூமாலையுடன் புன்னகித்தான். பார்த்தா, ஆடியபாதத்தையும் மாயவதாரனையும் உற்றுப் பார்த்தான். ஏதோ ஒரு கணக்கை அவன் போட்டுவிட்டான் போலும். சிரிப்பை அடக்க முடியாமல் தவித்தான் பார்த்தா. மெள்ள மாயவதாரனை பார்த்தான் பார்த்தா. அவன் பார்த்த நொடியே மாயவதாரன் கண்கள் ஆடியபாதத்திடம் சரணடைந்தது. ஆடியபாத்தின் மனச் சஞ்சலங்களை அவிழ்க்க அருகிலிருந்த மாயவதாரன் கண் சிமிட்டாமல் பார்த்தான் அவன் கண்களைத் திறந்த அடுத்த கணமே “ஐயா ! எதுவும் பிரச்சினையா வாழ்க்கையே வெறுத்த மாறி இருக்கீங்க” என்றான்.

“வாழ்க்கையில நிறையா பார்த்துட்டேன் தம்பி. இனி நான் பாக்க ஒன்னுமில்லை” என ஆடியபாதம் சொல்லி முடிப்பதற்குள் மாயவதாரன் சடசடவென பாய்ந்தான்.

“அப்படி என்னங்கய்யா நீங்க பார்த்துருகீங்க. ம்ம் சொல்லுங்க. அனாதையா இருந்துருகீங்களா! மூனு வேல சோறு இல்லாம இருந்துருகீங்களா! தங்குறதுக்கு காணி நிலம் இல்லாம இருந்துருகீங்களா! உடுத்த கோவணம் கூட இல்லாம இருந்துருகீங்களா! கண்ணில்லாம இருந்துருகீங்களா! காலில்லாமா இருந்துருகீங்களா! இல்ல கை இல்லாம தான் இருந்துருகீங்களா! சரி அத விடுங்க சார். நீலக்கடல்ல நீண்ட கப்பல் பயணம் பண்ணீருங்கிங்களா! இமய உச்சத்தை தொட்டு உயிர் காற்ற சுவாசிச்சிருக்கீங்களா ! நடுக்காட்டுல நின்னு இயற்கைய ரசிச்சுருகீங்களா! இல்ல கண்ணியாகும-

ரில இருந்து காஷ்மீர் வரத் தான் சுத்திருகீங்களா! சொல்லுங்க எதாவது செஞ்சுருங்கீங்களா!"

"எதுவும் செஞ்சது இல்லீங்க"

"அப்ப நம்ம இத சொல்ல?"

"தகுதி இல்லீங்க.... தம்பி" என ஆடியபாதம் கூறும்பொழுதே அவர் உடம்பு கூசியது.

"தப்பா எடுத்துக்காதிங்க. நான் சொன்ன எல்லாம் எனக்கு நடந்ததில்ல செஞ்சதில்ல ஒன்னு இரண்டு அவ்வளவு தான். வாழ்க்கையில எல்லாருக்கும் எல்லாமும் அமைஞ்சுரது இல்லை. அது நல்லதும் சரி கெட்டதும் சரி. கொஞ்சம் கஷ்டம் இருந்தா தான் வாழ்க்கை சுவரசியமா இருக்கும் இல்லனா சலிச்சு போயிரும்னு நான் வியாக்கியானம் பேச விரும்பல. கஷ்டமோ சந்தோஷமோ அத சரியா பாக்குற மனசு தான் வேணும். நீங்கலாம் கோயிலுக்கு போய் அது வேணும் இது வேணும் கேப்பீங்க. நான் என் பாரதி மாறி வல்லமை தாராயோனு கூட கேக்க மாட்டேன். நீ நல்லாருக்கியா சந்தோஷமா இருக்கியா நீ கொடுத்ததலாம் நல்லா இருக்குனு நன்றினு சொல்லிட்டு வந்துருவேன்" எதோ ஆண்டாண்டு காலமாகப் பழகியதை போல முதல் சந்திப்பிலே அவர்களுக்குள் நடந்த உரையாடல் இருவருக்கும் பெரும் நெகிழ்ச்சியைத் தந்தது. இருவரும் மனம் விட்டுப் பேசிக் கொண்டு இருந்தார்கள். நடு நடுவே மாயவதாரனை ஏற இறங்கப் பார்த்துப் போனார்கள். இன்னும் சிலர் ஜாடைகள் செய்தார்கள். அதை எல்லாம் இருவரும் பொருட்படுத்தவில்லை. ஆடியபாதம் தன் அடி மனதில் அரித்துக் கொண்டிருந்த அனைத்தையும் மாயவதாரனிடம் கொட்டி தீர்த்தான். இருந்தும் தன் மகளுக்காக மிகவும் சிரத்தை எடுத்துச் சாதி பார்த்து சமயம் பார்த்து குலம் கோத்திரம் பார்த்து நாள் நட்சத்திரம் பார்த்து காசு பணம் பார்த்து அழகு தேகம் பார்த்துத் தேடிக் கிடைத்த மாப்பிள்ளையை வெறும் நூறு சவரன் தங்கப் பிண்டத்திற்காக அந்த அரிய வாய்ப்பை இழந்து விடுவோமோ எனத்

தவித்துக் கொண்டிருக்கும் தன் மனதின் இன்னொரு அறை-யைத் திறக்க ஆடியபாதத்திற்கு மன வரவில்லை ஆனால் பார்த்தா விடுவானா அவன் மனக்குமுறலை அவன் கண்க-ளில் சுட்டிக் காட்டினான். அதை அவன் வாயாலே கூறவும் வைத்தான்.

“தம்பி! என் பொண்ணுக்கு ரொம்ப நாள் கழிச்சு இப்ப தான் நல்ல வரன் அமஞ்சுருக்கு மாப்புள்ள அமெரிக்கால பெரிய கம்பேனில வேல பாக்குறாரு கை நிறைய சம்பளம். வெறும் நூறு பவுன் தான் கேக்குறாங்க. அதான் காஞ்சிபுரம் பக்கத்துல இருக்கிற என்னோட இடத்தை விக்கலாம்னு. மூனு மாசமா நாயா சுத்துறேன். ம்ஹூம் யாரும் வாங்க-மாட்ராங்க” என இதைச் சொல்லி முடிக்கையில் ஆடியபா-தத்தின் முகம் சோர்ந்து போய் கிடந்தது.

“நல்ல வரன் சொன்னீங்க அப்புறம் எதுக்கு நூறு பவுன் கேக்குறாங்க. ஓ காசு பணம் நிறைய வச்சுருக்குறவங்க நிறைய கேட்ட தான் நல்ல வரனோ” என்று மாயவதாரன் நகைக்க அவன் நகைச்சுவை உணர்வை ரசிக்க முடியாமல் தவித்தான் ஆடியபாதம்.

“கோச்சுகக்காதீங்க சும்மா தமாசு தான். இப்ப என்னங்க உங்க இடத்த விக்கனும். கவலைய விடுங்க நான் வாங்கி-ரேன் ”

இந்த உரையாடலின் நடுவே வந்துட்டான் சண்டாளன் எனக் குரல்கள் வலுத்தன. கோயில் என்று பாராமல் கூட மாயவதாரன் கன்னம் பழுக்கக் காது புடைக்க இரண்டு பரி-சுகள் விழுந்தன. ‘இவன் மாலை கொடுத்துத் தான் நாங்க தரிசனம் பண்ணனுமா. இவன் இனிமே இவன் வரக்கூடாது. கண் தெரியாத காது கேட்காத அனாதைக கட்டி கொடுக்குற பூவலாம் சாமிக்கு போட கூடாது. இவன மொதல்ல அடிச்சு துரத்துங்க” என அந்த காலைப் பொழுதே பெருங் கவலை-யானது. அவர்களை ஆசுவாசப்படுத்தி மாயவதாரனை தனி-மைப்படுத்த வெகு நேரம் பிடித்தது.

தன் தாய் செய்த தொண்டை; தன் தாய்க்காக, பெரியாரிடம் பகுத்தறிவு பெற்ற போதிலும் கோடி கோடியாக சம்பாரித்த பிறகும் தன் தாய் தன்னை நீங்கிய பிறகும் அந்த தொண்டினை அவன் தொடர்ந்து செய்து வருகிறான். அவன் சூட்டும் மாலையை மட்டுமே ஏற்பேன் என்று அடிக்கடி பார்த்தா அடம்பிடிப்பதால் மாயவதாரன் இப்படி சில பல பரிசுகளைப் பெறுவது உண்டு. மாலையில் மயிரிழைகள் இருந்தும் நாச்சியார் சூட்டிக் கொடுத்த பூமாலையைத் தான் அணிவேன் என்றவனாயிற்றே அந்த மாயவன். அன்பென்று வந்துவிட்டால் அவன் திமிருக்கு அளவுகோல் ஏது. அந்த நிமிடங்களை ஆடியபாதத்தால் அவ்வளவு எளிதாகக் கடக்க முடியவில்லை.

“ஏன்பா தம்பி! இவங்க பண்ணது உங்களுக்கு கோபமே வரலீங்களா!” என ஆடியபாதம் மிகவும் குரல் தழுக்க தன்மையுடன் கேட்டார். அதற்குச் சற்றும் தாமதிக்காமல் புன்னகை பூத்தவாரே கூறினான் மாயவதாரன்.

“ஐயா! புத்தனோட அன்ப பெற எந்த தகுதியும் தேவ இல்ல ஆன புத்தனோட கோவத்த பெற சில தகுதி வேணும். ஏன்னா புத்தன் குலைக்கிற நாய்கிட்ட கூட அன்பா தான் இருப்பான்” என்று கூறும் போது அவன் முகம் புத்தனின் தேஜஸை தாங்கியிருந்து.

“உங்க சித்தாந்தத்த புரிஞ்சுக்குற அளவுக்கு எனக்கு சக்தி இல்லை”

“சரி அத விடுங்க உங்க இடம் எங்க இருக்கு நான் வாங்கிரேன். நான் மாற்று திறனாளி மாணவர்களுக்கு ஒரு இசை கல்லூரி வச்சுருக்கேன், என்னோட பசங்களுக்கு அங்க நல்ல இட வசதி இல்லை அதுனால உங்க இடம் வசதியா இருக்கும் நினைக்கிறேன்."

“வேணாம் தம்பி அந்த இடம் வாஸ்து படி சரியில்லை. அந்த இடத்த வாங்குனதுல இருந்து எந்த காரியமும் விளங்கல. நீங்க வேற நல்ல விஷயத்துக்குகாக கேக்குறீங்க”

“வாஸ்து பார்த்து நல்ல விஷயம் எதுவும் நடக்குறதில்ல மனச பார்த்து தான் சார் நடக்கும்.. ஒன்னும் பிரச்சினை இல்லை நான் வாங்கிரேன்”

“எனகென்னமோ மனசே கேட்கல”

“நான் வாங்கிரேன் அவ்ளோதான்”

“ரொம்ப சந்தோஷம் தம்பி”

“என் பொன்னு கல்யாண பத்திரிக்கை முத உங்களுக்கு தான். நீங்க மனைவி பிள்ளைகளோட வரனும்”

“நீங்க வேற! நமக்கு அந்த மாறி தொல்லை எல்லாம் இல்லை. சந்தோஷமா இருக்குறத பார்த்தாலே தெரிய வேனாமா” இந்த வரிகளைக் கேட்டவுடனே பர்த்தாவுக்குத் திடுக்கென ஆகியது.

“இவன் கல்யாணம் பண்ணாமா நமக்கே டிவிஸ்டடிப்பான் போல விடக்கூடாது நானும் கபாலியும் அனுபவிக்குறத இவனும் அனுபவிக்கனுமே! இவனுக்கு என்னா ஸ்கிரிப்ட் எழுதுனோம்“ என நினைத்து பார்த்தவுடன் சிரிப்பு பொங்கிற்று

“அதான பார்த்தேன்” என்று சிரிப்பை அடக்க முடியாமல் தவித்தான். திடிரென ஆடியபாதத்தின் கைப்பேசி அழைத்தது. எதிர் குரலில் “ஏன்யா இன்னும் ரெடி பண்ணலயா!! அவங்களுக்கு நூத்தம்பது பவுனுக்கு சம்பந்தம் வந்துருக்காம் அதுனால உங்க சம்பந்தம் வேணாம் சொல்லிடாங்க.”

ஆடியபாதத்திற்கு இதயமே இரு துண்டாகிப் போனது. அதைத் தொண்டை கவ்வ மாயவதாரனிடம் கூறினான். அதைக் கேட்டவுடன் “ஒ அவுங்களுக்கு இப்ப நல்ல வரன் கிடைச்சிருச்சு போல” என தன் வருத்தங்களைப் பதிவு செய்தான் மாயவதாரன். நாட்கள் சென்றன சில வியாழன்களும் பல சனிகளும் உருண்டோடின. வழக்கத்தை விட அன்று ஆடியபாதம் தயக்கத்துடன் காணப்பட்டான். மாயவதாரனிடம் எதோ ஒன்றை மொழிய முற்பட்டான் வார்த்தைகள் சிக்கின காலம் தாழ்த்துவது நல்லதுக்கு அழகல்ல

என்று “உங்கள மாப்பிள்ளைனு கூப்டலாமா”

மாயவதாரன் முகத்தில் மௌனம் குடி கொண்டது. அது வெகு நேரமாக நீண்டது. பார்த்தா அதைக் கண்டு சிரிக்க ஆடியபாதத்திற்கு கபாலியின் ஞாபகம் வந்தது. தாமதிக்காமல் அவனைக் காணச் சென்றான். பல நாட்கள் கழித்து வருகை தரும் ஆடியபாதத்தை கண்டு கருவறையில் அமர்ந்திருந்த கபாலி கொஞ்சம் ஆடி தான் போனான்.

“இன்னிக்கு என்ன பண்ண போறானோ” என்று பதட்டத்துடனே இருந்தான் கபாலி. வேகமாக வந்தவன் அந்த வார்த்தைகளை உதிர்த்து விட்டு வந்த தடம் தெரியாமல் சென்றான். ஆனால் அந்த வார்த்தைகள் அவன் சென்ற பிறகும் அந்த கருவறையில் ஒலித்தது. அப்படி அந்த கபாலியையே மயக்கிட்ட அந்த சொற்றொடர் “நன்றி இறைவா!!!!!”

9

நயன மொழி

‘படார்’ எனக் கீழே விழுந்தான் கயிறு அறுந்துவிட்டது போலும் இடுப்பு முறிந்திருக்கக்கூடும் ஆனால் அது நடக்கவில்லை கொஞ்சம் வருத்தம் தான் கார்க்கிக்கு “என்னாடா இது சாவு கூட நமக்குச் சதி பண்ணுது தூக்குல தொங்கி போய் சேரலாம்னா இப்படி ஆயிருச்சு... ச்சீ”

எனத் தன்னை தானே நொந்து கொண்டு புலம்பினான். நள்ளிரவு இரண்டு மணி இருக்கும் சாகவும் முடியாமல் தூங்கவும் முடியாமல் தத்தளித்தான். இவன் புலம்பலைப் பார்த்தவர்களுக்கு ‘இவன் செத்தே போயிருக்கலாம்’ என்று தான் தோன்றும் ஆனால் அதற்கும் ஒரு கொடுப்பனை வேண்டுமே அது தான் இவனுக்கு வாய்க்கவில்லையே. இவன் செத்தாலும் இவனுக்காகக் கண்ணீர் சிந்த ஆளில்லாத போது இவன் வாழ்ந்து யாருக்கென்ன லாபம் ஒருவேளை இவன் நண்பர்கள் அருகிலிருந்திருந்தால் அந்த அபிப்ராயத்தை மாற்றிக்கொண்டிருப்பானோ என்னவோ அதற்கும் கொடுத்து வைக்கவில்லை இருவரும் குடும்பஸ்தன் ஆகிவிட்டார்கள்.

செய்து வந்த வேலையும் இல்லை காதலித்த காதலியும் இல்லை. கல்யாணம் செய்து வைக்கக்கூட ஆளில்லை என விரக்தியினால் தான் சாகவும் துணிந்தான் ஆனால் சாவுக்-

குக் கூட இவனைக் கண்டால் பிடிக்கவில்லை என்ன காரணமோ யாருக்குத் தெரியும்.

புலம்பிக் கொண்டே தூங்கிவிட்டான் விடியலும் வந்தது கதவைத் தட்டியது திறந்து பார்த்தான் பக்கத்து வீட்டு நாராயணன் தான் அது “தம்பி! குடும்பத்தோட திருப்பதி போறோம், வர நாலஞ்சு நாள் ஆகும் யாரவது கேட்டாங்கனா சொல்லிருங்க தபால் வந்தாலும் வாங்கி வைங்க தம்பி” எனச் சொல்லிவிட்டுச் சென்றுவிட்டார்.

“இது வேறயா” எனத் தலையில் அடித்துக் கொண்டு உள்ளே போனான், கைப்பேசி அழைத்தது அழைப்பில் அவன் நண்பன்.

“என்னடா எப்படி இருக்க? பேசி ரொம்ப நாளாச்சு, நல்லா இருக்கியா!”

“நேத்து நான் சூசைடு பண்ண டிரை பண்ணேன்”

கரகரத்த குரலில் “என்ன! என்ன சொன்ன!”

“தூக்கு மாட்டி தற்கொலைக்கு முயற்சி பண்ணேன் கயிறு அருந்துறுச்சு”

கோவமாக “டேய்! நீ என்ன லூசா இப்ப எதுக்கு நீ இப்படிலாம் பண்ணிட்டு இருக்க?”

“என்னால முடிலடா காதலிச்சவலும் வேணாம்னு வேரொருத்தன கல்யாணம் பண்ணிட்டு போய்ட்டா இருந்த வேலையயையும் தூக்கிட்டாய்ங்க இனி என்னடா பண்றது நான் இந்த உலகத்துல இருந்து என்ன பண்ண போறேன்”

“டேய் சாவு எல்லாருக்கும் வர தான் போது அது எப்ப வருதுனு தெரியாம இருக்கறதுல தான் சுவாரஸ்யமே.... உன்ன வாரி அனச்சுக்க அவன் விரும்பல அதுனால நீ இந்த பூமிக்கு பாராமா இருந்து தான் ஆகனும். முட்டாள்தனமா யோசிக்காம வேற வேலைய தேடு”

“நீ எவ்ளோ சொன்னாலும் என் மனசு ஆற மாட்டேங்குது. எனக்கு மட்டும் ஏன்டா இப்படி நடக்குது”

“டேய் எல்லாரும் இங்க நொம்பலத்துல தான்டா இருக்கோம் இதலாம் சமாளிச்சுட்டு தான்டா முன்னேறனும்...

ரோட்ல போய் ஒவ்வொருத்தன் முகத்தையும் பாரு ஆயிரம் கத சொல்லும்''

``இருந்தாலும் எனக்கு வந்த தனிமையும் வெறுமையும் என்ன கொல்லுதுடா!''

``இங்க பாரு ஒன்னுமில்ல சௌஹந்திய அவுங்க அம்மா-கிட்ட சொல்லி உனக்கு நல்ல பொன்னா பாக்க சொல்லி-ருக்கா அடுத்த மாசம் நாங்க இந்தியா வறோம் வந்து உன் கல்யாணத்த முடிச்சிட்டு தான் மறுவேளை சரியா... அது-வரைக்கும் மனச போட்டு குழப்பிக்காமா டூரு கீரு போய்ட்டு வா நம்ம படிக்கும் போது போவம்ல அங்கலாம் போ''

``ம்ஹூம்''

``டேய் சொல்றத கேளு போய்ட்டு வா நாங்க ஊருக்கு வரதுக்கும் நீ போய்ட்டு வர்றதுக்கும் கரக்டா இருக்கும்... பணம் இருக்க இல்லனா அம்மாகிட்ட வாங்கிகோ''

``இல்ல அதலாம் இருக்கு''

``சரி பாத்துக்க நான் நாளைக்கு போன் பண்றேன் பாய்''

``ம்ம் சரிடா பாய்''

வெகுவாக யோசித்தான் ``ம்ம்! அவன் சொல்றத தான் கேட்போமே, அங்க போனானாச்சும் எதாவது வழி கிடைக்-குத்தாணு பார்ப்போம், போய் சேர்றதுக்கு'' என முணுமு-ணுத்தான்.

கையிலிருந்த பணத்தையெல்லாம் அள்ளி போட்டுக் கொண்டு கிளம்பினான்.

மறுமுனையில் ராதா கதறிக் கொண்டிருந்தாள் ``ஏங்க நமக்குத் தான் குழந்தை பொறக்க போதுல அப்புறம் இது எதுக்குங்க நமக்கு, பேசாமா இத எங்காவது அனுப்பிவி-டுங்க''

``ஏய் பாவம்டி வாயில்லா பூச்சி அதுப்பாட்டுக்கு இங்க இருக்கட்டுமேடி'' என்றான் ரங்கநாதன்.

``முடியவே முடியாது எனக்கு இது இங்க இருக்கக்கூடாது எங்காவது போய் தள்ளிவிட்டு வாங்க'' இருவரின் சம்-பாஷனைகளும் கண்மணிக்குப் புரிந்துவிட்டது போலும்

வெளியே சென்றாள். சில வேடிக்கை மனிதர்களைப் பார்த்துக் கொண்டிருந்தாள். மறுபடியும் உள்ளே சென்று ஒரு ஓரமாக அமர்ந்தாள். இன்னும் அதே பேச்சுதான் "நம்மள பிடிக்கல போல" என்று தனக்குள்ளே பேசிக் கொண்டாள்.

"சரி சரி கொண்டு போய் விட்டுரேன். நீ கொஞ்சம் வாய மூடுறியா தாயே" என அலுத்துக் கொண்டான் ரங்கன்.

எங்கே கொண்டு போய் விடுவது என ரங்கனுக்குக் குழப்பம் எங்காவது போய் தொலைத்துக் கொண்டு தான் வரனும் என முடிவு கட்டினான்.

"கண்மணி! வா போகலாம் அப்பா உன்ன வெளிய கூட்டிட்டு போரேன்" அதற்கு என்ன தெரியும் வாய் பேசத் தெரியாத ஒரு அற்ப ஜீவன் ஆனால் இரண்டு கண்கள் இருக்கிறதே அதில் எல்லாம் தெரிகிறதே கண்மணியின் கண்களில் நீர் தேங்கியது இருந்தும் தந்தை சொல் கேட்டு பின்னே ஓடியது.

இரவு பத்தாகிவிட்டது இருவரும் காரில் ஏறிப் புறப்பட்டனர். வழியில் எங்கே விடுவதென ரங்கனுக்கு ஒரே குழப்பம். சட்டென இவர்களைக் கடந்து சென்றது பேருந்து. காரும் சரிசமமான வேகத்தில் சென்று கொண்டிருந்தது. பேருந்தின் ஜன்னல் வழியே ஒன்று அடிக்கடி எட்டிப்பார்த்தது பின்பு முற்றுமாகத் தலையை நீட்டிவிட்டது. இப்பனாச்சும் நமக்குச் சாவு வருதானு பார்ப்போம் என ஜன்னலின் வழியே பார்த்தபடி எண்ணிக் கொண்டிருந்தது.

"டேய் சாவனும்னா ரோட்ல வந்து சாவுடா" என கார்க்கியைப் பார்த்து முனங்கினான் ரங்கன் அப்போது தான் பேருந்தைக் கவனித்தான் 'பேசாமா, இங்க கொண்டு போய்விட்டுறுவோம் இது தான் கரக்ட்' எனப் பேருந்தைத் துரத்தினான்.

நள்ளிரவு ஒரு மணி இருக்கும் பேருந்து திருப்பதி பேருந்து நிலையத்தை அடைந்தது. நள்ளிரவானாலும் ஜனக்கூட்டம் அங்கும் இங்கும் அலைந்து கொண்டிருந்தன எதோ ஒரு தேடலுக்காகத் தான் அத்தனை கூட்டமும் சுற்-

றிக் கொண்டிருக்கிறது.

ஒரே களைப்பு கார்க்கி பேருந்து நிலையத்திலே அமர்ந்துவிட்டான். பக்கத்தில் குஜராத்தி மராத்தி என வட வாடை கொஞ்சம் தெலுங்கு வாடையும் அடித்தது.

ரங்கனும் பேருந்து நிலையத்திற்கருகே காரை நிறுத்தினான். கண்மணியை அழைத்துக் கொண்டு நிலையத்தை நிலை கொள்ளாமல் சுற்றினான். அப்போது கழட்டிவிடலாம் இப்போது ஏமாற்றிவிடலாம் என நப்பாசையிலிருந்தான் ரங்கன் ஆனால் கண்மணிக்குக் கொஞ்சம் புத்திக் கூர்மை அதிகம் அவன் நடையசைவை அப்படியே கவனித்து பின் தொடர்ந்தாள். இருந்தாலும் ரங்கனுக்கு அடித்தது யோகம் மூன்று பேருந்துகள் உள்ளே வந்தன. ஜனக்கூட்டம் முந்தியடித்து வந்தது. அதற்குள் நுழைந்தான் கண்மணியும் நுழைந்தாள். ஒருகட்டத்தில் கண்மணி 'நம்மள தான் பிடிக்கலயே' என்ற தன்னிலை உணர்ந்தாள். கூட்டம் மெள்ள கலைந்தது ரங்கனைக் காணவில்லை கண்மணி மட்டும் அங்கும் இங்குமாக அலைந்தாள். பேருந்து நிலையத்தையே சல்லடையிட்டு தேடினாள் கார் நிறுத்திய இடத்தில் கூட தேடிவிட்டால் ஆனால் எங்கும் காணவில்லை. கண்கள் சுருங்கின கண்ணீர் பெருக்கெடுத்தது கொஞ்ச நேரம் அங்கேயே அமர்ந்துவிட்டாள் அவளும் என்னதான் செய்வாள் அவளுக்குத் தான் தெரியுமே அதனால் தான் அப்பா இங்குக் கொண்டு வந்து நம்மை விட்டுவிட்டார் இனி நாம் யாரும் இல்லாத அனாதை சோறு போட்டு அரவணைக்க எந்த நாதியுமில்லை. அவன் விட்டுச் சென்றதில் தவறொன்றுமில்லை பெற்றால் தானே பிள்ளை, நாட்டில் அநேகம் பேர் இப்படி தான் செய்கிறார்கள் அதில் ரங்கன் மட்டும் விதிவிலக்கா என்ன? இனி யாரைத் தேடியும் பிரயோஜனமில்லை என தனக்கு தானே ஆறுதல் கூறிக்கொண்டாள்.

கதிரவன் கண்விழித்த நேரம், இன்னும் ஓயவில்லை மக்கள் கூட்டம் பரபரப்பாக இயங்கிக் கொண்டிருந்தது திருப்பதி. கார்க்கிக்கு முழிப்பு வந்தது. தலைமாட்டில் கண்மணி உறங்கிக் கொண்டிருந்தாள். அவளைப் பார்த்த கணமே சட்-

டென எழுந்தான். அவன் எழுந்த அதிர்வு அவளையும் எழுப்பிவிட்டடது.

கார்க்கி தன்னைதானே ஆசுவாசப்படுத்திக் கொண்டான். பையிலிருந்த வாட்டர் பாட்டிலில் வாயைக் கொப்பளித்து விட்டு ஒரு டீயும் பிஸ்கெட் பாக்கெட்டும் வாங்கி அங்கிருந்த பயணிகள் இருக்கையில் அமர்ந்தான். மெள்ள கண்மணியும் அவனை நோக்கி வந்தாள். அவனையே கண் கொட்டப் பார்த்துக் கொண்டிருந்தாள். பாவம் பசி போலும் இரண்டு பிஸ்கட்டுகளை கொடுத்தான் சாப்பிட்டுவிட்டு மறுபடியும் பார்த்தாள் இன்னும் இரண்டு கிடைத்தது.

ஏனோ தெரியவில்லை அவள் மீது இவனுக்கு அவ்வளவு கரிசனம் ஏதோ பெற்றெடுத்த பிள்ளையைப் போல ஆனால் அவளுக்கு அப்படி ஒரு நினைப்பு இல்லை இருக்கவும் வாய்ப்பில்லை. கண்மணி அவனையே சுற்றிச் சுற்றி வந்தாள் அவனுக்கும் ஒருவாறு கண்மணியைப் பிடித்திருந்தது கூட்டிக் கொண்டு போய் வளர்க்கலாம் என்று தோன்றியது "ஆனால் அவனுக்குப் பொறுக்காதே" என மலை உச்சியைப் பார்த்தான்.

அவளுக்கும் இவன் மேல் அளவு கடந்த அக்கறை தான், இரண்டு பேருந்துக்கு நடுவில் எலியைப் போல் சிக்கி கண நேரம் போய்ச் சேர்ந்திருப்பான் ஆனால் அவள் குறுக்கிட்டு ஓட்டுநரை அலற வைத்தாள். ஒரு வழியாக இவன் வெறுமையும் தனிமையும் அவளால் மறைந்தது.

கார்க்கி இப்போது தயாராகினான், "மலைக்கு பஸ்ஸில் போகலாமா அல்லது நடைபாதை வழியாகப் போகலாமா" என்று ஒரு சின்ன குழப்பம். பிறகு "சீக்கிரம் மலைக்குப் போய் என்ன செய்ய போறோம்" என்று மலைப்பாதை வழியா போகலாம் என முடிவெடுத்து நகர்ந்தான்.

திருப்பதி அருகிலுள்ள அலிபிரி சோதனை சாவடியை நெருங்கினான் அதுவரை கண்மணியும் அவனை பின் தொடர்ந்து வந்தவள் இப்போது காணவில்லை அவனுக்கு ஒன்றும் புரியவில்லை. மேலும் சோதனை சாவடியில்

சோதனைகளை முடித்துக் கொண்டு மலைப்பாதையில் ஏற தயாரானான். ஒரு நிமிடம் திரும்பிச் சுற்றும் முற்றும் பார்த்-தான் கண்மணியைக் காணவில்லை.

எங்கே போனதென்று தெரியவில்லை ஏனோ அவனுக்கு இனம்புரியாத பிணைப்பு. உண்மையிலே அது ஒரு இனம்பு-ரியாத நயன மொழி. இருவருக்கும் பூர்வ ஜென்ம பந்தமாக இருக்கலாம். அந்த ஏகாந்த பார்வை, கண்கள் பேசும் நயன மொழி அந்த ஆத்மார்த்தமான உடல்மொழி என அவள் கனிவான சம்பாஷனை அவனை என்னவோ செய்தது. காலையில் அவன் காலைச் சுற்றியே வந்து கொண்டிருந்த-வள் இப்போது காணவில்லை. நிரந்தரமற்ற வாழ்வில் நிரந்த-ரமான உறவுகள் கிடைக்க ஏங்குவது நியாயமில்லை தானே.

இன்னும் சுமார் பத்து கிலோ மீட்டர் இருக்கிறது ஏழு-மலையானைத் தரிசிக்க ஆகையால் மெள்ள நடக்கத் தொடங்கினான் ஒவ்வொன்றாக ரசிக்கத் தொடங்கினான். ரசனை இல்லாதவன் மனிதனே இல்லை தானே? சக பாத-சாரிகளை பச்சையிலைகளை பொன் மேகங்களை வண்-ணத்துப் பூச்சிகளை கலைநயமிக்க சின்னஞ்சிறிய வேலைப்-பாடுகளைக் கண்டு மெய்சிலிர்த்தான்.

நேற்று நடந்ததிலிருந்து மீண்டு வந்தாலும் ஏதோ ஒரு தனிமை அவனை வாட்டிக் கொண்டே தான் இருந்தது. ஓய்வு அறை வந்ததும் அவன் உடல் ஓய்வு கொண்டது ஆனால் அவன் மனம் நிலை கொள்ளவில்லை. மலை ஏற தொடங்கினான் பாபவிநாசனம் வந்தவுடன் ஒரு குளியல் பின்பு அண்ண பிரசாதம் கொஞ்சம் இனிமையான பாடல்-கள் எனப் புங்கை மரத்தடியில் குயிலின் இனிய கீதங்க-ளோடு அந்த மெல்லிய தருணங்களை ரசித்தான். திடீரென கண்மணி அவன் பின்னாலிருந்து வந்தாள் கொஞ்சம் ஆச்-சரியம் தான். இப்போது அவன் இதழோரம் ஒரு சிறிய புன்னகை. நமக்காக இறைவன் கொடுத்த வரமா என்ன "கூட்டிட்டு போய் நம்மளே வளத்துகலாமா, யாரவது வந்து கேட்டா? தேடுனா? தொலைச்சுட்டு போயிருந்தா? நம்மளயே

சுத்தி சுத்தி வருதே''

"ஏய் உன் பேரு என்ன, என்கூட வர்றியா'' அவளுக்குத் தான் பேச வராதே பேசாவிட்டால் என்ன அந்த கண்கள் பேசிய நயன பாஷை தான் அவளுக்குப் புரியுமே மெள்ள அவன் அருகில் வந்து தலையசைத்து பக்கத்தில் உட்கார்ந்-துகொண்டது.

"ஏய் மணி ஏய் மணி'' என ஒரு குரல் கூக்குரலிட்டுக் கொண்டே வந்தது கண்மணியைப் பார்த்து "ஏய் இங்க வந்-துட்டியா'' என வாயேடுக்கும் போது கார்க்கியைப் பார்த்து கொஞ்சம் திடுக்கிட்டாள் அந்த இளம்பெண். அவளுக்கு எப்படிப் பேர் தெரியும் கண்மணியும் சொல்லியிருக்க முடி-யாது ஒருவேளை அவளுக்குப் பிடித்த பெயராக இருக்க-லாம் ம்ம்.

"நீங்க தான் கூட்டிட்டு வந்தீங்களா!'' என்றாள்

"இல்லங்க நான் இல்ல''

"இல்ல காலைல இருந்து திரு திருனு முழிச்சிட்டு இருந்துச்சா, அதான் கேட்டேன்''

"இல்லங்க எனக்கு எதும் சம்பந்தமில்ல''

"ஃப் யூ டோன்ட் மைன்டு நான் கூட்டிட்டு..'' என இழுத்தாள்.

"தாராளமா'' என வாய் வார்த்தையாகச் சொன்னான்.

"யார யாரு தாரைவார்க்குறீங்க'' என்ற தொனியில் கண்-மணி அவர்கள் உரையாடலைப் பார்த்துக் கொண்டிருந்தாள்.

ஏனோ கண்மணிக்கு கார்க்கியைப் பிரிய மனமில்லை. அவனுக்கோ அவளைப் பிரிய மனமில்லை அவள் பேச்சு அவள் கண்கள் என அவனை மறுபடியும் காதலெனும் கடலில் தள்ளப்பார்த்தது. அவளுக்கும் கூட இவனை எங்கோ பார்த்த ஞாபகம் ஒருவேளை அவனைப் புகைப்ப-டத்தில் பார்த்திருப்பாள் அதை அவள் தாயே காட்டியிருப்-பாள்.

"ஏதோ நமக்குக் கடவுள் வரம் கொடுத்தான்னு நினச்-சோம் ம்ஹூம்'' என மனதிற்குள் நினைத்துக் கொண்டு

மேலே செல்ல ஆயத்தமானான்.

அநேகமாக வந்து சேர்ந்துவிட்டான் 'ஆஹா என்ன அழகு' மேலேயும் மக்கள் கூட்டம் அங்கும் இங்குமாக சுற்றிக் கொண்டிருக்கிறார்கள் யாரைத் தேடுகிறார்களோ ஒருவேளை அந்த பாலாஜியையா! அவனைத் தேட சன்னதிக்கு தானே செல்ல வேண்டும்.

இயற்கையின் கொள்ளை அழகும் அந்த பரவசமும் என்னமோ செய்தது. நடு நடுவே அவள் முகம் வந்து போனது. இப்போது அவன் மனம் வாழத் துடிக்கிறது அவள் கண்களுக்காக, அவள் பேச்சுக்காக, அவள் இதயத்திற்காக. கண்மணியைக் கூட மறக்கச் செய்த அவள் முகம் அவளைக் காண எத்தனித்தது. அவன் கீழே தான் இருப்பாள். அவனது சப்கான்ஷியஸ் சொல்லிக்கொண்டே இருந்தது அது அவனை கீழேயும் கொண்டு வந்து விட்டது. பார்வை அங்கும் இங்கும் பரபரத்தது.

திடீரென அவன் சமீபத்தில் அவளைப் போன்ற ஒரு கவிதை நிழல் உருவம் மெள்ள அருகில் வந்தது சட்டெனக் கண்மணி அவன் காலருகே தாவினாள். "உங்கள தான் தேடினோம் நீங்களே வச்சுக்கோங்க, அவளுக்கு உங்கள தான் ரொம்ப பிடிச்சிருக்கு" எனக் குமட்டு புன்னகையுடன் எனக்கும் தான் என்ற தொனியில் சொல்லிவிட்டு கண்மணியை அவனிடம் விட்டுவிட்டுச் சென்றாள்.

வேகமாகப் பாய்ந்தோடி வந்த கண்மணி அவன் மீது தாவினாள் 'படார்' எனக் கீழே சாய்ந்தான். முன்னங்கால்களால் அவன் மீது ஏறி அவன் முகத்தில் முத்த மழை பொழிந்தாள். அவனை தன் எச்சிலால் குளிப்பாட்டினாள். அவனுக்கும் அதில் மிக்க ஆனந்தம். அவனை முட்டி தள்ளி மூர்ச்சையாக்கினாள். வாலை ஆட்டிக் கொண்டே அவனைப் பார்த்துக் குரைத்தாள் கொஞ்சினாள் கூத்தாடினாள். அந்த வால் ரோமங்களால் அவனை வருடினாள். இடைவிடாமல் அவனைப் பார்த்துக் குரைத்துக் கொண்டே இருந்தாள் ஆனால் அவன் கண்களோ அவளையே பார்த்-

துக் கொண்டிருந்தது.

10

மௌட்டியம்

லாந்தர் வெளிச்சத்தில் வியர்க்க விருவிருக்கச் செக்கோடி தெற்காலே இருந்த ஒத்தையடி பாதையில் வெறிக் கொண்டு மட்டும் தேடி கொண்டிருந்தான் தருமன். நெற்றி முகமெல்லாம் வியர்வை உதிர்ந்து கொட்டியது. இரண்டு பக்கமும் கருவேலங்காடு சூழ்ந்திருந்ததால் தேடியது கிடைப்பதில் சிக்கல் இருந்தது. ஆளரவம் இல்லாத நிசப்தமான அந்தச் சாயங்கால வேளையில் யாரையோ கண்ணில் விளக்கெண்ணெயை விட்டதைப் போல தேடிக் கொண்டிருந்தான்.

"என்னணே இங்க என்ன பண்ணிட்டு இருக்கீங்க" அவ்வழியே சைக்கிளில் வந்த ஊர்க்காரன் கேட்டான்.

"என் மவன தேடிட்டு இருக்கேன் டா"

"ஏன் ணே என்னாச்சு"

"வீட்டில இருந்த இரண்டு பவுண் சங்கிலிய எடுத்து ஓடிட்டான்டா"

"என்னணே சொல்ற எதுக்கு அத எடுத்துட்டு ஓடுனான்"

"அடேய் அத சொல்லலாம் இப்ப நேரமில்லை அந்த நாய்க்கு என்ன நொரண்டு இருந்தா எடுத்துட்டு ஓடுவான் ஓடுகாலி பய" தருமன் ஆத்திரத்துடன் சொன்னான்.

"ஏய் தருமா உன்ன எங்கலாம் தேடுறது! இங்க என்ன பண்ணிக்கிட்டு இருக்க.... நீ என்னத்த வேனா பண்ணிட்டுப் போ. வர்ற ஞாயித்துகிழம என் ஒறம்பரை எல்லாம் ஒட்டுக்க

வராங்க, அதுனால அந்திக்கு காட்டு முயலா நாலு புடிச்சுகிட்டு வா சாராயத்துக்கு நல்ல இருக்கும். அப்படியே அணில் கிடைச்சாலும் பிடிச்சுக்கிட்டு வாடா. நீபாட்டுக்கு பொடக்காலி பக்கம் வந்து நின்றாத. என் தென்னந் தோப்பு வந்துட்டுச் சேதி சொல்லி அனுப்பு... விளங்குச்சா டா"

"ஆகட்டும்ங்க. நீங்க சொல்லிட்டா மறுபேச்சு ஏது"

"இந்த நக்கல் மயித்துக்கு ஒன்னும் குறைச்சலில்ல" கிளம்பியவன் முணுமுணுத்தவாறே 'பன்னி மேய்கிற நாய்க்கு தருமனு பேரு' தலையில் அடித்துக் கொண்டு புல்லட்டில் பறந்தான் பண்ணாடி.

"அவன விட்டு தள்ளுணே சல்லி பையன். நீ போய் தேடு நான் பொறத்தாண்ட வரேன்" சொல்லிக் கொண்டே சைக்கிளை மிதித்தவன் 'ஆமா! இவனுக்கு ஏது இரண்டு பவுன் சங்கிலி. இவனே ஒரு அன்னாடங்காட்சி. ம்ம் என்னமோ இடிக்குதே'. கையில் இடித்த சைக்கிள் ஹாண்ட் பாரை தள்ளி விட்டு யோசித்தான்.

"அன்னைக்குக் கடைசியா செக்கோடில இருந்து ஒரு லாரில ஏறி பொம்மிடிக்கு போனதா செவலை சொன்னான். பொம்மிடி ஸ்டேஷன்ல இருந்து மெட்ராஸ்க்கு இரயில் ஏறுனத பார்த்ததா பரமசிவன் சொன்னான். எட்டு வருசமா எத்தனையோ நாள் அவனும் வந்துருவான் வந்துருவான் நினச்சு மனசு கிடந்து அடியா அடிச்சிச்சு. ஆனா அவன் வரவே இல்லை. அவன் மேல திருட்டு பட்டம் கட்டி ஏன் என் புருஷன் விரட்டுனானு இன்னமும் புரியல. என் புருஷன் நாண்டுகிட்டதுக்கு அப்புறம் அந்த ஊருல இருக்கவே பிடிக்கல. பொழப்புக்கு இங்க வந்தேன் என் மவன் சாயல்ல யாரையாவது பார்த்த மனசு துடிக்கும். இப்பயும் அப்படி தான் என் மவன் சாயல்ல ஒரு தம்பிய பார்த்தேன் பிடிக்குறதுகுள்ள இப்படி ஆயிடுச்சு. என் மவன் பேரு மகிழ்ச்சி. எப்போதும் சிரிச்சிட்டே இருக்கனும்னு வச்சேன். அவன் குணத்துல தங்கம். யாருக்கும் எந்த கெடுத்தலும் நினைக்காத வெள்ளந்தி பய. அவன் எங்க இருந்தாலும் ராசாவாட்டம் இருக்கனும்... இருப்பான். அது தான் என்

ஆசை. அவன ஒரு மட்டும் பார்த்துட்ட என் கட்ட வெந்-துரும்". சென்னை தார் ரோட்டில் மகனைத் தேடி அலைந்து மயங்கிக் கிடந்தவளை இவ்வளவு வியாக்கியானமாகப் பேச வைத்தது புத்திர சோகம் தான். மூக்கம்மாள் மொத்தத்-தையும் சொல்லி முடிக்கும் போது காவிரி அவள் கண்-களில் தாரை தாரையாகக் கொட்டியது. அதைக் கேட்-டுக் கொண்டே தன் ஹாண்ட் பேக்கில் இருந்த தண்ணீர் பாட்டிலை எடுத்துக் கொடுத்தாள் அவள். மூக்கம்மாள் பஸ் ஸ்டாண்டில் மயங்கி விழுந்த போது பாந்தமாக அவளை மடியில் வைத்து மயக்கத்தைக் கலைத்தவள் இவள் தான்.

மூக்கம்மாளையே உத்து உத்து பார்த்து விட்டு மனதுக்-குள் புன்னகையை பூத்தபடி ஒரு நீண்ட பெருமூச்சு விட்டு தன் அஞ்ஞாதவாச வரலாற்றைச் சொல்லத் தொடங்கினாள். மகாபாரதத்தில் பாண்டவர்களின் அஞ்ஞாதவாசத்தில் ஊர்-வசியின் சாபத்தால் அர்ஜுனன் செய்த வாசம் கொஞ்சம் கொடுமையானது தான். பிருஹன்னலையாக ஓராண்டுக் காலம் அர்ஜுனன் சந்தித்த துன்பங்கள் ஏராளம். அதைப் போல இவளும் தான் ஆனால் ஓராண்டு சாபமாக அதைச் சுருக்கிட முடியாத பெரும் சாபத்தை அவள் பெற்றிருந்தாள்.

"நானும் அப்படித்தான். எனக்கு பதினஞ்சு வயசு இருக்-கும் போது வீட்ட விட்டு ஓடி வந்தேன். பிறப்பால ஆம்ப-ளயா பொறந்தா நான் என்ன காரணமோ பெண்ணா உணர ஆரம்பிச்சேன்.மஞ்சள் தேச்சேன், வளையல் போட்டேன், சேலை கட்டுனேன். ஒரு நாள் அப்படி தான் சேலை கட்டி பார்க்கும் போது என் ஐயன் பார்த்தாரு அப்புறம் அடிச்சாரு. திட்டுனாரு. நான் எவ்வளவோ சொன்னேன் என் ஐயன் என்ன புரிஞ்சுக்கவே இல்லை.

'நீ ஆம்பளடா உன்ன நீ மாத்திக்கனு சொன்னாரு' அவருக்கு புரியல முடியாதுங்கறதுக்கும் முடியலைங்கறதுக்-கும் உள்ள வித்தியாசம்.

எவ்வளவோ பேசியும் முடியாம ஓஞ்சு போனவரு கடை-சியா என்ன காரியம் பண்ணணும் முடிவு செஞ்சாரு. அதான் கவுரவக் கொலை. இத தெரிஞ்சுகிட்டு வாழனுங்குற

ஆசையில அன்னைக்கு நான் சென்னைக்கு ஓடி வந்தேன்". கண்ணில் நீர் கமழ அவள் கூறி முடிக்கையில் மூக்கம்மாளின் கண்களிலும் நீர் கசிந்து இருந்தது. அவள் கண்ணனின் சூழ்ச்சிக்காகவோ பீஷ்மனின் வீழ்ச்சிக்காகவோ இந்த தோற்றத்தை அடையவில்லை. குரோமோசோம்களின் எதோ சில குரோதத்தினால் நிகழ்ந்தவை என்று அவளால் யாரிடமும் புரிய வைக்க முடியவில்லை.

அன்று சென்னைக்கு ஓடி வந்தவள் தன்னை பெண்ணாகப் பாவித்து கொஞ்சம் சுதந்திரத்துடன் சுற்றித் திரிந்தாள். 'பெண்ணுக்கு ஏதுடா சுதந்திரம்' என்பதைப் போல அவளைத் துரத்தினார்கள். ஒரு முறை அவளை வலுக்கட்டாயமாகக் கடத்தி சென்று பாலியல் வன்புணர்வு செய்ய இரண்டு தடித்த ஆண் மிருகங்கள் துணிந்தது. யாரோ பின் தொடர்வதை உணர்ந்தவள் நடையில் வேகத்தைக் கூட்டினாள். அவளை பின் தொடர்ந்து குண்டு கட்டாகத் தூக்கிச் சென்றவர்கள் அர்த்த சாமத்தில் அவள் ஆடையை உருவி எடுத்து அம்மணமாக்கினார்கள். மனதால் பெண் என்ற போதும் உடம்பால் ஆண் தானே. இதை அறிந்த போது வெறுத்துப் போனவர்கள் தன் காம இச்சையைத் தணிக்க முடியாத கோபத்தில் அவள் முகம் தாவாக்கட்டையை உடைத்தார்கள். தன் சூட்டைத் தணிக்காத அவள் மர்ம உறுப்பில் எட்டி எட்டி இருவரும் உதைத்ததை அவள் இன்னமும் மறக்கவில்லை. நிர்வாணமாக முகமெல்லாம் இரத்த வெள்ளத்தில் அனாதையாகக் கிடந்த அவளைச் சொறி நாய் ஒன்று ஆசுவாசப்படுத்தியது. வாலுள்ள சொறி நாய்.

மூன்று வருடங்கள் கழித்து சிறுக சிறுக சேமித்து வைத்திருந்த பணத்தில் தன் பெண்மையை முழுமையாக அனுபவிக்க அவள் பிரயத்தனமானாள். கையில் லட்ச ரூபாயை வைத்துக் கொண்டு எங்கெங்கோ அலைந்தாள். கடைசியாக மும்பையில் பாலின மாற்றம் சிகிச்சையைச் செய்வதைத் தெரிந்து கொண்டு, வாயைக் கட்டி வயிற்றைக் கட்டி பிறப்பு அடையாளங்களை மாற்றிக் கொள்ள லட்ச ரூபாயோடு

மும்பைக்கு வந்தாள். மும்பையின் முழுமூச்சு அவளை மூர்ச்சை அடையச் செய்தது. அப்போது தான் சம்பித் என்ற ஏஜென்டை சந்தித்தாள். மும்பையில் குறைந்த செலவில் பாலின மறுசீரமைப்பு அறுவை சிகிச்சை செய்து தருவதாக ஆசை காட்டி கூட்டிச் சென்றான். ஆசை வார்த்தை என்றாலும் அதில் ஒரு உண்மை இருந்தது. அவன் சொன்னபடியே எல்லாம் நன்றாக முடிந்தது. சிகிச்சை முடித்து இரண்டு நாட்கள் கழித்து அவள் கண் விழிக்கும் போது மற்றுமொரு நரக வாசலை அவள் வந்தடைந்திருந்ததை அவள் அறிந்திருக்கவில்லை. காமத்திபுராவின் பரபரப்பான சிவப்பு விளக்கின் வெளிச்சத்தில் அடைக்கப்பட்டிருந்தாள். அரை மயக்கத்திலிருந்த அவளின் காதுகள் கேட்டது இதை மட்டும் தான் 'இதலாம் இங்க போனி பண்ண முடியாது! இத சோனாகச்சிக்கு அனும்ச்சு விடு அங்க தான் வெந்தது வேகாதது எல்லாம் போனியாகும். ஜாவோ ஜாவோ!'.

கொல்கத்தாவின் தங்க மரம் அவளை வரவேற்றது. சிவப்பு கம்பளத்துடன் தான். அந்த சிவப்பில் எத்தனை பெண்களின் இரத்தம் கலந்திருந்ததோ தெரியவில்லை. சோனாகச்சியின் வீதிகள் அவ்வளவு அழகாக இல்லை. எத்தனையோ பெண்களின் அழுகுரலும் ஓலமும் கேட்கும் ஒரு மயான பூமியாகத் தான் காட்சி அளித்தது. அங்கிருக்கும் பத்தாயிரம் பெண்களில் அவள் எந்த தெருவில் எந்த வீட்டில் எந்த அறையில் கிடத்தப்பட்டிருந்தாலோ தெரியவில்லை. பிறப்பிலிருந்து தன்னுடன் ஒட்டியிருந்த ஒவ்வாத சதை பிண்டத்தை அறுத்தெறிந்த இடத்தில் காயம் கூட ஆறவில்லை அதற்குள் ஒரு மிருகம் அவளை வே ் டையாட வந்தது . எவ்வளவோ போராடிப் பார்த்தாள். அந்த மிருகத்தை அவளால் அடக்க முடியவில்லை. அது வேட்டையாடி சென்றது. இரத்தம் வழிய அங்கே இரண்டு நாட்கள் கிடந்தாள். யாரும் சீண்டவில்லை. அப்போது தான் சுவாதியைப் பார்த்தாள்.

சுமார் எட்டு வருடங்களுக்கு முன்பு இப்போதைய தெலங்கானாவில் உள்ள கர்ஜாவெள்ளி கிராமத்திலிருந்து

ஓடிவந்து சோனாகச்சிக்கு தஞ்சம் புகுந்தவள். பதினான்கு வயதில் அறுபது வயது கிழவனுக்கு மணமுடித்து வைக்கப்பட்டு இரண்டு பிள்ளையையும் பெற்றெடுத்தாள். அந்த குடிகார கிழவனுக்குத் தான் அரும்பாடுபட்டு சம்பாதித்த பணத்தையும் கொடுத்து சுகத்தையும் கொடுத்து வயிற்றைக் கழுவி வந்தாள். அவன் கொடுமை எல்லை மீறிப் போக ஒரு நாள் அவன் தலையில் கல்லைத் தூக்கிப் போட்டுவிட்டு பஞ்சம் பிழைக்கக் கொல்கத்தாவுக்கு வந்தாள். தன் பிள்ளைகளைப் படிக்க வைத்து ஆளாக்கிப் பார்க்க வேண்டும் என்ற வைராக்கியத்தை மட்டும் மனதில் வைத்துக் கொண்டு சோனாகச்சியில் தன் தொழிலைத் தொடங்கி நடத்திக் கொண்டிருக்கிறாள். அனுதினமும் ஐந்து முதல் ஆறு வாடிக்கையாளர்களை அவள் சந்திப்பதுண்டு. ஒவ்வொருவரும் பல அனுபவங்களை கற்றுக் கொடுத்தார்கள். கொடுக்கிறார்கள். அங்கே தான் பல மொழிகளை கற்றுக் கொண்டாள் வாழ்க்கையையும் கற்றுக் கொண்டாள்.

அன்று சுவாதி மட்டும் இல்லாமல் போயிருந்தால் அவள் இந்நேரம் செத்து பிணமாகிப் போயிருப்பாள். அவளுக்குச் சுவாதி தான் வைத்தியம் பார்த்து தன் பிள்ளைகளுக்காகச் சேமித்து வைத்திருந்த பத்தாயிரம் ரூபாய் பணத்தை எடுத்துக் கொடுத்து ஊருக்கு அனுப்பி வைத்தாள். அன்று முதல் சுவாதியை தன் அக்காவாக நினைத்து வருகிறாள். சுவாதியும் தன் தங்கையைப் போல இன்னமும் பாசம் காட்டிக் கொண்டு இருக்கிறாள். இந்த தொழிலை விட்டுவிட்டு தன்னுடன் வந்துவிடு என்று எத்தனை முறையோ சுவாதியிடம் கேட்டாலும். எதையோ நினைத்துக் கொண்டு ‘தேவடியாள் கூட பரவாயில்லை நாலு செவுத்துக்குள்ள ஒருத்தனுக்கு தான் உடம்ப காட்றோம் இந்த சினிமா நடிகையெல்லாம் இருக்காளுகளே ஊருக்கே காட்டனும் எவ்வளவு கொடுமை இல்ல அவளுகளையெல்லாம் நினைக்கும் போது நம்ம ஜீவன் ஏதோ மரியாதையா இருக்குனு தோனும்’ தன் இயலாமைக்கு தானே சப்பைக்கட்டுக் கட்டி பைத்தியம் போல பிதற்றிச் சிரிப்பாள்.

சுவாதி கொடுத்த பணத்தை வைத்துக் கொண்டு டெல்லிக்கு வந்தவள். மயுர் விஹாரில் உள்ள கொல்லத்தைப் பூர்விகமாகக் கொண்ட மலையாளியின் டிபன் கடையில் வேலை பார்த்து வந்தாள். வேலை பார்க்கும் நேரம் போக மற்ற நேரங்களில் புத்தகங்கள் படித்தாள், தையல் கற்றுக் கொண்டாள், இரவு நேர பிளாட்பாரங்களில் கோல்கப்பேவும் குல்பியும் விற்பாள். படிப்பில் தீராத ஆசை கொண்டிருந்தாள். சில சமயங்களில் 'இந்த கஷ்டங்களை அனுபவிப்பதற்கு அப்போதே ஐயன் கையாலே செத்துருக்கலாம்' என்று அவள் நினைப்பதுண்டு. இருந்தாலும் படித்து நான்கு பேர் மதிக்கும்படி வாழ வேண்டும் என்று தான் தன் உயிரை இன்னமும் அந்த உடல் சுமக்கும் படி செய்து கொண்டிருக்கிறாள். தமிழ் படித்தாள், இலக்கியம் படித்தாள், பாரதியாரின் கவிதைகளை படித்தாள், ஜே கேவின் பெண்களைப் படித்தாள், கார்ல் மார்க்சின் பொதுவுடைமையை படித்தாள். கை நிறையக் காசை சேமித்துப் பட்ட படிப்பு படிப்பதற்குச் சென்னை வந்தாள்.

"என்னடா இப்படி ஓடிட்டே இருக்கோமே எப்ப தான் நம்ம விடியல பார்க்க போறோம்னு ஆதங்கமா இருக்கும் அப்பத்தான் எனக்கு ஒன்னு புரிஞ்சது இந்த ஜாதி, மதம், இனம் ஆம்பள பொம்பள இந்த வித்தியாசத்தை எல்லாம் உடைச்செறியனும்னா படிச்சா மட்டும் தான் முடியும்னு முடிவு பண்ணேன். பாரதியார் சொல்லுவார்ல்ல 'மௌட்டியந் தனைக் கொல்'. இங்க நிறைய பேர்கிட்ட அறியாமை இருக்கு அதலாம் மாத்தனும்னா படிக்கனும். அதுக்காகவே நான் படிச்சேன், பிச்சை எடுத்து படிச்சேன், வேலை பார்த்து படிச்சேன், இரா பகலா படிச்சேன், அடிச்சாங்க படிச்சேன், விரட்டுனாங்க படிச்சேன், ஒடுக்குனாங்க படிச்சேன். படிக்கிறதா மட்டும் நிறுத்தவே இல்லை. அதோ அந்தா தெரியுதா அந்த கம்பேனில தான் அக்கவுண்டென்டா இருக்கேன். மாசம் பதினெட்டாயிரம் கைக்கு வரும் என் செலவு சேமிப்பு போக என்ன மாறி இருக்குற திருநங்கை குழந்தைகளுக்கு உதவி பன்றேன். சந்தோசமா இருக்கேன். சொல்லி விட்டு

தன் முந்தானையால் கண்களில் துளிர்த்த கண்ணீரைத் துடைத்துக் கொண்டாள்.

மூக்கை உறிஞ்சிக் கொண்டு "உங்க பையன் திரும்பி வந்தா ஏத்துபீங்களா மா" என்றாள்.

"என்னம்மா இப்படி கேட்டுட்ட, என் பையன் உசுரோட தான் இருக்கான்னு தெரிஞ்சா கூட இந்த கட்ட சந்தோசமா வேகும்."

"எப்படி வந்தாலுமா?"

"அவன் என் குலசாமி மா"

"கவலபடாதிங்க உங்க பையன் கண்டிப்பா உங்க கிட்ட வந்து சேருவான்"

"உன் பேரு என்னமா"

"என் பேரா என் பேரு... ம்ம் ம்ம்... ஆஆன்... மோனிகா"

கழுத்தில் தொங்க விட்டு இருந்த அடையாள அட்டை-யின் மகிழ்ச்சியை மொத்தமாக மறைத்தாள் அந்த மகிழ்ச்சி. இல்லை மோனிகா"

11

அவிழும் நறுமுகை

"ஏய்ய்யா பத்திரமா போயிட்டு வந்துருவல. உன்ன தனியா விட மனசு கேக்க மாட்டேங்குது ய்யா. நானும் வேனா உன் கூட வரவா"

"ஆத்தோவ்! என்ன பேசிட்டு இருக்க, அவன் போயிட்டு நல்லபடியா வந்துருவான் த்தா. நீ பேயாம இரு. ஏன் போட்டு விசும்பிட்டு கிடக்கவ"

"போ டா பொசகெட்டவனே. உனக்கென்ன தெரியும் என் ஈர குலையலாம் நடுங்கிட்டு கெடக்கு"

வீரணனுக்கும் பொன்னிக்கும் நிகழ்ந்த அந்த உரையாடலைக் கூட கண்டு கொள்ளாமல் சுவற்றில் தொங்கிக் கொண்டிருந்த தன் தந்தையைப் பார்த்துக் கொண்டிருந்தான் அவன் பிம்பம் அவன் தந்தையின் மீது விழக் கண்கள் மெல்ல முத்து பேச்சி மீது விழுந்தது அவளும் பாவாடை சட்டையில் சிரித்த முகத்துடன் மஞ்சள் குங்குமமிட்டு, மாலையுடன் அலங்கரிக்கப்பட்டிருந்தாள்.

பொன்னி வெறித்துப் பார்த்து.

"இந்தாய்யா ராசா. எம்மா தாயி பேச்சி! நீ தான் மா என் பிள்ளைக்குத் துணையா இருந்து எந்த காத்தும் கருப்பும் அண்டாம பாத்துக்கணும். அவன் நல்லபடியா போயிட்டு வந்தா உனக்கு மாவெளக்கு வச்சு பொங்க வைக்கிறேன்..." என மூச்சு விடாமல் தன்னை ஆசுவாசப் படுத்திக்கொண்டே

திருநீற்றை அவன் நெற்றியில் அள்ளி எடுத்துப் பூசினாள்.

"ஆத்தா போதும். உன் பகுமானம், காவலா கடைசி பஸ் போயிரும்யா. சீக்கிரம் வா உன்ன பஸ் ஏத்தி விட்டு பஞ்சாயத்து யூனியனுக்கு போனும்."

"ஆமாய்யா வெரசா கிளம்பு. இப்ப போனா தான் இருட்றதுக்குள்ள ஸ்டேசனுக்கு போக முடியும்" எனப் பேச்சி சொல்லிக் கொண்டிருக்கும்போதே வீரணன் தன் சைக்கிளைத் தயார்ப் படுத்தினான். சக்கரங்கள் சுழல லாவகமாக ஏறி அமர்ந்து பொன்னியைப் பார்த்தபடியே கையசைத்தான்.

ஒரு வழியாக மதுரைக்குச் செல்லும் கடைசி பேருந்து வந்தது. ஊர் எல்லையில் இருக்கும் அன்புடன் வரவேற்கிறது என்கிற பலகையை ஏக்கத்துடன் பார்த்தவாறு பேருந்தின் ஜன்னலோரம் அமர்ந்தான். அன்புடன் வரவேற்கிறது என்பதற்கு மேல், சக்கரப்பட்டி என்றிருந்தது எவ்வளவு தூரம் சென்றாலும் அவன் மண்ணின் பெயர் அவன் கண்ணை விட்டு அகலவில்லை.

இரவு பதினொன்றை நெருங்கும் போது அவன் மதுரை ரயில்வே ஸ்டேஷனை வந்தடைந்தான். பாண்டிய நாட்டில் மாமல்லபுர சிற்பங்களைப் பார்ப்பது போலக் கண்கள் விரிய இரயில் நிலையத்தைப் பார்த்தான். அது தான் தன் வாழ்நாளில் முதல் இரயில் பயணம் அதுவும் தன்னந்தனியாக. இரயில்கள் எப்போதுமே நீங்காத அனுபவங்களை இட்டுச் செல்பவை அவனுக்கும் அந்த பயணம் தான் முதல் இரயில் அனுபவம். அந்த இரவு நேரங்களிலும் பரபரப்பாக இயங்கிக் கொண்டிருந்தது கூடல் நகரம். கார்களும் பைக்குகளும் சரமாரியாகச் செல்ல தத்தி தாவி ஸ்டேஷன் வாசல் வந்து சேர்ந்தான்.

மக்கள் அங்கும் இங்குமாய் அலைந்தார்கள். பலர் சாவகாசமாக அமர்ந்து வெட்டி கதைகள் பேசியபடி இருந்தார்கள். இன்னும் சிலரோ நாபிக்கமலம் அதிர உறங்கிக் கொண்டிருந்தார்கள். இவனோ மெள்ள ஒவ்வொரு அடியாக எடுத்து வைத்து முன்வந்தான். தூரத்தில் ஒருத்தி கையசைத்துக் கூப்பிட்டுக் கொண்டு இருந்தாள். எதற்காகக் கூப்-

பிடுகிறாள் என்று தெரியவில்லை நெருங்கி முன்னே செல்ல சட்டென்று கையசைத்து தன்னை கடந்து சென்றவனை அழைத்தாள்.

"ஏய் வர்றியா..."

"இல்ல இல்ல"

"இருநூறு ரூபா தான் வர்றியா"

"அடிங்கு டிரைனுக்கே காசில்லாம போயிட்டு இருக்கேன். வர்றியா வா. ச்சி போ அங்குட்டு"

"டேய் வித்தவுட் புறம்போக்கு. அப்டியே போயிரு" சொல்லிக் கொண்டே சட்டெனக் காவலனைப் பார்த்துக் கூப்பிட்டாள்.

"வர்றியா" உடல் வியர்த்து வெளவெளத்தது தொண்டைக் குழியில் எச்சில் முழுங்க தலையைக் கிழக்கும் மேற்குமாய் அசைத்த வண்ணம் வேகமாக நடையைக் கட்டினான். அவளும் எக்காள சிரிப்பு கொட்டி அவனைப் பார்த்துக் கொண்டிருந்தாள்.

கண்கள் பரபரத்தபடி அங்கும் இங்கும் அல்லாடினான். இரயிலுக்கு டிக்கெட் எடுக்க எங்கே போவது. யாரைக் கேட்பது என அடுத்தடுத்து மன உளைச்சலுக்கு ஆளானான். திரும்பி தன் ஊருக்கே சென்று தாய் மடியில் படுத்து அவள் சீலையை நனைத்திடக் கண்களில் கண்ணீர் எத்தனித்தது. இருந்தாலும் போவதாக இல்லை எத்துணை இடையூறு வந்தாலும் கடந்து செல்ல வேண்டும் என்று ஏதோ ஒன்று உந்துதல் படுத்தியது அவனும் மனதை உறுதிப் படுத்திக் கொண்டான்.

ஒரு வழியாக மணி மூன்றை நெருங்கியது. இரயில் நிலையத்தில் நிசப்தம் நிலவியது. ஆங்காங்கே மக்கள் உறங்கிக் கொண்டிருந்தார்கள். சிலர் கைப்பேசியைச் சொடக்கியபடி இருந்தார்கள். இந்திய இரயில் தண்டவாளங்களில் வீசப்படும் பிரத்தியேக வாடை வீசியது. அது அவனுக்கு முதல் முறை என்பதால் அவன் அடிவயிற்றை அந்த நறுமணம் என்னவோ செய்தது. தலையைச் சுழற்றியது மெல்லக் கண் அசந்தான்.

நேரம் கடக்க மறுத்தது, இருந்தும் சூரியன் விடுவதாக இல்லை. சுவிதா எக்ஸ்பிரஸ் தண்டவாளத்தை வந்து அடைந்தது. சரியாக மணி ஐந்து ஐந்து. இரயிலைப் பார்த்தவுடன் தறிகெட்டு ஓடியது மார்வாடி கூட்டம். அந்த மார்வாடி கூட்டத்தில் பதின் பருவ கன்னிகள், யாவரும் அத்தனை அழகு என்பது இங்குக் குறிப்பிடத்தக்கது. மேலும் இன்னும் சில இளைஞர்கள், முதியவர்கள், ஆசாமிகள் என அனைவரும் முண்டியடித்து ஓடினர். காவலனுக்கு ஒன்றும் புரியவில்லை. யாரிடம் கேட்பதெனத் தெரியாமல் தவித்தான்.

அவன் தவிப்பைப் பார்த்த ஒரு மார்வாடி பெண் "இராஜஸ்தான் ஹா" என்றாள். உடனே எந்த தாமதமுமின்றி சமரசமில்லாமல் தலையை அசைத்தான். அவனைப் பார்த்து கண்ணங்குழி விழுக "பா" என்றாள் அந்த மார்வாடி தமிழச்சி. இடையினம் வல்லினம் ஆனது அவள் மெல்லிய புன்னகையில்.

அவனைத் தள்ளி விட்டு ஒவ்வொருவரும் இடத்தை பிடித்துக் கொண்டிருந்தனர். இவனோ பிடித்து வைத்த பிள்ளையார் போல நின்று கொண்டிருந்தான். எதிர் பிளாட்பாரத்தில் உள்ள கடையிலிருந்து பாடல் ஒலித்தது "அனுபவம் புதுமை....." அது அவனுக்குத் தான் வானொலி கூட கேலி செய்து கொண்டிருந்தது.

அந்த மார்வாடி குடும்பம் ஒரு வழியாக இடத்தை பிடித்துக் கொண்டது. நெரிசலில் சிக்கித் தவித்த காவலனுக்குச் சிறிது நேரத்தில் மூச்சையுற்றது. கண்களில் நிழலாடியது. தொண்டை வறண்டு தண்ணீரை வேண்டி அவன் நாக்கை காவு வாங்கியது. இன்னும் சப்தம் அடங்கவில்லை சலசலப்பு ஓயவில்லை. சுமார் ஒரு மணி நேரம் நீடித்தது. வியர்வை குளியல் குளித்திருந்த அவனுக்கு அது அசௌகரியமாக இருந்தது.

மார்வாடி குடும்பம் மிகப்பெரிய குடும்பம். அண்ணன் தம்பி என மொத்தம் ஐந்து பேர் அவர்கள் மனைவியர் என ஏழு பேர். அது என்ன கணக்கென்று தெரியவில்லை ம்ம் அது எதற்கு நமக்கு. பிள்ளைகள் மொத்தம் பதிமூன்று பேர்.

கொஞ்சம் பொறுங்கள். ம்ம்ம்ம் நீண்ட நெடிய பெரு மூச்சு விட்டபடி அந்த கூட்டத்தைக் கவனித்தான் காவலன்.

அந்த கூட்டத்தில் பதின் வயதில் மூன்று பேர் அதில் இருவர் நமக்குத் தேவையற்றவர்கள் மூன்றாவது ஆம் அவள் அன்றைய பயணத்தை இனிமையாக்க வந்தவள். எப்போதும் ரயில் பயணங்கள் மணிரத்னத்தின் செல்லுலாய்-டுகளை போல காவியமாக இருப்பதில்லை சில நெரிசல்கள் பல நெருடல்கள் என ஜன்னல்கள் வழியே முன்னே பின் செல்லும் காட்சிகள் தான் ஏராளம். ஆனால் அன்று சில நெரிசல்களையும் தாண்டி அந்த இரயில் பயணம் அன்றைய இரவை காவியமாக்கியது அது காவலனின் செயலா அல்-லது காலத்தின் பிழையா என்பது இரயில் தண்டவாளங்க-ளுக்குத் தான் தெரியும் ஏனென்றால் அது தானே அன்று அவர்களைக் கடத்தி சென்றது.

அவளைப் பற்றி கொஞ்சம் சொல்ல வேண்டும். இது அவள் நேயர்களாகிய இரயில் ஜன்னல் கதவுகளின் நேயர் விருப்பம் காவ(த)லனுக்கும் தான். பசும்பாலில் எடுத்து வைத்த எலுமிச்சை நிறத்தைக் கொண்டிருந்தாள். அவள் நிறத்தைப் பற்றிக் கூறுவதால் நிற வெறியன் எனப் பச்சை குத்துதல் நிகழலாம் ஆனால் அவள் நிறத்தைக் குறிப்பி-டாமல் அவளைக் குறிப்பிடுவது வரலாற்றுப் பிழையாகிவி-டும் என்பதால் கட்டாயமாகிறது. நிறத்திற்கும் அழகிற்கும் சம்பந்தம் இல்லை என்றாலும் திராட்சையை, கருப்பினை கொண்டு போர்த்தி அழகு பார்ப்பதைப் போல மாதுளை-யைச் சிவப்பு கொண்டு போர்த்துவதே உத்தமம். சரி அது இருக்கட்டும், அவளைப் பற்றி சிறுக சிறுக சேமித்த சின்-னஞ் சிறிய குறிப்புகளை வரைய வேண்டும் அல்லவா!

அவள் மென் பாதங்களை மெல்லிதாக அலங்கரித்து செஞ்சுருட்டி இராகத்தை இசைத்த வண்ணம் இருந்தது தங்-கக் கொலுசு. மயிலாஞ்சிகள் மயில் ஆய்ந்திட்ட உள்-ளங்கை. அவள் இடையின் அடர்த்தியை மிஞ்சியது அவள் கார்குழலின் நிறை இதனால் அவர்கள் இருவருக்கும் அடிக்கடி ஊடல்கள் நிகழ்வதுண்டு அதை ஈடுகட்ட அவள்

முன்னழகிற்கு அவ்வப்போது துணையாக்குவாள். கொவ்வை பழ உதடுகள். கண்ணின் குவியத்தின் அளவில் சின்னஞ் சிறிய இடப்பக்க மூக்குத்தி. வலப்பக்க உதட்டின் கீழ் அபூரா பள்ளத்தாக்கை மிஞ்சும் மச்சம். சுருண்டு திரண்டு அவள் காதோரம் மந்தாரை இலை போல மயங்கி விழும் மயி-ரிழைகள். காதினை அலங்கரிக்கத் தாஜ்மகாலின் கோபுர நிழலை அச்செடுத்தார்போல் சிறிய ஜிம்மிகிகள். மதிகெட்-டான் சோலையின் அடர் வன காடுகள் போல மயக்கும் விழிகள். அந்த வனத்திற்கு வனத்துறையினர் போலக் கூரிய காஜல்கள். ம்ம் கண்முன்னே ஒரு நடமாடும் ஓவியத்தைப் பார்த்து லயித்துத் திளைத்துத் திக்குமுக்காடித் தான் போனான் காவலன். அவனும் சராசரி ஆண் தானே. அவளை வெகுவாக கவனித்துக் கொண்டிருந்தான். அவன் கண்கள் அவளை மெல்லக் களவாடியது. அவளும் கண்டும் காணாது இருந்தாள். பெண்களின் பிறவிக் குணம் அல்-லவா. ஓவியம் பேசியது, சிரித்தது, சிணுங்கியது.

பகல் பதினொன்று இருக்கும் பசியெடுத்தது இரயில் மலைக்கோட்டையைக் கடந்து புவனூர் சென்று கொண்-டிருந்தது. வழக்கம்போல சென்ற இடமெல்லாம் செழிப்புற இருக்கும் அந்த கூட்டம் அங்கேயும் தன் ஆக்கிரமிப்பைத் தொடங்கியது. ஜாடிக்குள் மூடி வைத்த மிளகாய் ஊறுகாயும் தாமரை இலையில் மூடி வைத்த சப்பாத்தியும் நன்கு கவனிக்கத் தாமரை இலை சப்பாத்தியும் கொஞ்சம் நாவூறும் ஜாங்கிரி அதோடு இனிப்பு கலந்த மோர். காலை சிற்றுண்டி தடபுடலாக அந்த இரயில் பெட்டியில் நடைபெற்றது.

அவனோ இரயில் பெட்டியின் படிகளில் அமர்ந்து இருந்-தான். அவ்வப்போது உள்ளே நடப்பதைக் கவனித்துக் கொண்டிருந்தான். இரவு தூக்கம் இல்லை இப்போதும் தூக்-கம் அழைக்கவில்லை மாறாகப் பசி அழைத்தது. திருச்சி ஸ்டேசனில் எதாவது வாங்கி சாப்பிட நினைத்தான் ஆனால் முடியவில்லை. அவன் பசி அவன் கண்களில் நிழலாடியது. அவள் அழகை அள்ளி எடுத்து ரசித்தாகிவிட்டது இப்போது அவள் அகத்தை ரசிக்க நேரம் வந்துவிட்டது. முக அழகு

இப்போது எங்கிருந்து வந்தது என அவனுக்குத் தெரிந்தது. யாருக்கும் தெரியாமல் இரண்டு சப்பாத்திகளை எடுத்துப் போகிற போக்கில் அவன் கையில் திணித்து விட்டாள். அதை லாவகமாக வாங்கிக் கொண்டவன் ஏனோ திரு திரு-வென முழித்தான். பிறகு யாருக்கும் தெரியாமல் கழிவறை-யின் தாழ்வாரம் அருகே நின்று விழுங்கினான் கொஞ்சம் அருவருப்பு கொஞ்சம் பசி.

இந்த இருபதாம் நூற்றாண்டின் இந்தியாவில் சிறந்த காதல் ஜோடி யார் தெரியுமா இரயிலும் கடிகாரமும் தான். ஐந்து நிமிடம் தாமதம் என்றாலும் பரஸ்பர புரிதலுடன் ஊடல் சல்சாப்பு கொள்ளும் அற்புத ஜோடி. இரயில் மெல்ல தன் சக்கரங்களைச் சுழற்றியது சரியாக மணி கால் நான்கு சென்னை சென்ட்ரலில் இளைப்பாற இரயில் எத்தனித்த தருணம். ஆனால் மக்கள் கூட்டம் ஓய்ந்தபாடில்லை. மக்-கள் கூட்டம் இங்கும் அங்கும் சலம்பியது. அவித்த கடலை-யுடன் கொஞ்சம் வெங்காயம் தக்காளி சேர்த்து ஆவி பறக்க விற்று வந்தவனை ஜன்னல் வழியே விரட்டி பிடித்து இறைஞ்சினாள். "பாப்பா கல்ல !!! "

"இங்கலாம் ஹைஜினிக்கா இருக்காது சம்ஜே" சட்டென முகம் வாடியது மறுமுனையில் ஜன்னலோரம் அமர்ந்து வேடிக்கை பார்க்கத் தொடங்கினாள்.

இப்போது அவன் முன்னே அதை நீட்டினான் அவனுக்-கும் லேசாகப் பசி எடுத்தது வாங்கி சாப்பிட்டான். அவளுக்கு இதைக் கொடுக்க வேண்டும் என மனம் பிரியப்-பட்டது. மனது பிரியப் பட்டால் தாமதிக்கவே கூடாது. பச்-சைக் கொடியை அசைத்தார் போலக் கிளம்ப வேண்டியது தான். இரயிலும் தக்க சமயத்தில் கிளம்பியது. வாங்கிய கடலையை எப்படிக் கொடுப்பது என்று தெரியவில்லை. கடலைகள் போட்டு பழக்கமும் இல்லை. யோசித்துக் கொண்டே இருந்தவன் இரயில் பெட்டியின் கதவோரம் நின்று கதவின் வழியாக ஜன்னலின் நடுவே நீட்டினான். திடுக்கிட்டவள், அவன் தான் என்று அறிந்து வாங்கி தன் கைக்குள் மறைத்தாள். சிரித்துக் கொண்டே கதவின் ஓரம்

வந்தவன் அவள் மறைத்து மறைத்து உண்ணும் காட்சியை வெகுவாக ரசித்தான். சாப்பிட்டு விட்டு ஜன்னலோரம் அமர்ந்தாள். பசி தீர்ந்தபாடில்லை வானத்தை பார்த்தாள் நிலவை விழுங்க தொடங்கினாள்.

தென்றலில் கலந்த தேன் தமிழின் வாடை சற்று குறைந்து சுந்தர தெலுங்கின் மணத்தைச் சுமந்து கொண்டு வந்தது. நேரம் இரவினை நோக்கிப் பயணித்தது இரயிலோ ஆந்திரத்தின் விஜயவாடாவை நெருங்கியது. மறுபடியும் பசி எடுத்தது இந்த முறை அவள் கொடுப்பாள் என்று அவனுக்கு நம்பிக்கை இல்லை ஏனென்றால் அவளே நிலவை விழுங்கிவிட்டு படுத்துறங்குகிறாள். கிடைத்ததை வாங்கி சாப்பிட நினைத்தான்.

இரவு உணவை முடித்து மணியைப் பார்க்கும் போது அடுத்த நாள் எட்டிப் பார்த்தது. கதவின் அருகே வேடிக்கை மனிதரைப் பார்த்த வண்ணம் இருந்தான். பல எண்ண ஓட்டங்கள் ஆழ் மனதில் ஓட்ட பந்தயத்தை நிகழ்த்தியது. திடீரென தோள் பையைத் தேடி உள்ளே இருக்கும் காசு பணத்தையும், தனது முதல் சந்ததி கைப்பேசியையும் எடுத்துப் பார்த்துப் பத்திரப்படுத்திக் கொண்டு விட்டு புத்தகத்தை எடுத்துப் படிக்கத் துவங்கினான்.

நல்ல காலை வேளை சூரியனின் தாக்கம் சற்று குறைவாக இருந்தது எப்போது அசந்தான் என்று தெரியவில்லை. நன்றாகத் தூங்கி எழுந்தான். இந்தியின் வெளிச்சம் பரவலாக வீசத் தொடங்கியிருந்தது. சந்தரபூர் ஸ்டேஷனை தாண்டி நாக்பூருக்குச் செல்ல காத்திருந்தது. கண்கள் இன்னும் தூக்கத்திலிருந்து விடுபடவில்லை தலைமாட்டிலிருந்த புத்தகத்தை பைக்குள் வைத்து விட்டு கடனை அடைக்கக் கிளம்பினான். மார்வாடி கூட்டமும் கடன் அடைக்கக் காத்திருந்தது.

ஒரு வழியாக எல்லாவற்றையும் முடித்து வந்துவிட்டான். இப்போது பசி கடன் கேட்டது, தொண்டையில் டீ தவித்தது அடுத்த ஸ்டேஷன் வரை காத்திருக்க முடிவு செய்தான். நாக்பூர் ஸ்டேஷன் வந்தடையச் சரியாக அரை மணி நேரம்

இருந்தது இரயிலில் பல கூட்டங்கள் இறங்கக் காத்திருந்தது. நெரிசல் இப்போது பன்மடங்கு கூடி இருந்தது.

ஒரு வழியாக மராத்திய மக்களின் பெருமைமிகு நாக்பூரை வந்தடைந்தது. சிற்றுண்டியை முடிக்கச் சிட்டாகப் பறந்தவனைச் சிதறடித்தது. மொத்த இரயில் கூட்டமும் வாசலில் பாராளுமன்ற சபைகளை நிகழ்த்திக் கொண்டிருந்தது. உணவு கிடைக்கவில்லை மாறாக இடம் கிடைத்தது.

பெருமூச்சு விட்டபடி ஜன்னலோர இருக்கையை பிடித்துக் கொண்டான். திடீரென கண்கள் அலைபாய்ந்தது அவளைத் தேடி. அவள் எங்கும் செல்லவில்லை தன் தந்தையின் அலைப்பேசியை வருடிக் கொண்டிருந்தாள். அவள் அழகை இரசித்தவனுக்கு உணவு தேவைப்படவில்லை வயிற்றின் தேவைக்கு மூளை அதுவரை கட்டளையிடவில்லை.

தன் ஆத்தாளுக்கு ஒரு அழைப்பு விட எடுத்தான், ஆனால் அது அவனுக்குத் தகுதி இல்லை என்று பதிலளித்தது. மதிய நேரம் நெருங்கியது மல்காபூரையும் கடந்து எவ்விடத்திலும் சோர்ந்து விடாமல் சூரியன் மேற்கே செல்வதற்குள் போபாலை அடைய ஓடிக் கொண்டிருந்தது. சரியாகச் சூரியன் அரபிக் கடலை கடக்கையில் போபால் வந்தடைந்தது இரயில். ஐந்து நிமிடங்கள் தான் அப்படி ஒரு களேபரம் மீண்டும் மூச்சையுற்று போனான்.

தண்டவாளங்கள் மெல்லத் தனது மெல்லிசையை இசைத்தது. அடுத்து தாம் சிகப்பு நகரத்தில் தான் கண் விழிக்கப் போகிறோம் என்று அவன் அறிந்திருந்தான். மெதுவாக நகர்ந்தான் அவள் இருந்த இடம் நோக்கி கொஞ்சம் குழப்பமாக தன்னுடன் 'மதுரையில் ஏறிய அவர்கள் எங்கே அவள் எங்கே?' தலை சுற்றியது. முன்னும் பின்னுமாக அலைந்தான் ஓய்ந்து போய் தன் இருப்பிடம் வந்தான். கொஞ்சும் நமட்டு சிரிப்போடு ஜன்னலைப் பார்த்தான். பல எண்ணில்லா கனவுகளைச் சுமந்து வரும் தனக்கு இந்த அற்ப சந்தோஷம் தேவைதானா என்று ஏதோ ஒன்று வினவியது. பயணத்தின் நோக்கத்தை மறந்து செல்கிறோமே என அச்சுறுத்தியது மனசாட்சி. அதற்கென்ன தெரியும்

மண்ணாங்கட்டி மனசாட்சி இளமையில் கொடியது எது-வென்று அது அறிந்திருக்கவா போகிறது. வானத்துத் தேவதை போல வந்தவள் திடீரென்று மறைந்தாள் என்று அவனுக்கு ஆறுதல் கூற யாருமில்லை யாரும் வரப்போவ-துமில்லை.

ஜன்னல்கள் எப்போதும் அழகானவை அவை காட்சி அளிப்பதும் அத்தனை அலாதியானவை. இயற்கையைத் துணைக்கு அழைத்து தன் சிந்தனையை நேர்மறையாக்கிக் கொண்டான். ஜெய்ப்பூரில் இறங்கியவுடன் முதல் வேலை-யாகத் தாயின் குரலைக் கேட்க வேண்டும் என்று முடிவு செய்து கண் அசந்தான். பசியின் மயக்கமாகக் கூட இருக்-கலாம். தூக்கம் கண்களைக் கவ்விக் கொண்டது

இரயில் ஜெய்ப்பூர் ஜங்ஷனை வந்தடைய இன்னும் சில மணி நேரங்களே இருந்தன. மணி மூன்றைக் கடந்திருந்தது. இரயிலில் பரவலாக எல்லோரும் உறங்கிக் கொண்டிருந்தார்-கள். அறுபது கிலோ மீட்டர் வேகத்தில் சுரேலியை கடந்து ஓடிக் கொண்டிருந்தது இரயில். ஆழ்ந்த உறக்கத்திலிருந்-தான் காவலன். சட்டென அவன் மேல் யாரோ விழுந்ததை போல உணர்ந்தான். அரைக்கண்களில் பார்த்தான் நன்கு தடிதடியாக ஆறடி உயரத்தில் ஆறேழு ஆட்கள். அவன் அருகே வந்து அமர்ந்தார்கள்.

எங்கிருந்து வந்தார்கள் என்று தெரியவில்லை தூங்காமல் அங்குமிங்குமாக உலாவிக் கொண்டிருந்தார்கள். ஜெய்ப்பூ-ரின் எல்லையைத் தொட்ட மகிழ்ச்சியில் தண்டவாளங்கள் நிமிர்ந்திருந்தன இரயிலும் மெல்ல நோகாமல் தன் கால்க-ளைச் சுழற்றியது. ஸ்டேஷனை தொடச் சரியாக பத்து நிமி-டங்கள். அந்த பத்து தன் வாழ்நாளில் மறக்க முடியாத தருணங்களாக மாறும் என்று அவன் கனவிலும் நினைத்தி-ருக்கவில்லை. தூங்கிக் கொண்டு இருந்த காவலன் அருகே வந்தவர்கள் நொடிப் பொழுதில் தலையணையாக வைத்தி-ருந்த அவன் கைப்பையை வெடுக்கென்று பிடுங்கி தலை-தெறிக்க ஓடினார்கள். சத்தென்று இரயில் இருக்கை அவன் பின்னந்தலையைப் பலமாகப் பதம் பார்த்தது. வழி பொறுக்க

முடியவில்லை. என்ன நடந்தது என்று அவனுக்குப் புரிய-வில்லை சில விநாடி தாமதத்தின் பிறகே அவனுக்கு விளங்-கியது பதறியடித்து கொண்டு அவர்களைப் பிடிக்க எழுந்து ஓட முயற்சிக்கும் பொழுது இரயில் யாத்திரிகர்கள் அனை-வரும் இரயில் கதவின் முன் முண்டியடித்துக் கொண்டு நின்று கொண்டிருந்தார்கள். அவர்களைத் தள்ளி விட்டு வேகமாக இறங்க முயன்றான். முன்னே நின்றவரின் கால் இடறி இரயில் தண்டவாள நடைபாதையில் பொத்தென்று விழுந்தான். விழுந்ததில் முகப் பக்கவாட்டில் பலத்த காயம், இடப்பக்கமாக ரத்தம் வலிந்து ஓடியது. வலது கையில் சட்டை கிழிந்திருந்தது. எதையும் கவனிக்க நேரமில்லை. அவர்களைத் துரத்திப் பிடிக்க ஓடினான்.

"புடிங்க புடிங்க திருடன் திருடன்" என்று அலறினான். அவன் கூக்குரலுக்கு எவரும் செவி சாய்க்கவில்லை.

ஒருவழியாக இரயில் தண்டவாளத்தை வந்தடைந்தது. பையிலிருந்து காசு பணம் மற்றும் அந்த கைப்பேசி அனைத்தும் எடுத்தாகிவிட்டது. அந்த திருட்டு கூட்டத்தில் கைப்பையை எடுத்து வந்த கடைசி நபரின் சோர்வு அவனைச் சிக்கச் செய்தது எகிறிக் குதித்துத் தாவி அந்த கைப்பையை வைத்திருந்தவனை லாவகமாகப் பிடித்தான். அவனுடன் மல்லுக்கு சென்றான். இருவரும் மல்லுக்கட்டி-னர், பரஸ்பரம் இருவரது மொழியிலும் சுடுசொற்களைப் பரி-மாறினர். காவலன் அவன் மீது வெகுவாக அவன் சட்-டையைப் பிடித்து அவன் முகதாவாகட்டையை இடமாற்றம் செய்தான். வலி தாங்கமுடியாமல் அவனை ஒரே மூச்சா-கத் தள்ளி அவன் முகத்தில் கைப்பையை வீசினான். அந்த கைப்பை அவன் முகத்தில் பட்டு அந்தப் பகுதியில் நடந்து வந்த ஒரு பெண்ணின் காலில் வந்து விழுந்தது. அதை எடுப்பதற்குள். காவலனை அந்த கள்வர் கூட்டம் நாலாப்-பக்கமும் சூழ்ந்து அவனை அடித்து உதைத்தார்கள். வலித்-தாங்க முடியாமல் "அம்மா! அப்பா !" என்று கத்தினான். சற்று நேரத்தில் உயிரை விடவும் முடிவு செய்திருந்தான். கண்களில் தாரை தாரையாகக் கண்ணீர் உதடுகளில் பொல-

பொலவென இரத்தம் கொட்டியது.

தன் வாழ்நாளில் இப்படி ஒரு துன்பத்தை அவன் அனுபவித்ததில்லை. வாழ்க்கை எவ்வளவு மோசமானது என்று அவன் அறிந்திருக்கவில்லை, மனிதர்கள் இவ்வளவு இரக்கமற்ற அரக்கர்கள் என்று அவன் எண்ணியதில்லை. உலகம் மிகவும் பெரியது அது தரும் அனுபவங்களும் மிகவும் ஆச்சரியமானது. மனிதர்கள் காசுக்காக எந்த எல்லைக்கும் போவார்கள் என்று அவனுக்கு அன்று தான் விளங்கியது. மனிதர்கள் மிகவும் ஆபத்தானவர்கள் தெருவில் அன்றாடம் அங்கும் இங்கும் சுற்றித் திரியும் வெறி நாய்கள் போல. அந்த கூட்டத்தை இடித்துத் தள்ளி விலக்கிக் கொண்டு வந்தாள் அந்த மாது. வந்தவள் தேமே என நிற்கவில்லை அடித்த அந்த கள்வர் கூட்டத்தின் ஒவ்வொரு நபரையும் முதுகிலும் தன் சத்துக்கு மட்டும் ஓங்கி அடித்தாள். யாரும் எதுவும் பேசவில்லை அனைவரும் அமைதி காத்தனர்.

சட்டெனக் கூட்டத்தின் தலைவன்

"ஐஸே ஆஃப் கே சாத் ஹாஸ்தாப்சேக் கரேன்"

"மேன் அத்யாசாரீ கோ தேக்கார் ஷாந்த் நயின் ரஹூங்கா"

அவன் "அம்மா அம்மா" என வலி தாங்க முடியாமல் முனங்கிக் கொண்டிருந்தான். அவன் நினைவில் அந்த பேச்சியும் தன் தாயும் தான் இருந்தார்கள். அடிவயிற்றில் ஏற்பட்ட வலியை உணரும் போது தன்னிலை அறியாமல் "பேச்சிமா" என்றான். தாமதிக்காமல் ஒரு கை அவனை வாரி அணைத்துத் தூக்கிவிட்டது. அள்ளி அணைத்து மடியில் போட்டுக் கொண்டு முந்தானையின் சூட்டினை கொண்டு சிந்திய இரத்தத்தைத் தடுத்து நிறுத்தியது. தண்ணீர் கொண்டு அவனை ஆசுவாசப்படுத்தியது. அவன் முனங்கல் அடங்க வில்லை "என் காசு என் காசு" என்று ஒலித்துக் கொண்டே இருந்தது.

"உசாகே பைசா தே தோ"

"நஹின், ஹாம் நஹின் தேங்கே" எனச் சொல்லி கீழே விழுந்து சிதறிய புத்தகத்தை அவன் முகத்தில் எறிந்துவிட்-

டுச் சென்றார்கள்.

"பைசா பூத் ஹே! பரதேசி நாய்ங்க"

அவனை கைதாங்கலாக மெதுவாகக் கூட்டி வந்து இரயில் இருக்கையில் அமர வைத்தாள். நீண்ட நேரத்திற்குப் பிறகு சொருகிய கண்கள் மெல்ல விரிந்தது, அருகிலிருந்த அவளைப் பார்த்து சற்று திடுக்கிட்டுப் போனான்.

"டர் நஹின்!! ஒன்னுல்ல பயப்படாத. தண்ணீ குடி. தமிழா!!" தொண்டைக் குழியில் தண்ணீர் இறங்கிய சுகத்தை விடக் காதில் தமிழ் விழுந்த சுகம் கொஞ்சம் தெம்பு ஊட்டியது.

தலையசைத்துக் கொண்டே "ஆமா" என்றான்.

"கவுனசா. ச்சீ. ஆஆன் எந்த ஊரு?"

"ம்ம் மதுர"

"ம்ம்! என்ன விசயமா வந்த?"

"பரிட்சை எழுத"

"க்யா. பரிட்சை எழுதவா. அப்டி இன்னா பரிட்சை"

அதற்குப் பதில் சொல்லும் போது நாடி 'நீட்' டி முழக்கியது. கைகளைக் கொண்டு நாடியை இறுக்கிப் பிடித்துக் கொண்டான்.

"ஹச்சா. கஹான்... கப்....ச்சீ கருமம் இது வேற நடுல நடுல. எங்க? எப்போ?" வேகமாகச் சட்டைப் பையில் கையை விட்டு அதில் கசங்கிக் கிடந்த காகிதத்தைப் பார்த்து "மயூர் ஸ்கூல், அல்வர் கேட்,அஜ்மீர் சிட்டி, இராஜஸ்தான் ஒன்னு. காலைல பத்து மணிக்கு பரிட்சை"

"அஜ்மீரா??? சாலா " ம்ம் கொட்டி இரயில் கடிகாரத்தைப் பார்த்தாள்.

"மணி ஏழரை ஆச்சே... இப்ப டிரைன் இல்லியே. ம்ம்... சரி வா உன்ன பஸ் ஏத்தி விடுறேன்" என இருவரும் அங்கிருந்து புறப்பட்டார்கள்.

பஸ் ஸ்டாண்டை வந்தடைவதற்குள் மணி எட்டாகிவிட்டது. ஒவ்வொரு பஸ்ஸாக சென்று அஜ்மீர் என்று இருக்கிறதா எனப் பார்த்தாள். நீண்ட நேரச் சல்லடைக்குப் பின் அஜ்மீர் பஸ் காணக்கிடைத்தது. அவனை பஸ்ஸின் முன்

வாசலில் ஏற்றிவிட்டு ஜன்னல் வழியே பார்த்துக் கொண்டிருந்தாள். அவன் நெஞ்சம் பதைபதைத்தது அவள் உடன் வரச் சொல்ல நா துடித்தது.

அவனைக் கண்கொட்டாமல் சிறிது நேரம் பார்த்தவள், ஓட்டுநர் வந்தவுடன் தாமாக வந்து அவன் அமர்ந்திருந்த இருக்கையின் அருகே வந்து அமர்ந்தாள். பெருமூச்சு விட்டபடி அவளைப் பார்த்தான். அவளோ முந்தானையில் முடிந்து வைத்திருந்த சில்லறைக் காசுகளை எடுத்து எண்ணிக் கொண்டிருந்தாள். வண்டி கிளம்பியது, வெகுதூரம் சென்றது சரியாக இன்னும் ஒரு மணி நேரப் பயணம் இருக்கிறது. இருவரும் எதுவும் பேசிக்கொள்ளவில்லை.

அவன் காயங்கள் மெல்லக் கிள்ளத் தொடங்கியது. உதட்டிலிருந்த இரத்த காயம் தவிர்த்து கை கால் முதுகு மற்றும் அடிவயிற்றில் சில ஊமைக்காயங்கள் அவையாவையும் அவன் வெளிக்காட்டிக் கொள்ளவில்லை.

"வலிக்குதா"

"இல்ல"

"சும்மா சொல்லு! அவனுக அடிய பத்தி எனக்குத் தெரியும்" அவளை உற்று பார்த்தவன் எதுவும் பதில் கூறவில்லை.

"சரி விடு! பரிட்சை எழுதிட்டு பார்த்துபோம்" தூக்கத்தில் கொட்டாவி விட்டபடி சொல்லி விட்டு தலையைச் சாய்த்தாள்.

வழிநெடுக இராஜ புத்திரர்களின் கலைவண்ணங்கள், மார்வாடி கூட்டத்தின் கைவினைகள் இரசிக்க மனமில்லாமல் பார்த்துக் கொண்டிருந்தான். அஜ்மீர் வந்தது பஸ், நடத்துநர் 'நீச்சே! நீச்சே' என்று காவலனைப் பார்த்துக் கூற அவனுக்கோ ஒன்றும் புரியவில்லை. அவளோ நன்றாக உறங்கிக் கொண்டிருந்தாள். தொண்டைக் குழியில் எச்சிலை முழுங்கி கொண்டு அவள் தோளைப் பிடித்து அசைத்தான்.

வெடுக்கெனத் தூக்கம் கலைந்தவள், "நஹின், நஹின் மேன் நஹின் கர் சகாதா"

அவனுக்கு ஒன்றும் புரியவில்லை.

"ஓ வந்துருச்சா... வா இறங்கு போலாம்" வேகமாக எழுந்து சீலையைச் சரிசெய்து நடையைக் கட்டினாள். அவளை பின் தொடர்ந்தான் காவலன் ஒரு சின்னஞ்சிறு நாய்க்குட்டியைப் போல. அங்கும் இங்கும் நின்று சென்றார்கள் ஆனால் நேரம் நிற்கவில்லை மணி பத்தை நெருங்கி கம்பீரமாக நின்றது, அவளுக்கும் அது எங்கே இருக்கிறதென்று தெரியவில்லை. பஸ் ஸ்டாண்டின் வாசலில் பீடா கடை வைத்திருந்த ஒருவனிடம் வழி கேட்டாள்.

"மயூர் ஸ்கூல் கய்சே ஜானா ஹே" அவளை ஏற இறங்கப் பார்த்து, ஒரு பீடாவை எடுத்து வாயில் போட்டு மென்றான்.

"அய்சே ஹீ சீதே ஜாவோ..."

"சகுரா" மென்று கொண்டே இருந்தவன், வெறுப்பாகி வாயிலிருந்த வெற்றிலை சாற்றை பொழிச்சு என்று துப்பினான்.

"சீதே ஜாவோ... ஒயின் ஷாப் ரஹா ஹே... வாள் சீதே சாலே கே இரயில் வே பார்க் ரஹா ஹே... இசாகே பாஸ்... சலோ சலோ... த்ரீ கிலோமீட்டர் ஒன்லி"

"மூனு கிலோ மீட்டர் ஆஆ...கன்டா..." யோசித்தவள் சட்டென்று வழியே வந்த ஆட்டோவை மறித்து காவலனையும் ஏற்றிக்கொண்டு சென்றாள்.

மயூர் ஸ்கூல் வந்ததும், காவலன் இதயம் சரமாரியாக அடித்தது. முகம் எல்லாம் வேர்த்தது பள்ளி வெறிச்சோடிக் காணப்பட்டது. ஒன்று இரண்டு பள்ளி நிர்வாகிகள், ஐந்தாறு போலிஸ்காரர்கள், நாலைந்து மாணவர்கள் இன்னும் சில பெற்றோர்கள் என ஸ்கூல் கேம்பஸில் சண்டைப்பிடித்து கொண்டிருந்தனர்.

பின்னால் அவள் வருவதைக் கூட அவன் கண்டுகொள்ளாமல் பரிட்சை எழுதத் தன்னை தயார்ப்படுத்திக் கொண்டு முன்னே சென்றான். பரிட்சை எழுத வேகமாக உள்ளே போக முயற்ச்சித்தான். ஒரு போலிஸ் படக்கென்று அவன் கண்ணத்தில் கை வைத்தான் "சலோ சலோ". அதிர்ச்சியில் உறைந்தவன் தன்னை அனுமதிக்குமாறு "என்ன விடுங்க

விடுங்க" எனக் கூறி மறுபடியும் முன் சென்றான். என்ன நடக்கிறது என்று தெரியவில்லை, அது சரி இதுவரை நடந்தது மட்டும் அவனுக்கு விளங்கியதா என்ன.

அவள் வேகமாக முன்னேறி அவன் அருகே வந்தாள்.

"பரிட்சை எழுத போலயா"

"என்ன போக விடமாடறாங்க" போலிசை பார்த்துக் கூறினான்.

போலிசை பார்த்தவுடன் அவளுக்கு என்னவோ பண்ணியது. அதுவரை துடிப்புடன் அவனை அழைத்து வந்தவள் இப்போது கூனிக்குறுகி புழுவைப் போல் நெளிந்தாள். இருந்தாலும் அவன் முகத்திற்காகத் தைரியத்தை வரவழைத்துக் கொண்டு நியாயம் கேட்கச் சென்றாள்.

"பரிட்ச க்யோன் நஹின் லிக்ஹே"

"சமாய் சமாப் ஹோ ரஹா ஹே... சலோ சலோ... யஹான் மாட் கடே ரஹோ"

"க்ர்பயா ஷமா கரேன்... முஜே இஸ் பார் லிக்கானே தோ"

"யா சம்பவம் நஹின் ஹே... ச்சோத் டோ"

எவ்வளவோ மன்றாடி பார்த்தாள், தனக்குத் தெரிந்த அவர்களின் மொழியில் மிக நீண்ட உரையாடலை நிகழ்த்தினாள். ம்ஹூம் எதற்கும் பயன் இல்லை அந்த போலீஸ் கருனை காட்டுவதாகத் தெரியவில்லை. அவனை எப்படித் தேற்றுவது என்று தெரியாமல் குழம்பியவள் மெல்லத் திரும்பிப் பார்த்தாள். அவனைக் காணவில்லை, தேடினால் அங்கும் இங்கும் அதோ தெரிந்துவிட்டான். அந்த மைதானத்தின் அருகே இருந்து மரத்தின் அடியில் அமர்ந்து கண்களைக் கசக்கிக் கொண்டிருந்தான்.

தன் இயலாமையை எண்ணி வாய்விட்டு அழுதான். அழுகட்டும் இந்த நாள் முழுதும் அழுகட்டும். இதற்குத் தான் இத்தனை முயற்சிகள் இத்தனை துன்பங்கள் இத்தனை துயரங்கள். அழுகட்டும் மனம் இலேசாகும் வரை கண்ணீர் வற்றும் வரை. அவன் கண்ட கனவுகள் அனைத்தும் கண்ணீராய் கரைந்து இந்த மண்ணில் போக மட்டும் அழுகட்-

டும். தன் தாய் தன் வெற்றி செய்தி கேட்கக் காத்திருப்பாள். அந்த சோகத்தை எங்கனம் கொண்டு கழிப்பான். அழுகட்டும் அழுது தீர்க்கட்டும்.

அவன் கதறலைப் பார்த்து அவள் அப்போது உறைந்து போய் இருந்தாள். அவனுக்கு ஆறுதல் மொழி கூற அவளுக்கு வார்த்தைகள் அகப்படவில்லை. "அழுகாதே" என்ற ஒற்றை வார்த்தையில் அவன் அழுகையை நிறுத்திவிடமுடியாது என்று அவள் நன்கு அறிந்திருந்தாள்.

அவன் தோளை இறுகப் பிடித்து அவன் முதுகைத் தட்டிக் கொடுத்தாள். அழுகை அடங்கி கண்ணீர் வற்றி, முகம் வீங்கி தேம்பி தேமே என இருந்தான்.

"அழுகாத... இங்க பாரு அழுகாத..வா போலாம்" மூக்கை உறிஞ்சி கொண்டு கைச்சட்டையில் தன் கண்களைத் தேய்த்துக் கொண்டு எழுந்தான்.

"ரொம்ப நன்றிங்க" எல்லாம் உணர்ந்து துறந்த ஜென் துறவி போல ஒரு பொன் சிரிப்பை உதிர்த்தான்.

தனிமையின் தாளாத சிரிப்பு அவன் முகத்தில் தெரிந்தது. அதைத் தனிமை என்று சொல்லி அந்த உணர்வைச் சுருக்கிட முடியாது அது விரக்தியில் தோய்ந்தெடுத்த வெறுமையின் தனிமை. இப்போது அவன் தன் தாயின் ஸ்பரிசத்திற்காக ஏங்கினான். அவள் நினைவு அவனை ஆட்கொண்டது.

"விடு. எல்லாம் சரியாகிடும். வா போலாம்"

உரையாடல் நிகழ்த்த அவளுக்குத் தயக்கமாக இருந்தது. அவனை மவுனமாக அழைத்து வரவும் சங்கடமாக இருந்தது. எப்படி ஆரம்பிப்பது என்று தவித்தாள். அதற்கு இடம் கொடுக்காமல் அவனே ஆரம்பித்தான்.

"எங்க போறோம். நான் ஊருக்கு போனும். என்ன டிரைன் ஏத்தி விடுங்க"

"இப்பவேவா. நீ நினச்சவுன டிரைன் பிடிச்சு போக முடியாது.. இது உங்க ஊரில்ல புரிதா...!!!"

"ம்ம்.... எனக்கு என் ஆத்தாவ பாக்கனும்..."

"பாக்கலாம் பாக்கலாம். நைட்டு தான் டிரைன் இருக்து. அதுவும் மெட்ராஸ் தான் போகும். நீ இப்ப வா, என் கூட. எனக்கு ரொம்ப பசிக்குது"

அவள் ஆறுதல் மொழிக்கு அவன் செவிசாய்க்க மறுத்தான்.

"இல்ல... நா போனும்"

"ப்ச் சொல்லிட்டே இருக்கேன்ல. மத் பூச்சே. பேசாமா வா" அதட்டல் தொனியில் அவள் கோவத்தில் சிவக்கும் போது டிராபிக் சிக்னலும் கூட நிறம் மாறியது.

இந்த பயணத்தில் ஆகச்சிறந்த தவறை செய்யத் துணிந்தேன் 'ஹே பகவான்' காவலன் மன இறுக்கத்தில் இருப்பதானாலே அன்றி இதை அவன் கூற மறந்திருக்கலாம். ஆம் அவளைப் பற்றிச் சொல்ல, நல்ல வட்ட முகம், வில் போன்ற புருவங்கள், வளையச் சூரிய கிரகண கண்கள், அந்த கருமையை அள்ளி எடுத்து வைத்த அஞ்சனம், கார்மேக கூந்தல், ஜெய்ப்பூரின் அக்மார்க் சிகப்பு லோலாக்குகள், வைர மூக்குத்தி அணிய ஏதுவான மூக்கு, செர்ரி பழச் சாற்றில் ஊறிய உதடு, கொப்புழ் கீழ் இறக்கிக் கட்டிய நன்கு பச்சை நிறத்தில் சூரியன் ஊடுருவும் ஒளி புகு சீலை, அடர் ஜரிகையில் வண்ண வேலைப்பாடு மான் வேட்டையாடப்படும் முந்தானை அதில் சின்ன முடிச்சு, அதை அவ்வப்போது எடுத்துச் சுழற்றும் அவள் நகப்பூச்சு விரல்கள், செய்யாற்றில் தேற்றி எடுக்கப்பட்ட தேகம் என அந்த ரதி தேவதையின் ஸ்கேனிங் காப்பி போல அத்தனை வடிவழகு.

அவள் பின்னே, எதையும் பேசாமல் ஒரு நாய்க்குட்டியைப் போல வந்தான். கடந்து வந்த பாதையை அவன் கடுகளவும் நோக்கிக் கொள்ளவில்லை. எங்கு எங்கோ கூட்டிச் சென்றாள் அத்தனைக்கும் செக்கு மாட்டைப் போல பின் தொடர்ந்தான்.

ஒருவழியாக அவள் இருப்பிடத்தை அடைந்தாள் கத்புத்லி எனும் நெருக்கமான பத்தாயிரத்திற்கும் மேற்பட்ட அன்றாடம் காய்ச்சிகள் வாழும் ஒரு குடிசைப்பகுதி. மேற்கூரை தலையைத் தட்டும் அளவுக்குச் சிறிய வீடுகள் ஒரு-

வர் பின் ஒருவராகச் செல்லும் அளவுக்குக் குறுகலான பாதை. ஆங்காங்கே குப்பைகள், கழிவுகள் என அந்த பகுதியே ஜெய்ப்பூரின் நெற்றிப் பொட்டாகக் காட்சியளித்தது.

"சோஹன் அச்சா பனோ ... பிந்தியா க்யா கர் ரஹே ஹோ.... பிஞ்சோ பாய் காம் பார் ஜாவோ ..." வழிநெடுக தன் பாணியில் ஆரவாரமாக வந்தாள்.

அவர்கள் இருவரையும் பார்த்து அங்குள்ளவர்கள் சிலர் இல்லை பலர் முணுமுணுத்தார்கள், பரிகசித்தார்கள், ஏசினார்கள், சிரித்தார்கள் காதுபட சில நற் வார்த்தை கூறினார்கள். வீட்டுச் சாவியை எடுத்து பூட்டை திறக்கும் போது அருகிலிருந்து அவள் தோழிகள் வந்து அவளை வம்பிழுத்தார்கள்.

"க்யா ஆப்பனே சுபாஹ் கீ ஷ்ருவாத் கீ?"

"கஸ்டமர் ஆப்கோ கான் பசாந்த் ஆயே !!"

"ஆப்னே கித்னா கரீதா"

"ச்சுப்ப் போங்கடி" விரட்டி விட்டு உள்ளே நுழைந்தாள்.

இந்த கேள்விகளும் ஆச்சரியங்களும் அவனைக் குழப்பியது. ஆனால் அதைப் பற்றிக் குழம்ப அவனுக்கு மனமில்லை. பசியின் மயக்கத்திலிருந்தவள் எதையாவது சமைக்க வேண்டும் என்று முடிவு செய்து அடுப்பங்கரையைப் புரட்டினாள். ஒன்றும் அகப்படவில்லை "ப்ச்" கொட்டி வெளியே சென்றாள் அருகிலிருந்த தோழிகளிடம் கொஞ்சம் தக்காளி இரண்டு மூன்று வெங்காயம் மட்டும் வாங்கி வைத்து விட்டு ரொட்டியும் சப்ஜியும் செய்யத் தொடங்கினாள். வாசனை கூரையைப் பிய்த்துக் கொண்டு சென்றது. சமைத்தாகி விட்டது ஆனால் உடல் கசகசத்தது. குளித்து வர நினைத்து தன் மாற்றுச் சீலையை எடுத்துக் கொண்டு சென்றாள்.

"இரு! குளிச்சிட்டு வந்துடுறேன்"

அவள் வருவதற்குத் தான் தாமதம், அவளைத் தேடி நான்கு பேர் வந்துவிட்டார்கள். அவர்களுக்குப் பதில் கூறி முடியவில்லை. அவளின் தேவை அன்று அதிகமாக இருந்தது. அவள் தாமதத்தைக் கூட பொறுக்க முடியாமல் அரு-

கில் உள்ள அவள் தோழிகளின் வீட்டிற்குச் சென்றார்கள். சிலர் அவளுக்காகக் காத்திருந்து சென்றனர்.

அவள் குளித்து முடித்து தலையைத் துவட்டியபடி வந்தாள். தினமும் முழுகுகிறாள் என்பதால் அவளுக்கு அவ்வப்போது சளிப்பிடிப்பது உண்டு அதனால் தும்மிக் கொண்டே வந்தாள். வாசலில் நின்று காத்திருந்த ஒருவன்.

"பஸ் ஆப்பகா இந்தாஜார் ஹய்"

"மேன் ஆஜ் நஹின் கர் சகாதா"

"முஜே ஜித்தனா ஹோா சாகே உத்தன கைஷ் தோ"

"நஹின் நஹின் ச்சோடு தோ" ஏமாற்றத்துடன் சென்றவனை பார்த்து சிரித்துக் கொண்டே உள்ளே வந்தாள். வழக்கம்போல தன் அழகை மெருகேற்ற ஆரம்பித்தாள். அவளை இப்போது தான் முழுமையாகக் கவனிக்கிறான் காவலன்.

"நீங்க இங்கயா இருக்கீங்க"

"தேக்கோ!! கியா ஆப் பாத் கராணா ஜாஹாத ஹேன்... ஹான் மேரா ஹவிலீ ஹேன்.. ஆமா இதுதான் என்னோட மாளிகை. நான் தான் இங்க பட்டத்து ராணி" எனச் சொல்லி கொண்டே தயிர்க் கடையும் மத்தைப் போல தன் கண்களை ஒரு சுழற்று சுழற்றி காட்டினாள். கொஞ்சம் சிரிப்புடன்.

"நீங்க தனியாவா இருக்கீங்க.. இங்க என்ன பண்றீங்க... என்ன வேல பாக்குறீங்க"

"கியா ஆப் சாவல் பூச்சானா ஜானாதே ஹேன். ப்ச், பழக்கத் தோஷத்துல வந்துருது. கேள்விலாம் நல்லா கேட்குர இந்தக் கேள்விலாம் உனக்குத் தேவையில்லனு நினைக்கிறேன். தேவையுள்ளக் கேள்விகள் உன் புஸ்தகத்துல இருக்கும்" கலுக்கென்று சிரித்தாள்.

"நான் கேட்ட கேள்விக்குப் பதில் சொல்லுங்க"

"ஹரே !! கண்டிப்பா தெரிஞ்சுக்கனுமா" தலையசைத்தான் காவலன் "உன் மொழில சொல்லட்டுமா என் மொழில சொல்லட்டுமா"

"உன் மொழியில சொன்னா கொஞ்சம் அசிங்கமா இருக்கும்... என் மொழியில சொல்லவா?"

"என் மொழில அசிங்கமா இருக்குறது உங்க மொழில நல்லா இருக்குமா என்ன?."

"நான் உன்னய என்னமோ நினைச்சேன். பரவால்ல"

"என்ன பத்தி இருக்கட்டும் உங்களப் பத்தி சொல்லுங்க"

"விடமாட்ட போலயே"

அவன் உடம்பு ஏதோ ஒரு அசிங்கத்தை எடுத்துப் பூசியதை போல நெளிந்தது. தப்பான இடத்திற்கு வந்துவிட்டோமோ என மனதைச் சங்கடப்படுத்தி கொண்டான். இப்படிப் பட்ட மனிதர்களை அவன் அன்று வரைப் பார்த்ததும் இல்லை பழகியதும் இல்லை. அன்று மதுரை இரயில்வே ஸ்டேஷனில் ஒரு முறை இப்போது இங்கு. அவளை ஒரு தீண்டடத்தகாத ஒன்றைப் போல பார்த்தான். வார்த்தைகள் வெளி வரத் தயங்கியது தடுக்கியது நடுங்கியது.

"நீங்க... நீங்க... அந்த மாறி..."

"ஓ!! கண்டுப்பிடிச்சுட்டியா.. ஆமா!. நான் ஒரு ராந்தி... உன் பாஷைல சொல்லனும்னா தேவடியாள்." புருவத்தை உயர்த்தி நமட்டுச் சிரிப்பு சிரித்தாள்.

அதைக் கேட்டவுடன் உடம்பெல்லாம் கூசியது. அங்கிருக்கவே அவனுக்கு அருவருப்பாக இருந்தது.

"எதுக்கு இந்த வேலயச் செய்றீங்க"

"எதுக்காகச் செய்வாங்க... சொல்லு... சுகத்துக்காக வா...சோத்துக்காகத் தான்"

"வேனாங்க விட்ருங்க..." கொஞ்சம் உணர்ச்சி வசப்பட்டான்

"எங்க ஊருக்கு வந்துருங்க.. நான் என் ஆத்தா... நல்லா பாத்துக்குறோம்.. உங்கள"

"உன் அன்புக்கு ரொம்ப தாங்க்ஸ்... என்னால அங்கெளாம் வர முடியாது..."

"ஏன்... எதுனால"

"நான் வாங்கிட்டு வந்த வரம் அப்படி எல்லாம் என்ன படைச்சக் கடவுள சொல்லனும்"

"நீங்க பன்ற தப்புக்குக் கடவுள் மேல ஏன் பழி போடுறீங்க."

"க்யாரே சாலா... நீ டாக்டர் ஆகுறதுக்குப் பதிலா அரசியல சேர்ந்துரலாம். நல்லா பேசுர" நீண்ட நிசப்தம் நிலவியது.

"சரி வா சாப்பிடலாம்.. நான் பரவாலாம தான் சமைப்பேன்... சொல்லிட்டேன்"

அவனைப் பார்த்து மறுபடியும் சிரித்தாள். அவனுக்கு என்னமோ பண்ணியது. பசி எடுக்கவில்லை, இருந்தாலும் அவள் சொல்லைத் தட்ட அவனுக்கு மனம் வரவில்லை. ரொட்டியைப் பிய்த்து வாயில் வைத்து கொண்டே கேட்டான்.

"எப்படி இங்க வந்தீங்க. உங்களப் பத்தி சொல்லுங்க"

"என்ன பத்தி என்ன சொல்ல.. என்ன பத்தி சொல்லப் பெருசா ஒன்னும் இல்லை... "

"சொல்லுங்க... இங்க எப்படி வந்தீங்க"

"என் அப்பன் குடிகாரன். குடிகிறதுக்காக எல்லாத்தையும் வித்தான். கடைசி என்னையும் வித்தான். முதல்ல ஆந்திரா, மும்பை அப்புறம் கொல்கத்தா இப்ப ஜெய்பூர் நாளிக்கு ஹூம். அவ்ளோதான்" அவள் கூறிய மொழியில் அத்துனை வெகுளித்தனம்.

"கடைசியா உங்க அப்பாவ எப்ப பார்த்தீங்க.."

"ஒரு நாலு வருஷத்துக்கு முன்னாடி. திருப்பதி பஸ்ல நானும் அவரும் போய்ட்டு இருந்தோம். வழியில பஸ் நின்னப்ப பசிக்குதுன்னு கடலைக் கேட்டேன். வாங்கிட்டு வரேனு என்ன ஒருத்தன்கிட்ட விட்டு போனாரு.

அப்ப எனக்குப் பதினாறு வயசு. அப்ப பார்த்தது."

"அதுக்கப்புறம் பார்க்கவே இல்லயா"

"பார்க்க நேரம் இல்ல"

"என்ன பத்தியே கேக்குறியே. உன்ன பத்தி சொல்லு"

"என்ன பத்தி என்ன சொல்ல. எங்க ஊரு மதுரப் பக்கத்துல ஒரு சின்ன கிராமம். பேரு .... சக்கரப்பட்டி

எங்க வீட்ல நானும் ஆத்தாவும் மட்டும் தான். என் ஆத்தா ஊருல கூலி வேலைப் பாக்குது. எங்க ஐயா

விவசாயி, ஒரு பன்னைக்காரர் நிலத்துல வேல செஞ்சாரு நிறைய கடன் வாங்குனதுல நொந்து போய் செத்துட்டாரு. அப்புறம் எனக்கு ஒரு அக்கா அது சின்ன வயசுல நோய் வந்து செத்துப் போச்சு."

"ஆமா உன் பேரு என்ன"

"என் பேரா!! மனக்காவல பெருமாள்"

"மனக்காவல பெருமாளா!!...

பேரு வித்தியாசமா இருக்கு"

"அது எங்க ஆத்தா வச்சப் பேரு. என் ஆத்தா சொந்த ஊரு திருநெல்வேலில நடுக்கல்லூரு, அங்க மணகாவல பெருமாள வேண்டிகிட்டு நான் பிறந்தேனாம். அதுனால அந்தப் பேரு"

"ஓஹோ..."

சாப்பிட்டு விட்டு சாவகாசமாக இருவரும் பேசிக் கொண்டிருந்தார்கள். இப்போது அவனுக்கு எந்த அருவருப்பும் இல்லை அவளுடன் சகஜமாக உரையாடினான். தன் தாய் தந்தையின் காதல் கதையைச் சொல்லி மனம் விட்டு பேசினான். லேசாக உறக்கம் கண்ணைத் தட்டியது. எப்போது அசந்தார்கள் என்று தெரியவில்லை. இருவரும் சூரியன் உறையும் வரை உறங்கினார்கள்.

மணி ஆறைக் கடந்து செல்கையில், வேகமாக மனகாவல பெருமாளை எழுப்பினாள்

"நைட்டு ஒரு டிரைன் இருக்குனு நினைக்கிறேன் வா போலாம். சீக்கிரம் கிளம்பு"

திரும்பி ஊருக்குச் செல்ல அவனிடம் காசில்லை. நோட்டு புத்தகங்களையும் தன் பையையும் துலாவி கொண்டிருந்தான் ம்ஹூம் காசு பணம் எதுவும் சிக்குவதாக இல்லை. கையைப் பிசைந்து கொண்டே அங்கும் இங்கும் பார்த்தபடி யோசித்தான்.

"ஏன்பா இன்னும் கிளம்பலயா நீ...

சீக்கிரம் வா அப்புறம் டிரைன் போயிரும்"

வழியில் தவறவிட்ட காசு, திருடர்கள் அபகரித்த காசு என அனைத்தையும் இழந்து நிற்கிறான். எப்போதும் காசுக்-

காகப் பெரிதும் சிரமபட்டதில்லை அது வெறும் காகித வெட்டுக்கள் எனக் கடந்து போனவன் இன்று போர்களத்தில் நிராயுதபாணியாக நிற்பதைப் போல உணர்ந்தான்.

அவன் நடையில் வேகம் குறைந்தது அவளோ தன் முந்தானையைச் சுழற்றியபடி முன் சென்றாள்.

அவனுக்கு இருப்பு கொள்ளவில்லை . என்ன செய்வதென்று தெரியாமல் முழித்தான். எப்படி இரயில் ஏறுவது ஊர்ச் செல்வது என்று. வழிநெடுக இதே யோசனை அவனை வாட்டி வதைத்தது. நேரமும் இரவு ஏழை நெருங்கியது. அதுவும் கூட ஏழையாக இருக்கிறது.

அவனது நிலைமையை அவள் அறியாமலா இருப்பாள். ஆனால் அவளிடமும் அவ்வளவு பணம் இல்லை. அவனிடம் அதைக் காட்டிக் கொள்ளாமல் பேசி கொண்டே வந்தாள்.

"ஊருக்குப் போனவுன என்ன மறந்துருவல"

"ம்ம்ம்ம்" என்ற சத்தம் வந்தது.

அதற்கு மறுமொழி என அவள் நினைத்தாள். அவன் குழப்பத்தில் பிதற்றுகிறான் என்பதைப் பின்னர் உணர்ந்தாள். இரயில் வரும் தண்டவாளப் பிளாட்பார்மில் பயணியர் இருக்கையில் அவனை அமர வைத்து விட்டு சென்றாள். அதையும் அவன் ஒழுங்காகக் கவனியாமல் அமர்ந்தான்.

வெகு நேரம் கடந்தது இரயில் கூவும் சப்தம் கேட்டது. அப்போது தான் அவன் அன்னிச்சைகள் அவனை நிகழ்க் காலத்துக்கு இட்டு சென்றது. அருகில் இருந்த அவளைத் தேடினான். எங்கேயும் காணவில்லைக் கண்கள் பரபரத்தது. வியர்வைத் துளிகள் முகம் நெடுக வழிந்தோடியது. அவளைச் சொல்லி என்ன பயன் ? என்று நமட்டுச் சிரிப்பை உதிர்த்து விட்டு மக்கள் கூட்டத்தைப் பார்த்துக் கொண்டிருந்தான்.

தூரத்தில் அவள் வரும் வாசனை. ஆம் அவளே தான் இடுப்பில் விலகிய சேலையை எடுத்துச் சொறுகி மாராப்பினைச் சரிசெய்து கொண்டே அவனை நோக்கி நடந்து வந்தாள். நிற்க அவள் நடந்து வருகையில் வானத்துத் தேவதை

இறங்கி ஜெய்பூர் இரயில் நிலைய பிளாட்பாரத்தில் நடந்து வருவதைப் போல இருந்தது. அவள் நடை வைரமுத்துவின் வரிகளில் சின்மயின் குரல் ஒலிப்பது போல ஒரு முரணான நெளிவு கொண்டது.

அவனுக்காக இல்லை என்றாலும் தனக்காகத் தன்னை அவள் போனி செய்து தான் ஆகவேண்டும். அடுத்த இரண்டு நாள் அவள் தன் வயிற்றைக் கழுவ வேண்டும் அல்லவா. அதற்காகவும் கூட. சுயநலம் கொண்ட உலக-மடா!. ஆனால் அவனுக்காக அவள் இவ்வளவு சிரத்தை எடுத்துக் கொள்ள வேண்டியதில்லை இருந்தாலும் செய்தாள் ஏதோ ஒன்று அவளைச் செய்வித்தது.

காசையும் இரயில் டிக்கெட்டையும் அவன் கையில் திணித்துவிட்டாள். அவன் மறுக்கவில்லை. மறுக்க மனம் வரவில்லை.

காசையும் அவளையும் ஏற இறங்க பார்த்தான். வேர்-வையில் நனைந்திருந்த அந்தக் காகிதங்கள் அவள் முந்-தானை அசைவின் இடுக்கில் வந்த காற்றில் அசைந்தது. அதை இறுக பிடித்து கொண்டான். காகிதங்கள் இப்போது மோட்சம் பெற்றதைப் போல அடங்கி ஒடுங்கியது.

"நாய் வித்த காசு குறைக்காது அதே மாறி என்ன வித்த காசு உன ஒன்னும் செய்யாது...போயிட்டு வா...

அய்யய....வந்துராத... ஹாஹாஹாஹா...."

அவள் அப்படித் தான், உள்ளத்தில் எந்தக் கள்ளமும் கபடமும் இல்லாத ஒரு பாவப்பட்ட மனிதி. அவளைக் கண் இமைக்காமல் பார்த்துக் கொண்டிருந்தான். அவன் கண்க-ளுக்கு அவள் எப்படித் தெரிந்திருந்தாள் என்று குறிப்பாகத் தெரியவில்லை. இரயில் படிகளில் ஏறி நின்று அவளைப் பார்த்த வண்ணம் இருந்தான். அவன் கண்களுக்கு அவள், அவன் குலதெய்வம் பேச்சியின் மறுவுருவமாகத் தன் தாயின் பிரதிபிம்பமாக அவ்வளவு ஏன் தன் தோளில் இட்டு வளர்த்து தன்னைப் பிரிந்த தமக்கையின் மறுபிறப்பாகத் தெரிந்திருக்கலாம் எப்படித் தெரிந்தால் என்ன அவள் அவனுக்காக வானத்தில் இருந்து அவிழப்பட்ட நறுமுகை.

கடைசி வரை அவள் பெயரைக் கேட்கவேயில்லை. பெயரில் என்ன இருக்கிறது

வாழ்க்கை மிகவும் கொடுமையானதல்ல மனிதர்கள் மிகவும் மோசமானவர்கள் அல்ல என்று அவள் அன்று அவனுக்குப் புரியவைத்துவிட்டாள். வாழ்க்கையை எதிர்கொள்ளும் பக்குவத்தை அவன் உணர்ந்துவிட்டான்.

இரயில் கிளம்பும் ஓசைக் கேட்க ஜன்னல் வழியே எட்டி பார்த்தான். தன் சீலையின் கிழிசலில் ஒளிந்திருக்கும் முந்தானையைச் சொறுகி கொண்டு அவனைப் பார்த்துச் சிரித்தாள் அந்த அவிழும் நறுமுகை.

12

ஆணியம் பேசு

அதைப் பார்த்த அடுத்த கணமே ஒரு நீண்ட பெருமூச்சு விட்டபடி அந்த நான்கு மாதரசிகள் அவனை நோக்கி வந்-தார்கள். அவனுக்கோ அவர்களைப் பார்த்த அதிர்ச்சியில், சுவாசகுழாயில் பேரடைப்பு. மூச்சு தடைப்பட்டது. ஆசுவா-சப்படுத்திக் கொள்ள முயன்ற போதும் முடியவில்லை. ஒரு நிமிடம் அவன் ஆவி நாதியற்றுப் பறக்க எத்தனித்தது. பதட்டத்தின் உச்ச நிலையின் போது அவனைச் சூழ்ந்து கொண்டார்கள் அந்த மாதரசிகள். நிறுத்தி நிதானமாகவே ஆரம்பித்தாள் தென்மேற்கில் நின்ற பெண்மணி.

"என்ன! ம்ம்.... என்ன ! உன் முழியே சரியில்லயே ஆன்ன்..."

"ஏய் இவன் கிட்ட என்னடி பேச்சு.. டேய் என்னடா !

எங்களப் பார்க்குற போன பார்க்குற, அப்புறம் சிரிக்கிற போட்டோ எடுக்குற, அத பார்த்துச் சிரிக்கிற. ம்ம என்ன விசயம்.. செருப்பால அடி வாங்கனும்னு ஆசையா இருக்கா?" என்றாள் வடகிழக்கில் நின்றபடியே.

"அடியேய், இவனலாம் போலிஸ்ட்ட புடிச்சு கொடுத்து முட்டிக் முட்டி தட்டனும்டீ. பொம்பளப் பொறுக்கி நாய்..." என்றபோது அவள் பின்னே சூரியன் மெள்ள மறைய தொடங்கியது. கதிரவனுக்கும் பயமோ என்னவோ யாருக்குத் தெரியும்.

"அட! இருங்கடீ. பெரிய வீரி சூரி மாறி பேசுவாளுக... இந்தா! பாருங்க தம்பி! என்ன பண்ணீங்க" என்று அவள் பதமாகக் கேட்ட போது தான் மறைந்த சூரியன் எழுச்சியுற்றது போல அவன் முகம் கொஞ்சம் சிவந்து அடங்கியது. வியர்த்துக் கொட்டியது, அதைத் துடைத்தபடியே சொன்னான்.

"தப்பா ஒன்னும் பண்ணலீங்க!"

"பின்ன வேற என்ன பண்ணீங்களாக்கும்"

"இந்தாங்க இதத் தான் போட்டோ எடுத்து எல்லாருக்கும் சேர்ப் பன்னேன் அவ்ளோ தாங்க வேற எதுவும் பண்ணல. நீங்களே பாருங்க"

அது எப்படி அவன் கூறுவதை எல்லாம் நம்பமுடியும். ஆண்மகன் உண்மையும் கூறுவான் என எந்த வேத ஆச்சாரியார்களும் கூறாத போது அவனை எப்படி அந்த மாதரசிகள் பேச்சில் நம்பிவிடுவார்கள். "எங்க கொடு" என்று அவள் வாங்கிப் பார்த்த போது தான் அனைத்தையும் புரிந்து கொண்டார்கள்.

"அட ஆமான்டி நல்லவன் தான் போல! இந்தா! இனிமேனாச்சும் ஒழுங்கா இரு!" என்று போனைக் கையில் வாங்கிய போது அவன் கண்களில் தாரைத் தாரையாக கண்ணீர். ஒரு நிமிடம் அவன் அந்தப் பேருந்து நிறுத்த இருக்கையில் ஆசைத் தீர கண்களைக் கசக்கினான். இன்னும் அவன் கண்களில் நீர்க் கொந்தளிப்பு காணப்பட்டது அத்துடன் சில ஓசைகளும் செவியறையின் சுவர்களில் எதிரொலித்தது.

"உன்னைய பிள்ளயா பெத்ததுக்கு அம்மிகல்லப் பெத்துருந்தாலும் உதவியிருக்கும்... உதவாக்கரை ஒரு பத்தாயிரம் ரூவா கடன் வாங்க கூட உனக்குத் திறமையில்ல"

"சீ நீலாம் ஒரு அண்ணண்ணா! இதுவரைக்கும் எனக்கு நீ என்னா செஞ்சுருக்க... இதக் கூட பண்ண முடியாதுனா அப்புறம் நீ என்ன ஆம்பள"

"இப்பவே என் மேல உனக்கு அக்கறை இல்ல... நாளைக்கு நீ என்ன கல்யாணம் பண்ணி என்ன பண்ண

போற காதலி ஆசப்பட்டதச் செய்ய முடியாத உனக்குலாம் எதுக்கு லவ்வர்... இதுல மீசை வேற தூ..."

"இதுக்குத் தான் சொன்னேன் இவனுகளலாம் வைக்க வேண்டிய இடத்துல வைக்கனும்... கொஞ்சம் இடம் கொடுத்தா போதும் ஏறி மேஞ்சுருவானுக"

"ஏய் அவன் வரான் டீ! டிரஸ்ஸ சரி பண்ணி வச்சுக்க"

"அவன் சரியான ப்ராடு சைகோ எதாவது பண்ணிறகின்னிற போரான் டீ"

"ஆம்பளத் தான நீ ! இதச் செய்ய முடியாத உன்னால"

"இவனுகளுக்கலாம் இரக்கமே பார்க்கக் கூடாது"

"அதலாம் எவ்ளோ அடிச்சாலும் தாங்குவானுக"

"அவன் கிடக்கான் குடிகாரன்"

"எவனும் நல்லவன் இல்ல எவனையும் நம்பாத!"

"செருப்பால அடி வாங்கனும்னு ஆசையா இருக்கா?"

"இவனலாம் போலிஸ்ட்ட புடிச்சு கொடுத்து முட்டிக் முட்டி தட்டனும்டீ. பொம்பளப் பொறுக்கி நாய்..."

இப்படி ஏகப்பட்ட ஓசைகள். இல்லை இல்லை வசைகள். அந்த வசவுகள் எல்லாம் அவன் காதில் அன்று கேட்டது மட்டுமல்ல அதுநாள் வரைக் கேட்கப்பட்டது. அவையனைத்தும் அவன் கேட்டது மட்டுமல்ல ஆண் எனும் ஈனப் பிறப்பெடுத்த அனைத்து ஆண்மகன்களும் சுப்ரபாதமாகக் கேட்டுக் கொண்டும் கேட்கப் போகும் திருப்பாவை அது. ஆணாதிக்கச் சமூகம் என்று கூறி ஆண்களை இராவணனைப் போலவும் பெண்கள் அனைவரும் சீதையைப் போலவும் கட்டமைக்கபடுவது புதிதல்ல என்றபோதும் ஆண்களில் பல இராமன்களும் பெண்களில் பல சூர்ப்பனைகள் சுற்றித் திரிவதை மறக்கிறோம்.

உண்மையில் இது ஆணாதிக்கச் சமூகமா என்ன? ஒரு காலத்தில் கொத்து கொத்தாக ஆண்களும் அடிமைகளாகக் கைகட்டி கிடந்த நாட்டினிலே ஆணாதிக்கம் அதிகம் என்பது நகைப்புகுரியது. முன்னொரு காலம் தொட்டு இன்று வரை இது பணாதிக்க நாடாக இருந்து வரும்போது ஆணாதிக்கச் சமூகம் என்று எப்படிச் சொல்ல முடியும். பணம்

படைத்தவன் ஆணோ பெண்ணோ அவன் எளியோனிடம் என்றும் ஆதிக்கம் செலுத்துவான் அதுவே உலக நியதி. அப்படிப் பணத்திற்க்காக சுற்றித் திரிந்து பணாதிக்கச் சமூ-கமாக மாற நினைக்கும் அந்த நடைபாதைக் கூட்டத்தில் அவனும் ஒருவன். அங்கே கண்ணைக் கசக்கி கொண்டு அமர்ந்திருக்கும் சேதுராமனின் குடியிருப்பு பங்காளன், அவன் பெயர்ப் பாபுஜியாம்.

"என்னடா நாது... சாரி சேது இங்க உட்காந்துருக்க"

"ஒன்னுல்ல"

"ச்சி சொல்றா"

"ஒரு நாலு பொண்ணுக நான் எதோ தப்பா பண்ணி-டேனு அசிங்கப்படுத்திட்டாங்க"

"அட இவ்ளோ தானா"

"ரொம்ப எம்பாரஸிங்கா! ஆகிருச்சு டா"

"டேய்! அவளுகலாம் ஹேன்டுல் பன்ற விதத்துல ஹேன்-டுல் பண்ணி கரக்ட் பன்ற விதத்துல கரக்ட் பண்ணனும். உனக்குத் தான் பொண்ணுகக் கிட்ட பேசவே தெரிலயே அப்புறம் இப்படிதான் நடக்கும். பொண்ணுகளாம் பசங்கள என்ன பண்ண என்ன ஆவான் என்ன சொன்ன என்ன ஆவானு செய்முறை விளக்கமே வச்சுருப்பாளுக. அந்த மாறி பசங்க, நம்மளும் தெரிஞ்சு வச்சு மடக்கனும் தெரிதா. ஆனா அதுக்கலாம் நீ சரிப்பட்டு வரமாட்ட"

"எனக்கு எதுவும் தெரிய வேணாம் நான் நானா இருந்-துகுரேன். அவுங்க மேல தப்பில்லச் சில பசங்க அப்படிப் பண்றதுனால எல்லாரையும் தப்பா நினைக்கிறாங்க. இப்ப-லாம் லவ்னு சொல்லிப் பசங்க பேச வந்தாலே பொன்னுங்க பயப்புடுறாங்க எங்க வேணானு சொன்ன எதாவது பண்ணி-டுவாங்கனு... அவுங்க நிலமய நினைச்சு பாக்கனும் அவுங்க உணர்வுகள மதிக்கனும்"

"போடாங்கு... மதிக்கனும் மிதிக்கனும்னு ஒருத்தன் வந்து லவ்வ சொன்ன ஒன்னு பிடிச்சிருக்குனு சொல்லனும் இல்லப் பிடிக்கலனு சொல்லனும் அத விட்டு அவன அலைய விடு-றது. ஏன் தெரிமா ! ஒருத்தன் தன் பின்னாடி ஒருத்தன்

அலையுறானா அது ஒரு தனிக் கெத்து

இதே ஒருத்தி பிடிக்கலனா சொல்லிட்டா அப்புறம் அவ நிழல கூட தொடமாட்டான் டா ஆம்பளைப் பெருசா பேச வந்துட்டான்... சரிவா ரூம்க்குப் போவோம்"

அந்த உரையாடல் சில மனிதர்களின் சில பிம்பங்களை அப்பட்டமாகப் பிரதிபலித்து கொண்டிருந்தது பாபுஜி அதை உரக்கச் சொல்லிக் கொண்டே வந்தான் சேது அதைப் பொறுக்க முடியாமல் கேட்டுக் கொண்டிருந்தான். அவர்கள் வருகையை அந்தக் குடியிருப்பு மாதரசிகளால் கொஞ்சம் சகிக்க முடிவதில்லை. இவர்கள் பெற்றெடுத்தோர் கூட அப்படி அவர்களுக்குத் தினம்தோறும் அர்ச்சனைச் செய்ததில்லை.

"ஏன்டி! இந்த ஓனருக்கு விவஸ்தையே இல்லயா. எத்தனத் தடவ சொல்றது இந்த மாறி காலி பசங்களுக்கு வீடு கொடுக்காதீங்கனு. இவனுகப் பார்வையே சரியில்லை"

"அப்படி என்னடி உன்ன பண்ணானுங்க"

"பேமிலி இருக்குற இடத்துல பேச்சுலர்ஸ் எதுக்கு"

"சரி அத விடு... இந்தத் தங்க நகைக்குப் பாலிஷ் போட வரச் சொன்னியாம்ல எப்ப வர்றாங்க எனக்கும் போடனும்"

"இப்ப வந்துடுவாங்க கொஞ்சம் பொறு..."

மணி சரியாக ஆறை நெருங்கிக் கொண்டிருந்தது. குடியிருப்பு வீடுகள் இருட்டில் மறைய எத்தனிக்கும் போது மின் விளக்குகளால் மின்னியது.

பாபுஜி வீட்டைப் பற்றி அவனை வசைபாடியவளிடமே கேட்டுக் கொண்டிருந்தான் ஒரு ஆசாமி. அவன் முழியில் ஒரு கள்ளத்தனம் தெரிய அவனுக்கும் கொஞ்சம் அர்ச்சனை வழங்கப்பட்டது அவன் அர்ச்சனைகளைப் பாதியிலே தடுத்து அவனை அவ்விடம் நகர்த்தி வந்தான் சேது.

"டேய் தம்பி ! யார்டா இந்தப் பொம்பள புரபஷ்னல் பஜாரி மாறி பேசுது. என் பொண்டாட்டியலாம் தூக்கி சாப்டுறும் போல"

"அவுங்க இப்படித் தான். நீ என்ன ணா இந்த நேரத்துல"

"வாய்விட்டு அழனும் தோனுச்சு ரூம் போட்டு அழுகுறதுக்குக் காசில்ல அதான் இங்க வந்தேன்"

"அப்புடியா இந்தா! இந்த ஓரமா ஒக்காந்து அழுவுங்க" எனப் பாபுஜி கேட்டவுடன் அந்த ஆசாமிக்குக் கண்ணீர் பீறிட்டது.

'சந்தனக் கருப்பா எனய ஏன் ஆம்பளயா பெத்துவிட்ட' என்றபடியே அழுது புலம்பினான் ஒரு ஓரமாக.

திடிரென்று மின் இணைப்பு துண்டிக்கப்பட்டது ஒரு நீண்ட நெடிய நிசப்தத்தில் காரிருள் சூழ்ந்தது. அவ்வப்போது சில முனங்கல்கள் பல கிசுப்கிசுப்புகள். சேதுவுக்கும் பாபுவுக்கும் ஒன்றும் புரியவில்லை. வெகு நேரமாக அழுது கொண்டிருந்த ஆசாமி சட்டென்று எழுந்து "டேய் தம்பிகளா! இந்தப் பொம்பள குரல எங்கயோ கேட்டுருக்கேன் இவளுக..... ம்ம் நியாபகம் வந்துருச்சு. நகைய பாலிஷ் போடுறேனு சொல்லி ஆட்டயப் போடுற கும்பல்னு நினைக்கிறேன்"

"எனக்கும் இந்தக் குரல எங்கயோ கேட்ட மாறி தான் இருக்கு" என்று மெல்லிய குரலில் சொன்னான் சேது.

"நான் என்ன நினைக்கிறேனா" என்று வாயைத் திறந்த பாபுஜியை வாயடைத்து "என்ன கருத்தா! நீ ஒரு ஆணியும் பேச வேணாம்" என்றான் சேது.

"அது இல்லடா! எதிர் வீட்லருந்து தான் சத்தம் வருது. இப்ப என்ன பன்றது " என்றான் பாபுஜி

"மெய்ன் ஆஃப் பண்ருப்பாய்ங்க அதுனால நீங்க யாராவது மெயின் ஆன் பண்ண போங்க நா கேட்டுக் கதவைத் பூட்றேன் நீ வாசக்கதவ கிட்ட போய் அவய்ங்களப் புடி"

"எப்புடி ணே இவ்ளோ கரக்டா சொல்ற" பதட்டத்துடன் கேட்டான் சேது.

"போன வாரம் தான் பா என் வீட்ல ஆட்டயப் போட்டாய்ங்க"

"அட கொடுமயே ! ஆண்டவன் உன்னய இங்க கரக்டா தான் அனுப்பி வச்சுருக்கான். சரி சத்தமில்லாம"

அந்த ஆசாமி வேகமாக ஓடி முன் கேட்டை அடைக்க, பாபுஜி மெதுவாக நகர்ந்து துண்டிக்கப்பட்ட மின் இணைப்பை

இணைக்கச் சென்றான். சேது கொஞ்சம் கலக்கத்துடன் தன் அலைப்பேசி வெளிச்சத்தில் அடி மேல் அடி வைத்து சென்றான். சட்டென்று விக்கல் சத்தம் கேட்டது. அலைப்பேசி வெளிச்சத்தில் ஒன்றும் தெரியவில்லை. சத்தம் அதிகமாகவே கேட்டது. சேதுவின் மனம் என்னவோ பண்ணியது. யாரோ தண்ணீர் தாகத்தில் தவிக்கிறார்கள் என்று தட்டு தடுமாறி சொம்பு நிறைய தண்ணீர் எடுத்து வந்தான். விக்கல் வந்த திசையை நோக்கி நீட்டினான். "இந்தாங்க தண்ணீ குடிங்க." என்றான். அந்த கைகளும் அதை பிடுங்கி 'மடக் மடக்' என்று குடித்தது. பட்டென மின் இணைப்பு வரச் சேதுவிற்க்கு பேரதிர்ச்சி.

அந்த அதிர்ச்சியில் அவன் கையில் இருந்த அலைபேசி நழுவி கிழே விழுந்தது. கிழே விழுந்த அலைபேசியில் அவன் காலையில் எடுத்த செல்லூலாய்டின் செல்கள் பளிச்சிட்டன அதில் பசி மயக்கத்தில் கிடந்த யாசகப் பாட்டிக்கு தன் மதிய உணவைக் கொடுத்து பல் இளித்துக் கொண்டிருந்தான் ஓர் இளைஞன். அந்த இளைஞன் முன்னே இப்போது நிற்பது போல பேரதிர்ச்சியில் அந்த நான்கு பெண்கள்.

களவானிகளிடம் வசை வாங்கிய கோபத்தில் கொஞ்சம் குரலோங்க "அடி பாவிகளா! நீங்களா!" என்றான் சேது.

13

பூங்காற்று புதிரானது

பொதினி மலையடிவாரத்திலிருந்து தென் திசை நோக்கி நெடுவேள் ஆவியின் கட்டளையையும் மீறி கிளம்பியது அந்தப் பூங்காற்று. தென்றலாக வலுவெடுத்த அந்தப் பூங்காற்றின் கணத்தில் ஆயிரமாயிரம் பூக்களின் வாசம். குறிஞ்சி பூக்களின் வாசத்தையும் அள்ளி எடுக்க நினைத்தது ஆனால் அதற்கு இன்னும் பதினான்கு அயனம் காத்திருக்க வேண்டும் என்பதால் ஏமாற்றம் கொண்டு சென்றது. மேற்கு தொடர்ச்சி மலைத்தொடர்களில் வளர்ந்திருந்த வானுயர விருட்சங்களை ஊடுருவியும் அது நிற்கவில்லை. மார்கழி பனியில் வெய்யோனும் குளிரின் கதகதப்பில் இருந்து மேற்கே செல்ல முடியாமல் தவித்துக் கொண்டிருக்கையில் அந்தப் பூங்காற்று மட்டும் எந்த வித சலனங்களுக்கும் ஆட்படாமல் பூம்பாறையின் பாறைகளின் மேல் அமர்ந்து கொண்டு சந்தியா கால வேளையில் மந்தகாசமாய் அந்தப் பூங்கிராமத்தை பார்த்துக் கொண்டு இருந்தது.

எத்தனைக் கோடி இன்பமும் துன்பமும் சூழ்ந்தாலும் பூக்களின் வாசத்தை மட்டும் அள்ளி எடுத்து வீசிடும் இந்தப் பூங்காற்று என்றும் புதிரானது தான். காடு மலைதனில் தவழ்ந்து வரும் பூங்காற்றுக்குத் தான் மானுட நெஞ்சத்தின் வலிகள் புரிந்திடுமா என்ன?. ஊசி இலைக் காடுகளின் ஏகாந்த வாசத்தை நாசிகளில் துளைத்துக் கொண்டு

செப்பனிட்டு அமர்ந்து இருந்தது அந்தப் பூங்காற்று. அன்று இரவு ஊரெல்லாம் இதே பேச்சு தான். பூமி சுழல மறுத்து தர்ணாவில் இறங்கியதைப் போல காட்சியளித்தது அந்தப் பச்சை மலைத் தொடர். தொழுவத்தில் இயேசு மட்டும் தன்னந்தனியாகத் தன் மழலை ஓசைகளைப் போதித்து கொண்டிருந்தார். கேட்கத் தான் ஆளில்லை. கைக்கு அடங்காத சாரயப் பாட்டில்களையும் ஒரு தூக்கு சட்டியையும் எடுத்துக் கொண்டு நெடுத் தெரு வழியே போவகவாய் ரோட்டைப் பிடித்து மேடறியவன் நடையில் வேகத்தைக் கூட்டினான். வழியெல்லாம் அந்தப் பேச்சு அவனைப் பின் தொடர்ந்தது.

'செயலலிதாவ தள்ளிவிட்டாய்களலாம்லடீ'

'அடுத்து யார் வாராகலாம்'

'எம்சிஆருக்கு இருந்த திறம திரானி யாருக்கும் வராதுப்பே'

'ஆத்தே கட்சிய உடச்சுப்புட்டாய்ங்க'

'அடுத்து சானகி அம்மா தான் வரப்போகுது'

வற்றிக் கிடந்த சுரப்பிகளின் பாதையில் எந்தத் துளி விழுந்திடுமோ என்று வீங்கி கிடந்த கண்களோடு அமர்ந்திருந்தவளைத் தரதரவென கைகளைப் பிடித்து கண்மூடித்தனமாகத் தள்ளி விட்டது ஒரு கூட்டம். பாலைவன ஊற்றில் துளிர்த்த நீரைப் போல பொல பொலவெனக் கண்ணீர்க் கண்களுடன் ஒவ்வொரு ஆணையும் அவள் பார்த்த பார்வை அன்று பாரதியின் சபதத்தைப் பறைசாற்றி இருந்தது. அது பிற்காலத்தில் நிகழ்ந்தது சரித்திரத்தின் பேரதிர்ஷ்டம்.

'ஊரே அடங்கிப் போய் கிடக்கு'

'செயலலிதா வந்தா பொம்பளயாளுக்கு எதனா நல்லது செய்யும்'

'எம்.சி.ஆரு இல்லாதத நினச்சு பாக்கவே முடியலயேடீ'

'கடைக் கன்னியலாம் அடிச்சு உடைக்கிறாய்ங்கலாம்லடீ'

இவையெல்லாம் அவன் காதுகளில் விழுந்தது; அதைக் கேட்டுக் கொண்டே பொடி நடையாக மன்னவனூர் மேட்டை அடைந்தான் மூக்குறுஞ்சி. ஆம்! அவன் பெயர் மூக்கு-

றுஞ்சி மூக்கு உறிய தெரிந்த காலத்தில் இருந்து அவன் பெயர் அது தான். அவன் பாட்டன் முப்பாட்டன் பெயரை எல்லாம் தெரிந்து கொண்டு அவனுக்கு என்ன சொத்தையா எழுதி வைக்கப் போகிறோம்.

ரோட்டின் ஓர வளைவுகளிலே பதுசாக வேகமெடுத்து நளினத்துடன் நடந்தவன்; மன்னவனூர் ரோட்டை முட்டும் வளைவில் இருந்த மலைச் சரிவுகளிலுள்ள மேட்டின் இடுக்குகளில் புகுந்தான். அங்கு தவளைகளும் சாரைகளும் அந்தாச்சரி ஆடிக் கொண்டிருந்தன. புன்னை மர கிளையின் கீழ் தீ ஒன்று எரிந்து கொண்டிருந்தது. பூங்காற்றின் அசைவில் கொஞ்சம் மசமசவென்று எரிந்து கொண்டிருந்தது. அதைச் சுற்றி மூன்று ஆசாமிகள் குளிர்க் காய்ந்துக் கொண்டிருந்தார்கள்.

ஆகாயம் மெள்ள நகர்ந்து வெண்ணிலவை அணைத்துக் கொண்டது. எந்த வித சஞ்சலமும் இல்லாமல் யாருக்கும் எவருக்கும் எந்தத் தீங்கும் செய்யாத அந்த ஆகாயம் வானில் நீக்கமற வியாபித்து இருப்பது போல மனித மனங்களும் இருந்துவிட்டால் நன்றாய் தான் இருக்கும். தோற்றமும் இல்லாத அழிவும் இல்லாத அந்த ஆகாயத்தைப் போல வாழத் தான் எல்லோருக்கும் ஆசை. துரதிர்ஷ்டவசமாக யாருக்கும் அது வாய்ப்பதில்லை அப்படி வாய்த்தாலும் அவர்கள் நிலைப்பதில்லை.

தீக்கு வாகாக விறகை எரித்துக் கொண்டிருப்பவன் தான் கருமுண்டம். பேருக்கு ஏத்தாற்போல நல்ல கருத்த முண்டம். முகமும் தான். அவனுக்குச் சுள்ளி பொறுக்கிகொடுப்பவன் தான் கட்டியங்காரன் அய்யாவு. இருவரும் பால்யச் சிநேகிதர்கள். தொழில் முறைக் கூத்துக் கலைஞர்கள். சோழவந்தான் ஜனகை மாரியம்மன் கோவிலில் அரங்கேற்றம் நடத்தி பத்து வருடங்களாகக் கூத்து கட்டி பிழைப்பு நடத்துகிறார்கள். கருமுண்டம் கூத்து பாட அதற்கு அய்யாவு கொட்டடிக்க என இந்த இரண்டு பேரு சேர்ந்து மட்டுமே கூத்துக்கட்டி இராமனுக்கும் முருகனுக்கும் சீதைக்கும் வள்ளிக்கும் அழகு சேர்ப்பார்கள். ஆனால் காலப்போக்கில்

மனிதர்களின் கேளிக்கை விஸ்தாரமானதில் அவர்கள் மட்டும் சேர்ந்து கூத்து கட்டி மக்களைத் திருப்திப்படுத்த முடிவதில்லை. சாமன்ய மனிதர்களை அவ்வளவு சீக்கிரம் திருப்திபடுத்திவிட முடியுமா என்ன?. அதுபோகக் கருமுண்டம் வேசங்கட்ட போவதில்லை எனச் சொல்லி சபதம் செய்த கதையையே இன்னும் ஊரு முழுக்கப் பேசியாகவில்லை. பற்றாக்குறைக்கு டூரிங் டாக்கீஸ்கள் தியேட்டர்களாக உருமாறிக் கொண்டிருந்தது. நாடகக் கலைஞர்களின் அன்றாட காட்சியே ஆட்டம் காண ஆரம்பித்தது. தெருக்கூத்தைப் பற்றிச் சொல்லியா தெரிய வேண்டும். மன இறுக்கத்தில் இருந்து தற்காத்துக் கொள்ளத் தாஸ்தோவ்ஸ்கியின் கதையைப் படித்து ஆறுதலடைய கூட தெரியாத வாஞ்சையான வெள்ளந்தி கூட்டம்.

"டேய் கருமுண்டம்! நாளைக்கு தேனி கூத்தாம்ல சொல்லவே இல்ல" எரிகின்ற சுள்ளியில் இன்னும் இரண்டை எடுத்துப் போட்டான் பரலோகம். பரலோகம் ஒயிலாட்டத்தில் வித்தைக்காரன் அவன் போடும் ஒயிலுக்குப் பல கண்ணிகைகள் அவன் மீது கிரக்கம் கொண்டு திரிந்தார்கள். அது அவன் ஆட்டத்துக்காகவா என்று தான் இன்று வரைப் புரியாத புதிராக அந்தப் பூம்பாறையை சுற்றி உலா வந்து கொண்டிருக்கிறது.

"ஆமாபா! அதுக்கு தான் உன்னய இங்க வரச்சொன்னேன்" என்றான் கருமுண்டம்.

பஞ்சபூதங்களிலே நெருப்புக்குத் தான் எத்தனைச் சிறப்புகள். தன்னுடன் சேரும் அத்தனையும் தனதாக்கிக் கொள்ளும். எந்த நிலையிலும் தன் நிறத்தை மாற்றிக் கொள்ளாத ஓர்ப் புனிதம். அந்தத் தீயை மெள்ள அசைத்தபடி கிழக்கு நோக்கி பயணித்த பூங்காற்று வேலப்பன் கோயில் தெருவை அடைந்தது. பூங்காற்றில் கைக்குட்டைகள் அங்குமிங்கும் பறந்தன. மாடப்புறாக்கள் சிறகுகளை அடித்து இதமான காற்றில் தன் ஜோடிகளுடன் இணைச் சேர எத்தனித்துக் கொண்டிருந்தன.

"நாசமத்துப் போனவ அழகு பெத்த பிள்ளய விட்டுட்டுப் போய்டாளே எடுப்பட்ட சிறுக்கி" பஞ்சவர்ணம் பேசியதை அந்தப் பூங்காற்று மெள்ள பெத்தராசு காதில் கொண்டு வந்து சேர்த்தது.

"மா என்ன பேச்சு பேசுற பிள்ள முன்னாடி" தன் மகளின் நெற்றியை வருடியபடி சொன்னான் பெத்தராசு. நெருப்பின் அணைப்பு அவள் நெற்றியில் இருந்தாலும் அந்தச் சூடு அவன் உள்ளத்தை உலுக்கி எடுத்தது.

"இல்ல யா மனசு பொறுக்க முடியாம தான்... பாரு புள்ள அம்மா அம்மானு ராத்திரி ஆனா ஆத்தால நெனச்சு தூக்கத்துல அனத்துது..."

"ஒன்னுல்ல... நீ அமைதியா படு நான் மேட்டுத் தெரு வரைக்கும் போய்ட்டு வரேன்" சொல்லிக் கொண்டே வெண்ணிலாவைப் பார்த்தான் பெத்தராசு. வானில் ஒன்று இருந்தது உடைந்த மரக்கட்டிலில் ஒன்று கிடந்தது.

போகிறவனை அழைத்து இன்னும் இரண்டு சொற்களை எடுத்துப் போட்டாள்.

"ஏன்யா கஞ்சி காய்ச்சக் கூட வீட்ல எதும் இல்லைய்யா" மறுமொழி பேச எதுவும் வார்த்தை இல்லை, தலையசக்க கூட கழுத்தோடு ஒற்றிக் கொண்ட பிண்டத்துக்கு வக்கில்லை.

மூச்சு வாங்க நடந்து வந்தும் பெத்தராசு முகத்தில் எந்தக் களைப்பும் இல்லை. வரவேற்பு என்று பெரிதாக ஒன்றும் இல்லை. "வாடா" என்ற சொல் மட்டும் கருமுண்டம் வாயில் இருந்து வந்தது. அது கூட மற்றவர்கள் வாயில் இருந்து வரவில்லை அதை அவன் கண்டு கொள்ளவும் இல்லை. அழையா விருந்தாளிக்கு என்ன உபசரிப்பு வேண்டி கிடக்கிறது என்று நினைத்தானோ என்னவோ.

"என்னடா இந்தப்பக்கம்... ஆன்... இங்கலாம் வரமாட்டியே நீ!" சாராயப் பாட்டிலை திறந்தபடி கேட்டான் கருமுண்டம்.

"அண்ணே.." பெத்தராசு இழுவைக்கு 'உம்' கொட்டினான் கருமுண்டம் .

"அண்ணே ஒரு நூரூவா கடனா தான்னே.. அடுத்த மாசம் திருப்பி தந்துரேன்" தயங்கித் தயங்கி கேட்டான் பெத்தராசு.

"நூறு ரூவாயா... எதுக்குடா " கண்ணாடி டம்ளரில் நிரம்பி கொண்டிருந்தது. அதைக் கவனித்து விட்டு கேட்டான் கருமுண்டம்.

அய்யாவு அவனைப் பரிதாபமாக பார்த்துக் கொண்டிருந்தான். அந்த உரையாடலுக்குள் எந்த வித இடயூறையும் விளைவிக்காமல் அமைதி காத்தான் பரலோகம். அவனிடம் ஜாடைப் பேசியபடி இருந்தான் மூக்குறுஞ்சி.

பெத்தராசுவுக்குக் கைக்கொடுக்க மூக்குறுஞ்சி ஒரு வார்த்தையை அள்ளி போட்டான்.

"பிள்ளைக்கு உடம்பு சரியில்லை அண்ணே.." என்றான் மூக்குறுஞ்சி.

"கவர்மென்ட் ஆஸ்பத்திரிக்குக் கூட்டி போவேண்டித் தான" என்றான் கருமுண்டம்.

"உடம்புக்கு ஒன்னு இல்லணே... வீட்ல கஞ்சி காச்சக் கூட எதுவும் இல்ல அண்ணே" கெஞ்சிக் கொண்டே கேட்டான் பெத்தராசு.

ஒருக்கட்டத்தில் அமைதி காத்தவன் பொறுமை இழந்தான் அந்த மதிகெட்டான் சோலையில்.

"ஆஹா செவலைப் பட்டைனா செவல பட்ட தான். என்னமா பதமா காய்ச்சிருக்கான் பய வெல்லம், தண்ணீ, பழம், வேலாம் பட்டைனு அளவ கனகச்சிதமா போட்டுருகான். ச்சக் கொன்னுட்டான் மனுசன்" என்று பரலோகம் சிலாகிப்பதைக் கண்டு மூக்குறுஞ்சி வாயெடுத்தான்.

"ஏன்னே பேசாம ஆட்டத்த விட்டுட்டு நம்மலும்..." மூக்குறுஞ்சி முடிக்கும் முன்பே பரலோகம் சொன்னான்.

"டேய் இதென்ன சாமனியமானா வேலயா. கலவைக்கும், ஊறலுக்கும் மட்டுமே கணக்கு தெரிய மூனு மாசம் ஆவும். அப்பறம் அமாவாசைக்கும் பௌர்ணமிக்கும் பொறுமையா காத்துக் கிடக்கனும்" என்று பரலோகம் எதோ கம்பசூத்திரத்தைக் கற்றவனைப் போல விவரித்ததைக் கண்டு கருமுண்-

டம் சொன்னான்.

"அதுவும் வாஸ்தவம் தான்" அந்த வாஸ்தவத்தையும் மீறி தழுதழுத்த குரலில் பெத்தராசு விட்ட இடத்திலிருந்து தொடர்ந்தான்.

"அண்ணே..."

"டேய்... நீ இன்னும் போலியா"

"அண்ணே கொஞ்சம் தயவு பண்ணுணே" எனக் கரகரத்த குரலில் கேட்டான்.

"ராசு! புரியுதுடா! ஆனா நானே இப்ப காசில்லாம தானடா இருக்கேன்" கருமுண்டம் ஒரே மூச்சில் குடித்து விட்டு சொன்னான். எந்தவிதச் சங்கடமும் இல்லாமல் கருமுண்டம் சொல்லிவிட்டான். வலியையும் கொடுமையையும் அனுபவிப்பவனுக்குத் தானே தெரியும்.

"அண்ணே ஒரு வாரமா தொழில் எதுவும் நடகல... கையில சல்லி பிசா இல்லனே. எதனா பார்த்துச் சொல்லுணே" என்றான் பெத்தராசு பரிதாபமாக.

"இல்லடா நானே கூத்து கட்ட ஆளில்லாம இருக்கேன்டா... சமயம் பார்த்து மருதுவும் வரமாட்டேனுட்டான். மணிவண்ணன் வேற என்ன பண்ண காத்திருக்கானோ... நானே என்ன பன்றது தெரியாம நொம்பலத்துல இருக்கேன். நாளிக்குக் கூத்து கட்டுனா தான்டா காசே கண்ணுல பாக்க முடியும்" என்று தீர்க்கமாகவே சொன்னான் கருமுண்டம்.

"அண்ணே அப்ப நான் நாளைக்கு ஒரு ஷோவ போட்டுக்க வா" எனக் கெஞ்சிக் கேட்டான் பெத்தராசு. கெஞ்சுவதைத் தவிர மற்றொன்றையும் பெத்தராசு கற்று வைத்திருந்தான். அது அவன் அப்பன் பாட்டனிடம் கற்றுக் கொண்ட வித்தை மாயவித்தை. ஆங்கிலேயர்க் காலத்தில் அவன் பூட்டன் ஆர்வத்தில் கற்றது இன்று அவனுக்குக் குலத் தொழிலாகிப் போனது. கைக்குட்டையின் உள்ளே இரண்டு பூவையும் ஒரு புறாவையும் அடக்கத் தெரிந்த ஒரு நலிந்த மாயக்காரன்.

"எது அந்தப் புறாவையும் நாலு டவலையும் வச்சா. ஏப்பே கூத்துக்குத் தான்டா காசு தருவாய்ங்க. அப்புறம் நீ

ஓசி காட்சி தான்டா. காசுலா கிடைக்காது. சொல்லிட்டேன்" கருமுண்டம் கண்ணாடி டம்ளரை வாயில் வைத்து கொண்டு சொன்னான்.

சட்டென மூக்குறுஞ்சி யாரையோ பார்த்துக் கொண்டே பதறிப் போய் பதுங்க முற்பட்டான். "என்னடா என்ன ஆச்சு" என்று குழப்பத்துடன் கேட்டான் அய்யாவு.

"இல்லணே தண்டல்காரனு நினச்சு பயந்துட்டேன்" வெளிறிய முகத்தில் பீதியடைய சொன்னான் மூக்குறுஞ்சி.

"ஏலேய் அவன் நம்ம வெட்டியான் சுருளிடா..." சிரித்துக் கொண்டே சொன்னான் அய்யாவு.

"அவன் எதுக்குச் சாமத்துல இந்தப் பக்கம் சுத்திக்கிட்டு இருக்கான்" என மூக்குறுஞ்சி சத்தமாகக் கேட்டான்.

"அவனுக்கும் தொழில் படுத்துறுச்சுல அதான் சாமக்கோடாங்கி வேசம் கட்டி கிழடு கட்டைகளுக்கு எளவ கூட்டலாமானு பாக்குறான்" என்றான் அய்யாவு.

"ஊருல சாவு இல்லன அவன் பொழப்பும் நம்ம பொழப்பு மாறி தான்" என்று கொஞ்சம் ஆதங்கபட்டான் கருமுண்டம். அதோடு கொஞ்சம் வசவுகளும் நீண்டது அதற்குக் கொஞ்சம் கத்திரி போடவும் இங்கு வேண்டி உள்ளது.

"இந்தச் சர்க்காரும் கடவுளும் ஒன்னு. இரண்டு பேரும் நம்மள வாழ விடமாட்டாய்ங்க... இங்காரு ஒரு காலத்துல கூத்து கட்ட போறம்னாலே. ஒரு மண்டலம் கவுச்சி சரக்குனு எதுவும் தொடமாட்டேன் அவ்வளவு சுத்தபத்தமா இருப்பேன். இன்னைக்கு அதலாம் விட்டு போச்சு. வயித்த கழுவுனா போதும் போயிட்டுக் கிடக்கு" கருமுண்டத்தின் புலம்பலில் இருந்து அவனுக்குப் போதை ஏறி போனதை உணர்ந்தான் பெத்தராசு.

"அண்ணே என் விசயத்துக்கு வாணே"

"உன் விசயத்துக்கு எங்க வர. அதான் சொன்னேன்ல" என்று மூக்குறுஞ்சி கொண்டு வந்த தூக்கு சட்டியைத் திறந்து அதில் இருந்த ஒரு துண்டு உப்புகண்டத்தை எடுத்துக் கடித்தான் கருமுண்டம்.

"இருக்கட்டும் ணே வரவுக அஞ்சு பத்து கொடுத்தா கூட உபகாரமா இருக்கும்ல.. காசில்லாம கஸ்டமா இருகுணே" பெத்தராசு குரலில் அதற்கு மேல் இறக்கம் இல்லை.

"ம்ம்ம் சரி இவளோ தூரம் நீயே இறங்கி வந்துட்ட அப்-பறம் நான் என்னத்த சொல்றது" என்று கடைசி மடக்கைக் குடித்து விட்டு வைத்தான் அதிரும்படி.

அதைக் கேட்ட மாத்திரத்தில் "காலைல அஞ்சு மணிக்-குக் கிளம்பனும் வெரசா வந்துரு" என்றான் அய்யாவு.

"டேய் பார்த்து டா ஊரே அடங்கிப் போய் கிடக்கு... எதும் சலம்பலாகிறாமா..." எனக் கருமுண்டம் கூற 'ஒன்றும் ஆகாது' என்ற ஆறுதல் மொழியைத் தவிர வேறு எதை அய்யாவுவால் கூறிவிட முடியும்.

"சரிணே" என்று சொல்லி எழ முற்பட்டவனை ஒரு சொல் வந்து அவன் மார்பில் சொருகியது. சக்கரத்தைப் பிடித்து மல்லுக்கட்டும் கர்ணன் மீது எய்த அம்பைப் போல. அது வேறு எங்கிருந்தும் விழவில்லை பரலோகத்தில் இருந்து விழுந்தது.

"டேய் இவன் பொண்டாட்டி ஓடி போனாலும் நல்ல குத்து கல்லு மாரி தான்டா இருக்கான்... நானா இருந்துருந்தேனா ஒக்காளி நாண்ட்டுட்டுச் செத்துருப்பேன் இல்லன அந்தக் கண்டார ஓலிய தேடி கண்டு புடிச்சு வெட்டிருப்பேன்"

முழுதாகப் பரலோகத்திற்கு போதை ஏறி போனதை உணர்ந்த பெத்தராசு எதுவும் பேசாமல் நகர்ந்தான். அது-மட்டுமல்லாமல் இந்த வார்த்தையைக் கேட்பது அவனுக்குப் புதிதல்ல. இரண்டு வருடங்களாக எத்தனையோ முறைக் கேட்டு சலித்துப் போன விஷயத்தைப் புளித்து போன மனது மரத்துப் போன செவியின் வழியே கேட்க மறுத்திருக்கலாம்.

"மூஞ்சில மையிரு வச்சவனெல்லாம் ஆம்பளயா ஆயிற முடியுமா" மறுபடியும் அம்பைச் சொருகினான் பரலோகம். இந்த முறைக் கருமுண்டம் பரலோகத்தின் போதை ஒயி-லைக் கொஞ்சம் அடக்கி வைத்தான். குடி முழுவதும் ஆட்-கொண்ட பிறகு குடியைக் கெடுக்காமல் விடாதல்லவா!. போதை உச்சிக்குப் போனது நாக்குகளின் நரம்பு கொஞ்சம்

வலுவிழந்து போனது. அப்படி இருந்திருந்தால் மட்டுமே அப்படி ஒரு வார்த்தைப் பரலோகம் வாயில் இருந்து வந்திருக்கும்.

"இன்னும் பத்து வருசம் தான் அடுத்து மவளையையும் கூட்டி கொடுப்பான் மானங் கெட்டபயன்" எனச் சட்டென சொல்லை உதிர்த்துவிட்டான் பரலோகம்.

பெத்தராசுவின் பொறுமை எல்லையைத் தாண்டிய மறுகணம் பரலோகத்தின் சட்டையில் இருந்தது அவன் கைகள். இருவரும் மல்லுக்கட்டி கொண்டிருந்தார்கள். கருமுண்டமும் அய்யாவும் எவ்வளவோ தங்கள் பலம் கொண்டு தடுத்தார்கள். மூக்குறுஞ்சியும் அந்தப் பணியில் இனைந்தான். ஆனால் மது தன் வேலையைக் காட்ட; அத்தனைப் பெரிய வெற்றியை அவர்களால் ஈட்ட முடியவில்லை. போதையில் நிதானத்தை இழந்த பரலோகத்தால் பெத்தராசுவின் கைப்பேச்சுக்குப் பதில் மொழிக் கூறமுடியவில்லை. ஆனால் பரலோகம் கேட்ட கேள்விகளுக்குப் பெத்தராசு தன் கை மொழிப் போதும் மட்டும் பதில் கூறி விட்டான். சிலசமயங்களில் சில கேள்விகளுக்குக் கை மொழி தான் சிறந்த பதிலாக இருக்கக்கூடும்.

பூங்காற்றில் திளைத்திருந்த மண்ணில் உருண்டு புரண்ட பெத்தராசு ஒருவழியாகத் தன் பேச்சை முடித்துக் கொண்டான். சட்டையெல்லாம் கிழிந்து, தலை முடி கலைந்து, உதட்டில் இரத்தம் வழிய எழுந்தான். கண்ணில் தாரைத் தாரையாக கண்ணீர். காயம் கண்டு வலித்த கண்ணீர் வலி தீரும் போது அடங்கிவிடும் ஆனால் இது மனம் வலித்த கண்ணீர் அது வடுவாக மாறிய பின்னும் கண்ணீரையே தான் சுரக்கும்.

கண்ணீர்க் கரை கண்டது மண்ணுக்குள் புதைக்கொண்டது. பூங்காற்று அந்தக் கண்ணீர் மண் துகள்களை அவன் மேல் பரவி சென்றது. எப்போதோ தனக்குள் கேட்கப்பட்ட கேள்விகளை மீண்டும் தட்டி எழுப்பி சென்றது. ஆனால் விடைமட்டும் புதிராய் தான் உள்ளது. அந்தக் கேள்விகள் மறுபடியும் அவனைச் சூழ்ந்து கொண்டது. விடைகளைக்

கேட்டு அவனை நச்சரித்தது. கேள்விகள் மட்டும் அவன் காதுகளில் விழுந்து கொண்டே இருந்தது. "எதுக்கு என்ன பார்த்தா, காதலிச்சா, முந்தி விரிச்சா, பிள்ளயப் பெத்தா, விட்டுட்டுப் போனா" இந்தக் கேள்விகளுக்கு இரண்டு பேருக்கு மட்டும் தான் பதில் தெரியும். ஒன்று அவள் மற்றொன்று அந்தப் பூங்காற்று.

கண்ணீர் வற்றியது ஆனால் உரையாடல் தந்த தருணங்கள் வற்றவில்லை. அவளை முதன் முதலில் பார்த்த அந்தத் தருணம் அவன் இதயக் கூட்டை விட்டு இன்னும் அகலவில்லை.

"என்னவாம் என்ன பார்த்துக்கிட்டே இருக்குறவ" முதன்முதலாகக் கூக்கால் திருவிழாவில் செவ்வரளியைப் பார்த்த போது பெத்தராசு இப்படித் தான் கேட்டான்.

"ஆன் கண் இரண்டும் என் வுட்டு"

"என்னயக் கலியாணம் கட்டிகிறியா" பெத்தராசு கேட்டதற்கு இப்படித் தான் பதில் சொன்னாள் செவ்வரளி.

"உன்ன கண்ணாலம் கட்டிக்கிட்டா என்ன தருவியாம்"

"சொத்தெல்லாம் எதுவும் இல்ல. என் உசுரவேன வச்சுக்க"

"உன் உசுரு எம்புட்டுப் பெரும்" அதைக் கேட்டது மட்டுமல்லாமல் அதை உருவி எடுத்துக் கொண்டும் சென்றுவிட்டாள் அந்தப் பாதகத்தி. மானம் தான் உயிராக அவன் உடம்பில் ஒட்டி கொண்டு இருந்தது அதுவும் இப்போது காற்றோடு கலந்துவிட்டது அந்தப் பூங்காற்றோடு.

கல்யாணம் ஆகி மூன்று வருடங்களாகியும் இந்தக் கேள்விகளை கேட்காவிட்டால் அவள் நல்ல ஒரு இல்லாள் ஆக இருந்திருக்க மாட்டாள். அதைத் தான் செவ்வரளியும் செய்தாள்.

"ஏயா இந்த வித்த காட்ற வேலைய விட்டுபுட்டு ஒரு நல்ல உத்தியோகத்த தேடுயா... பிள்ளக் குட்டி ஆகி போச்சு... துபாய் கிபாய்னு எங்கயாவது போய் காசு சேர்க்கப் பாருயா"

அதைக் கேட்டு ஒரு நல்ல குடும்ப தலைவனாக அவன் பேசியிருக்க வேண்டும். சந்தர்ப்பங்களும் சூழ்நிலைகளும் எப்போதும் நேர்க்கோட்டில் பயனிப்பதில்லை அல்லவா!. காலம் தன் விளையாட்டைக் காட்டியது.

"என்ன!!

படுத்ததுக்கு வில பேசுறியா"

பிரிவுகளுக்கு எப்போதும் பெரிய காரணங்கள் தேவை-யில்லை. இராமன் சீதாபிராட்டியைப் பிரிய வால்மிகிக்கு ஒற்றை வார்த்தைப் போதுமானதாக இருந்தது. ஒத்தல்லோ டெசுடமெனாவிடம் இருந்து பிரிய ஷேக்ஸ்பியருக்கு ஒரு கைக்குட்டைப் போதுமானதாக இருந்தது. இவர்களைப் பிரிக்க ஒற்றை மௌனம் போதுமானதாக இருக்காது?.

ஐந்திணை ஐம்பதின் பொறையனாரின் மானைப் போல வாழும் கணவன் மனைவியை இப்போது பார்ப்பது மிகவும் அரிது. மாதவியின் மேல் பித்து கொண்டு அலைந்த கோவ-லனுக்காக எதையும் எரிக்க இந்தக் காலத்து கண்ணகிகள் துணிவதில்லை. ஒருவர் மேல் ஒருவர்க் குற்றம் சொல்லி வாதி பிரதிவாதியாகி வாய்தா வாங்குவதைத் தான் இன்-றைய சமூகம் வாடிக்கையாக்கிக் கொண்டுள்ளது.

மனைமாட்சி இல்லா மனைவியைக் கட்டி விட்டு வாழ்க்-கையில் எத்துனை வெற்றிகளைப் பெற்றாலும் அவன் தோற்றவன் தான் என்று வள்ளுவனே வரையறுத்துவிட்-டான். மனைவி இப்படித் தான் இருக்க வேண்டும் எனப் பொட்டில் அறைந்தார்ப் போல் ஏழு வார்த்தைகளைச் சொல்லிவைத்தவன்; கணவன் இப்படித் தான் இருக்க வேண்டும் என இரண்டு வரியில் சொல்லாமலா போவான். அது என்னவோ மனுதர்மம் பெண்களுக்கு மட்டும் தான் என எவனோ காற்று வாக்கில் சொல்லி விட்டு போய்விட்-டான்.

மாற்றான் மனைவியின் விருப்பமில்லாமல் தொட மாட்-டேன் என்ற இராவணனை இன்று வரை நாம் மன்னிக்கத் தயங்குகிறோம் ஆனால் மாற்றான் மனைவியை விருப்ப-மில்லாமல் புணர்ந்த இந்திரனைப் பூஜித்து கொண்டாடுகி-

றோம் .தேவனாக வாழ்வதும் அசுரனாக வாழ்வதும் குணத்தால் இல்லை என்பதை இதை விட பட்ட பரிவர்த்தணமாகக் காட்ட முடியாது. அவன் தேவனோ அசுரனோ இல்லைத் தேவசுரனோ அவனவன் கர்மாக்கள் அவனவனை ஆட்டி வைக்கிறது. அதேபோல அவள் பதிவிரதையோ அல்லது பரத்தையோ அவள் கர்மா அவளை எங்கோ கொண்டு போய் தள்ளி விட்டது.

சூரியனுக்கே கட்டளையிட்ட நளாயினியைப் போல அந்தப் பூங்காற்றுக்கு கட்டளையிட்டுச் சென்றாளோ என்னவோ அவன் வாழ்வில் மட்டும் அந்தப் பூங்காற்று வீச மறுத்துவிட்டது.

ஏகபத்தினி விரதன் எனப்படும் இராமனின் மனைவி சீதையும் பஞ்சகண்ணிகைத் தான் அவளைக் கவர்ந்து சென்ற மாற்றான் இராவணனின் மனைவியும் பஞ்சகண்ணிகைத் தான். ஐராவதனிடம் கலங்கமுற்ற நளாயினியும் பஞ்சகண்ணிகைத் தான். ஐவரை மனந்த பாஞ்சாலியும் பஞ்சகண்ணிகைத் தான் இவளையும் அவர்களோடு ஆறாகச் சேர்க்கலாம் தான் ஆனால் சேர்த்தால் மட்டும் தான் அவள் ஆறங்கண்ணிகையா என்ன சேர்க்காவிட்டாலும் அவள் கண்ணிகைத் தான்.

எல்லோரும் சேர்ந்து இன்னும் குடித்தபாடில்லை. பரபரப்பு கொஞ்சம் தனிந்து இருந்தது. பெத்தராசு சென்று வெகு நேரம் ஆகியிருந்தபடியால் பரலோகம் கொஞ்சம் ஆசுவாசப்பட்டு இருந்தான். பேச்செல்லாம் கூத்தைப் பற்றி தான். உரையாடல் கூத்து கட்டி கொண்டிருக்கையில் "ஏன்பா பரலோகம்... அசலூரு நாடகத்துலலாம் வேசம் கட்டுற நம்ம கூத்துக்குக் கொஞ்சம் ஒத்தாசைப் பண்ணுப்பா" என்று அதட்டலாகச் சொன்னான் அய்யாவு.

முகத்தில் இரத்தம் வழிய "ஏலே உன் கூத்தும் என் நாடகமும் ஒன்னா" என்று கோப்பை மதுவைக் குடித்து விட்டு முரண்டுபிடித்தான் பரலோகம்.

நேரம் நள்ளிரவை நெருங்கிக் கொண்டிருந்தது. எல்லோரும் போதையின் வாசலில் விழுந்து கிடந்தனர். வெஞ்சுடர்

வருகைக்குப் பெரிய நாழிகை எதுவும் இல்லை. அய்யாவுவுக்கு ஒரு வழியாக முழிப்பு கண்டது. கருமுண்டத்தையும் பரலோகத்தையும் எழுப்பி விட்டு மூக்குறுஞ்சியின் முதுகில் ஓங்கி ஒன்று வைத்தான்.

"எல்லோரும் வெரசா கிளம்புங்க மதிய சாப்பாட்டுக்கு அங்க இருக்கனும்" என்றான் கருமுண்டம் சோம்பலை முறித்துக் கொண்டே.

"எப்படிப் போ போறோம்... ஊரே காப்ராவா இருக்கு... பஸ்ஸூ எதுவும் ஓடல. முதல அங்க திருவிழா இருக்கா கூத்து நடக்குமா" என்றான் அய்யாவு. போதைக்கு முன்பு கேட்கவேண்டியதைத் தெளிந்த பிறகாவது கேட்டானே.

"அதலாம் நடக்கும். நீ ஆக வேண்டிய வேலயப் பாரு. நான் வேற ஏற்பாடு செய்றேன்" என்றான் கருமுண்டம்.

"சரிபா சந்தோசமா போய்ட்டு வாங்க" என்றான் பரலோகம்.

"ஏய் பேசாம வாப்பா" என்றான் கருமுண்டம் அதட்டலோடு. அதற்கு மறுமொழி எதுவும் கூறாமல் பீடியைப் பற்ற வைத்தான். தலை மட்டும் மெல்ல அசைந்தது.

ஊரே துக்கத்தில் இருந்ததால் அமைதியாகி கிடந்தது. கலவரமாகி போய் விடும் என்று லாரி ஓட்டுபவர்களும் கூட வர மறுத்து விட்டனர். இப்போது அவர்கள் முன்னே இருந்தது நடைபயணம் மட்டும் தான். மெள்ள பூம்பாறையிலிருந்து கொடைக்கானல் பண்ணைக்காடு வழியே தேவதானப்பட்டியை அடைந்து அங்கிருந்து சிரிரங்கபுரம் செல்வது தான் ஒரே வழி ஆனால் அப்படிச் செய்தால் பொழுது சாய்ந்து விடும். அதனால் அகமலைக்குள் புகுந்து அல்லிநகரம் வந்து சிரிரங்கபுரத்தை அடைந்து விடலாம் என முடிவு செய்தார்கள். சொல்வதென்பது எளிது ஆனால் அகமலையின் அடர்ந்த காட்டுப் பகுதிக்குள் புகுந்து வெளியே வருவது கொஞ்சம் விசனமான விசயம் தான்.

எல்லோரும் பெட்டிகளைக் கட்டிக் கொண்டு அரிதாரம் பூச ஆயத்தமானார்கள் . வெகு நேரம் காத்திருந்தும் பெத்தராசுவைக் கண் காணவில்லை. பரலோகம் பொறுக்காமல்

வேகப்படுத்த; சரியாகக் காலை ஆறு மணிக்கு அகமலையின் ஒற்றையடி பாதையைத் தேர்வு செய்து நடக்கத் தொடங்கினார்கள். கருமுண்டம், அய்யாவு முன் நகரப் பரலோகமும் மூக்குறுஞ்சியும் பின் அசைந்தார்கள். சிறிது நேரத்தில் தூரமாகப் பெத்தராசு வருவதைக் கண்டு பரலோகம் தவிர்த்து எல்லோரும் நின்றார்கள். பெத்தராசு அவர்களைப் பின் தொடர்ந்து மெதுவாக நடந்து வந்தான். எதுவும் பேசவில்லை. பேசுவதாக உத்தேசமும் இல்லை அப்படியே பேசினாலும் வார்த்தைகள் குளிரில் கம்பளி போர்த்தி தொண்டைக் குழியில் படுத்து கொண்டது.

மலைப் பயணம் இவர்களுக்குப் புதிதில்லை ஆனால் இந்த முறை எதோ ஒரு பதட்டம் இவர்களைத் தொற்றிக் கொண்டது. அதைப் பயம் என்றும் சொல்லிவிட முடியாது. அருநெல்லி, நரிவேங்கை, மயிர் மாணிக்கம் என எண்ணில் அடங்கா மரங்களும் தாவரங்களும் அவர்களுக்குக் காணக்கிடைத்தன. அது இன்னதுதானா என்று அவர்களுக்குத் தெரிந்திட வாய்ப்பில்லை அதைத் தெரிந்து கொள்ளவும் அவர்களுக்குப் பெரிதாக விருப்பமில்லை.

மெள்ள நகர்ந்தவர்கள் ஊரடி காப்பி தோட்டத்தை நெருங்கினார்கள். காப்பி கொட்டைகளின் வாசத்தை என்னவென்று சொல்வது. எல்லோரும் உச்சி முகர்ந்து மெய் சிலிர்க்க மயக்கத்துடன் நடக்கலானார்கள். அரசவால் ஈப்பிடிப்பானும் ஊதாத் தேன்சிட்டும் அவர்களைக் கண் இமைக்காமல் பார்த்துக் கொண்டிருந்தன. அவர்கள் நால்வருக்கும் யாரோ தங்களைப் பின் தொடர்ந்து வருவது போல் இருந்தது. பின்னாடி திரும்பி பார்த்துக் கொண்டே வந்தான் பெத்தராசு. கால்கள் நோகாமல் போகும் பாதையில் கவனம் செலுத்திச் சென்றார்கள். சட்டென ஒரு சத்தம். எல்லோரும் திடுக்கிட்டு நின்றார்கள். அங்கும் இங்குமாக எல்லோரும் பார்த்துக் கொண்டு இருந்தார்கள். ‘ஒன்னுல்ல நடங்க டேய்’ கருமுண்டத்தின் அந்த வார்த்தை ஆறுதலாக இல்லை. நொச்சி இலைகளும் பட்டிலுப்பைகளும் அவர்கள் கால்களில் மிதிப்பட்டன. அதைக்கண்டு பூங்காற்றுச் சினங்

கொண்டதோ என்னவோ சட்டென வேகமெடுத்து அவர்கள் முகத்தில் பட்டென்று வீசியது. பெத்தராசுவுக்கு என்னவோ போல் இருந்தது. திரும்பிய வண்ணமே இருந்தான். எங்கும் மரங்களும் மலைப்பாறைகளும் தான் கண்ணில்பட்டன. மறு-படியும் அதே சத்தம் இந்த முறை ‘பா’ என்று கேட்டது. தூரத்தில் உள்ள மரப் பொந்தின் இடையில் இருந்து தான் வந்திருக்கக் கூடும். சூரியன் உதித்த பிறகும் வெண்ணி-லவுக்கு என்ன வேலை என்பதைப் போல பூங்காற்றின் அசைவினால் விழுந்த மரக்கிளையில் இடறி விழுந்திருந்-தாள் வெண்ணிலா. பெத்தராசுவின் வெண்ணிலா. வானத்து வெண்ணிலாவுக்கு உண்டான அத்துனைச் சிறப்புகளும் இந்த வெண்ணிலாவுக்கும் உண்டு. அவளைப் பார்த்த கணமே நிலா என்று ஓடி சென்றான் பெத்தராசு.

"ஆமா இவ எங்கடா இங்க வந்தா" கருமுண்டத்தின் வாயைப் பிடுங்க அய்யாவு கேட்டான்.

"ஏன்டா உங்கூடதான வாரேன் அப்புறம் ஏன் கிட்ட கேக்குற" என்று அலட்டிக் கொண்டான் கருமுண்டம்.

"இந்தப் பிள்ள தான் நம்ம பின்னாடியே வந்துட்டு இருந்-துருக்கு... அப்பனப் பிரிஞ்சு இரண்டு நாள் கூட பொறுக்க முடியாம வந்துருக்கு... பாரேன். அந்த கிழவி இந்நேரம் எளவ கூட்டிருக்கும்" என்று சிரித்தான் மூக்குறுஞ்சி.

இதையெல்லாம் பார்த்துக் கொண்டே அருகில் இருந்த பாறை முகட்டில் அமர்ந்து வேட்டியை விலக்கி டவுசரில் இருந்த பீடியை எடுத்து இழுக்கத் தொடங்கினான் பரலோ-கம்.

வேகமாக மூச்சிரைக்க ஓடிய பெத்தராசு வெண்ணிலா-விடம் போய் நின்றான். அவள் முகத்தில் அசடு வழிந்து கொண்டிருந்தது. அதன் பிறகு அவளை வசவு பாட அவனால் எப்படி முடியும்.

"ஏன்டா மா இப்படி வந்த"

"நானும் உன் கூட வாரேன் பா" என்றாள் வெண்ணிலா.

"ஏலேய் உங்க அப்பன் மவ பாசத்த கொஞ்சம் அடக்கி வைங்கடா தாங்க முடில" அய்யாவு கொஞ்சம் அலுத்துக்

கொண்டான்.

"டேய் வெரசா நடங்க டா காட்டெருமைச் சுத்துர இடம்" எச்சரித்துக் கொண்டே முன் சென்றான் கருமுண்டம். பீடியை மொத்தமாக வழித்த பிறகும் எழ மனமில்லாமல் முன்னே சென்ற அவர்களைப் பார்த்துக் கொண்டே எழுந்-தான் பரலோகம்.

"டேய் அடுத்த வாரம் புதன் கிழம வக்கம்பட்டி முனு-சாமிக்குப் பதினாறாம் நாளு... மறந்துறாத..." மூச்சிறைக்க முன்னே நடந்து கொண்டு சொன்னான் அய்யாவு

"ஆமாப்பா. அதுக்கு என்னத்த கட்ட" என்று குழப்பத்-துடன் கேட்டான் கருமுண்டம்.

"இன்னைக்குக் கட்றதயே கட்டிற வேண்டி தான்" என்-றான் அய்யாவு.

நீண்ட நெடும் பயணத்தின் முடிவாக அல்லிநகரத்தை அடைந்தார்கள். சிங்காரம் தெருக்கூத்து கலைக்குழு என்று எழுதியிருந்த பெட்டியைக் கீழே வைத்து விட்டு மூக்குறுஞ்சி வியர்த்துக் கொட்டிய முகத்தைத் துடைத்து எடுத்தான்.

"ஒரு வழியா ஊரு வந்து சேர்ந்தாச்சு" என்று பெருமூச்-சுவிட்டான் அய்யாவு.

"ஏலேய் இன்னும் போனும் டா... இங்க காலைல டிபனச் சாப்டுட்டு கிளம்புவோம்...

போற வழில மணிவண்ணனையும் கொட்டுக்காரங்களை-யும் கூட்டிகிட்டுப் போனும்" என்றான் கருமுண்டம்.

கைகழுவி வாயைத் தொடைத்து எடுத்துக் கொண்டு இருக்கும் போது. மொக்கை வேகமாக ஓடி வருவது தெரிந்-தது. பூங்காற்றின் இருப்பிடத்தைச் சிதைத்துகொண்டு அவன் வந்ததில் பூங்காற்று அவனுக்கு விலகி வழி விட்டது. சுற்றும் முற்றும் பார்த்து விட்டு மூச்சை இறைத்துக் கருமுண்டத்தின் முகத்தில் விட்டான். அவனைப் பார்த்துக் கொண்டே கடவாயில் சிக்கிய கருத்த வேப்பிலையை எடுக்க முற்பட்-டான். அவனோ நிறுத்தி நிதானமாகவே சொன்னான்.

"டேய் கருமுண்டம்!! உங்களுக்குத் தான்டா ரொம்ப நேரமா காத்துக் கிடக்கேன். நம்ம இராஜபாட்டை மணிவண்-

ணன் இருக்கான்ல. அவன் மருந்த குடிச்சுடான்டா"

கடவாயில் சிக்கியது இப்போது நெஞ்சம் வரை இறங்கியது. எதுவும் பேசாமல் அப்படியே நகர்ந்து சென்று உட்கார்ந்தான் கருமுண்டம். மணிவண்ணனைக் கூத்து கட்ட அழைத்துச் சென்று விடலாம் என்று கொஞ்சம் பேராசையுடன் இருந்தான் கருமுண்டம். அய்யாவு முகத்திலும் கொஞ்சம் பதட்டம் தொற்றிக் கொண்டது. மூக்குறுஞ்சி அவன் பெயருக்கு ஏற்ற வேலையைச் செய்து கொண்டிருந்தான். பரலோகம் பெரிதாக முகபாவங்களை உதிர்க்கவில்லை. பெத்தராசுவோ வெண்ணிலவை ஆரத்தழுவிக் கொண்டிருந்தான். வேறென்ன வேலை இருக்கப் போகிறது அவனுக்கு. மெள்ள நகர்ந்தான் கருமுண்டம். சிரிரங்கபுரம் பட்டாளம்மன் கோவில் வரும் வரை அவன் முகத்தில் ஈயும் ஆடவில்லைச் சொல்லும் ஆடவில்லை. அல்லிநகரம் மணிவண்ணன் தான் கொஞ்ச நாட்களாகச் சிங்கார தெருக்கூத்து கலைக்குழுவுக்கு அதரவளித்து வந்தான். மன்னாதி மன்னனின் பெயரைச் சூட்டியதில் இருந்தே அந்த இராஜபாட்டை மருதூர்க் கோபாலனின் மீது பித்து கொண்டு அலைந்தவன். அதனால் அவன் மீது பழியைப் போட்டு என்ன பயன்.

"பரலோகம் நீதாம்ன்டா ஆட்டக்காரனா வேசம் கட்டனும்" என்று அய்யாவு சொல்லி முடிப்பதற்குள் பரலோகம் சொன்னான்.

"எது... போங்கடா போக்கத்தவய்ங்களா வேசம் கட்டனுமாம்ல வேசம். நான் இப்பலாம் ஒயில தவிர வேற எதையும் தொடுரதில்ல"

"நேத்துக் கேட்டப்ப மண்டைய மண்டைய ஆட்டுன. இப்ப என்னடானா இப்படிப் பேசுற மனசில்லாதவன் அப்புறம் எதுக்குடா இவ்வளவு தூரம் வந்த" என்று அதட்டினான் கருமுண்டம்.

"நேத்து அப்படியா சொன்னேன்... ஒக்காளி போதைய போட்டாலே இப்படித் தான்"

"டேய் கொஞ்சம் மனசு வைடா" அய்யாவு கெஞ்சினான்.

பரலோகத்திற்கும் கொஞ்சம் வேசம் கட்ட வரும். கூத்தில் கிடைத்த வசூலைப் பார்த்து பரலோகமும் கூத்து கட்ட தொடங்கினான். கருமுண்டம் ஊரில் இல்லாத நாட்களில் கூத்து கட்ட கற்றிருந்தான். பீடியை இழுத்து கொண்டே மவுனத்தைப் படறவிட்டான். மறுப்பு சொல்லாத வரைச் சந்தோஷம் என்று அய்யாவு அவனை அரிதாரம் பூச அனுப்பி வைத்தான்.

"பரலோகம் ஒரு ஆட்டக்காரன் இன்னோரு ஆட்டக்காரன் வேணுமே.. இப்ப என்ன பண்ணப்போற. பேசமா நீ ஆடு கருமுண்டம்" அய்யாவு எவ்வளவோ கேட்டும் கருமுண்டம் வேசம் கட்ட மறுத்துவிட்டான். செய்த சபதம் அப்படி.

"இரு யோசிப்போம்"

"என்னத்த நீ யோசிச்சு. கூத்த நடத்தி. விடிஞ்சிறும்" என்று சலித்துக் கொண்டே படபடத்தான் அய்யாவு. .

"அண்ணே கூத்த முடிச்சுட்டு மதுரைக்குப் போய் ஆத்தா மீனாட்சிய பார்த்துட்டு அப்படியே பனமரக் கடையில் பிரியாணி சாப்பிட்டு வருவோம்ணே" என்றான் மூக்குறுஞ்சி முப்பதும் தெரிய.

"த்தா கூத்தே நடக்குமானு தெரில.. பிரியாணியாம்... போய் வேலைய பாருடா வெளக்கென்ன" என்றுக் கூறி மூக்குறுஞ்சி தலையைத் தட்டி விட்டு சென்றான் கருமுண்டம்.

பரலோகம் அரிதாரம் பூசத் தொடங்கி இருந்தான். மூக்குறுஞ்சி கொட்டாச்சிகளைத் தேடிக் கொண்டு இருந்தான். அய்யாவு வந்தனம் பாட எட்டுக் கட்டையுடன் காத்திருந்தான்.

பட்டாளம்மன் கோயில் திருவிழா கலைக்கட்ட தொடங்கி இருந்தது. திருவிழா என்று பொத்தாம் பொதுவாகச் சொல்லிவிட முடியாது. அந்த ஊர்ப் பெரிய தலக்கட்டின் நேர்த்திக்கடன் தான் அப்போது திருவிழாவாக உருப்பெற்று இருந்தது. பக்தர்கள் கூட்டம் கூட்டமாக வந்த வண்ணம் இருந்தார்கள். சுற்றும் முற்றும் பதினெட்டு பட்டி பெரிய

கைகளும், பட்டாளம்மனின் வகையறாக்களும் வந்திருந்தனர். இவர்களுடன் அகமலையின் மரக்கிளைகளில் மாட்டிக் கொண்டு தப்பித்த அந்தப் பூங்காற்றும் வருகைத் தந்திருந்தது. வருசநாட்டு மைனர் நாகப்பனும் அவன் கூடவே இளங்குமரி ஒருத்தியும் அம்பாசிடர்க் காரில் வந்தார்கள். அவன் இறங்கும் இடத்தில் வழிமறித்துத் தன் சகாக்களுடன் விளையாடிக் கொண்டிருந்தாள் வெண்ணிலா. எதிர்பாராமல் மைனர் மீது மோத வெண்ணிலா பட்டென்று கீழே விழுந்தாள். அவளை இறுக பிடித்து தூக்கி நிறுத்தியவன் அவள் கன்னங்களைப் பலமாக கிள்ளினான். வலித்ததோ என்னவோ சட்டென நகர்ந்து தன் தந்தையைத் தேடி ஓடினாள் வெண்ணிலா. அதுவரை ஒய்யாரமாகக் காருக்குள்ளே உட்கார்ந்து இருந்த அந்த இளங்குமரி அப்போது தான் வெளியே வந்தாள்.

மைனர் என்ற பேருக்கு ஏற்றாற் போல் நல்ல வடிவுடன் தான் இருந்தான். அவன் பெயருக்கு பின்னால் ஒட்டுண்ணி போல ஒன்று தொற்றிக் கொண்டு வரும் அது எதற்கு நமக்கு. நாகப்பன் என்பது கொள்ளு பாட்டனின் பெயர். அதை வேண்டா வெறுப்பாகச் சுமந்துக் கொண்டாலும் அது அவனுக்குத் தகுந்த பெயர்த் தான். பெண்களின் மேல் தீராத காதல் கொண்டவன் என்று தன்னைத் தானே சொல்லிக்கொள்வான். ஆனால் ஊரார் அவனை, நிற்க என் மொழியில் சொல்வதாயிருந்தால் 'வருசநாட்டு வீதிகளில் உலவும் பெண்களைத் தேர்ந்தெடுப்பவன்' என்று சொல்லலாம். அவர்களின் வட்டார மொழியில் சொல்லப்போனால்! அது எதற்கு இங்கே. அந்தப் பெயர் நேற்றைய மழையில் முளைத்த காளான் அல்ல முன்னூறு ஆண்டுகளாய் அவர்களோடு பிரியாமல் தாங்கி நிற்கும் எருமார்பட்டி ஜமீனின் குலப் பெயர். ஊருக்குள் வந்தவுடனே புரணிகள் எல்லோர் வாயிலும் அமர்ந்து இருந்தது. 'இது எவடி புதுசா..' 'அடுத்தவன் புருசன வழச்சு போடனும்னே வருவாளுகப் போல' 'இவ மைனரோட புது கூத்தியாளா' 'ஆள் நல்ல கிழங்கு மாதிரி தான் இருக்கா' இவையெல்லாம் அவள் காதுகள்-

படவே பேசப்பட்டன. ஆனால் இவற்றைப் பெரிதாக கண்டுக் கொள்ளவில்லை அந்த வருசநாட்டுக்கு வாழ வந்தவள். பதினைந்து திங்களுக்கு முன் தான் அவள் அந்த ஊருக்குப் பிழைப்பு தேடி வந்தாள். வந்தவுடனே வருசநாட்டு மைனர் வீட்டுக்கு வேலையாள் ஆக சேர்ந்து குப்பைக் கொட்ட தொடங்கிவிட்டாள். அப்போது இருந்து எங்கு சென்றாலும் அவளை அழைத்துப் போவது மைனரின் வழக்கம்.

பெத்தராசு வழக்கம்போல கருப்பு கோட் சூட்டுடன் தொப்பி அணிந்து கைக்குட்டைகளையும் புறாக்களையும் வைத்துக் கொண்டு கற்ற வித்தையைப் பயிற்சி செய்து கொண்டிருந்தான்.அவனருகே பரலோகம் கிடா ஒட்டு மீசையும் நீண்டு வளர்த்த ஒட்டு தாடியையும் ஒட்டி கொண்டு கையில் கமண்டலும் வாயில் பீடியுமாக அமர்ந்திருந்தான். மூக்குறுஞ்சி சீலையின் மாராப்பைச் சரி செய்து கொண்டே பரலோகத்தின் குமட்டை இடித்துவிட்டு நகர்ந்தான். புகை நாலாப்புறமாகப் பரவியது. இருவரும் ஒருவரை ஒருவர்ப் பார்த்துக் கொள்ள வில்லை. ஆனால் எதுவுமே நடக்காததைப் போல ஒரு பாவனையை இருவரும் முகத்தில் ஒப்பனைச் செய்து வைத்திருந்தார்கள்.

வெரசாக தர்மகர்த்தா அங்கே வந்து அய்யாவு காதில் சில வார்த்தைகளைப் போட்டு விட்டு போனார் "ஏப்பா கூத்த கொஞ்சம் தள்ளி வச்சுகுறுங்க! பன்னண்டு மணி போல ஆரம்பிங்கனு சொல்றானப்பா" என்றான் அய்யாவு.

"ஏன்வாம்" கருமுண்டம் கேட்டான்.

"அந்தப் பசப்பி ஆட்டம் போட வந்துருக்காளாம்"

"எவடா"

"கம்பம் பூமாரிய தான் அண்ணே அப்படிச் சொல்லுது" மூக்குறுஞ்சி சிரித்துக் கொண்டே சொன்னான்.

"அந்தச் சிறுக்கியா! நாசமா போச்சு... அந்த அவ்சாரி வந்து ஆட்டம் போட்ட' மொத்த கூத்தும் ஆட்டம் கண்டுரும்.... இன்னைக்குக் கூத்து நடந்த மாறி தான்"

"கட்டன் ரைட்டா சொல்லிரு பத்து மணிக்குலாம் கூத்து கட்டிருவோம்னு" கருமுண்டம் உறுதியாகச் சொன்னான்.

"ஏலேய் கூத்து கட்டிருவோம் கட்டிருவோம் சலம்புறியே எவன வச்சு கட்டுவ" அய்யாவு குரல் உசந்தது.

"நான் வேனா கூத்து ஆட வா. இல்லணே நீயும் ஆடமாட்டேனுட்ட. வேற ஆளும் இல்ல. அதான் நான் ஆடவானு கேட்டேன்" நடுவில் வார்த்தைகளால் கருமுண்டத்தின் சொல்லை வழிமறித்தான் பெத்தராசு. அந்த உரையாடலைப் பார்த்து கொண்டே இருந்த பெத்தராசு எந்தத் தயக்கமும் இன்றி நாசுக்காகக் கேட்டான். கொஞ்சம் காசுக்காகவும் தான்.

அய்யாவுக்கும் கருமுண்டத்துக்கும் சிரித்து முடிக்க மீநுண் விநாடிகள் கிடைக்கவில்லை. மூக்குறுஞ்சிக்கோ வெகு நேரமாகிவிட்டது. நல்ல வேளை அப்போது பரலோகம் அங்கில்லை அந்த வார்த்தைகளைக் கேட்க.

"ஏலேய் உனக்கு உன் வித்தையே ஒழுங்கா வராது. இதுல நீ கூத்து கட்ட போறியா. சும்மா இருப்பா"

"அண்ணே ஒரு வாய்ப்பு குடுணே. நான் நல்ல நடிப்பேன்ணே"

"ஆமா இவரு பெரிய இராஜபாட்டுகூத்து கட்டி கிழிப்பாரு. வருசக் கணக்கா நடிக்கிறவனுக்கே டவுசர்க் கிளியுது. வந்துட்டான்... சொன்னா கேளு இதலாம் உனக்குச் சரி வராது. பேசாமா போ" என்றான் கருமுண்டம்

"இல்ல இல்ல இப்ப இது தான் சரியான முடிவு..." என்றான் அய்யாவு.

"என்னடா நீயும் இவன் கூட சேர்ந்து உளர்ற"

"உளறல எப்பே. இப்ப ஆள் இல்ல. அதுவும் இல்லாம இன்னும் ஒரு மணி நேரத்தில கூத்து கட்டியாகனும்... இல்லனா நம்ம பகுமானம் பஞ்சா காத்துல பறந்துரும்" பதறிப் போய் சொன்னான் அய்யாவு.

"நீ என்னா யோசிச்சு இருக்க" அய்யாவு சட்டெனக் கேட்டான்.

"இல்லப் பரலோகத்த இரட்டை வேசம் போட சொல்லி..." எனச் சொல்வதற்குள் அய்யாவு "அவன் ஒரு வேசத்துகே என் பாதி ஜீவன் போயிருச்சு இதுல இன்-

னொன்னா... நீயே பார்த்தல்ல"

"இப்ப என்ன தான்டா பன்றது" கருமுண்டம் கேட்டதற்கு அய்யாவுவால் வேறு என்ன நல்ல முடிவைச் சொல்லி விட-முடியும்.

"வேற வழியே இல்ல ராசு தான் வேசம் கட்டியாகனும்"

"ஏலே மூக்குறுஞ்சி இவனுக்கு நல்ல அரிச்சந்திரன் வேசம் கட்டி கூட்டியாடா" என்று சொல்லி அய்யாவு பெத்-தராசுவை வழியனுப்பி வைத்தான்.

ஒப்பனை அறைக்குக் கூட்டி வந்து பூமாரியிடம் அறிமு-கப்படுத்திவிட்டு. வெளியில் மைனரின் சத்தத்தைக் கேட்டு ஓடிவிட்டான் மூக்குறுஞ்சி.

"நீ தான் அரிச்சந்திரனா நடிக்கப் போறியா" என்றாள் பூமாரி.

"ஆமா" நெளிந்து கொண்டே சொன்னான் பெத்தராசு.

"இதுவரைக்கும் எத்தனக் கூத்து கட்டியிருக்க" மடிமீது கிடந்த தன் பிள்ளையின் வாயில் முலைக் காம்பை வைத்-துவிட்டுக் கேட்டாள்.

"இது தான் மொத தடவ" தரையைப் பார்த்துக் கொண்டே சொன்னான் பெத்தராசு.

"ஹா ஹா ஹா" என்ற அவளின் நமட்டுச் சிரிப்பு கொஞ்சம் வித்தியாசமாகத் தான் இருந்தது. குழந்தை வீறிட்டு அழுதது. விலகிய காம்பை மீண்டும் திணித்து விட்டு சிரித்தாள். இந்த உரையாடலை யாரோ கவனிப்பதை அவர்கள் இருவரும் அதுவரை உணரவில்லை. மைனருக்கு வெகு நாளாகவே பூமாரியின் மீது ஒரு கண் இல்லை இரண்டு கண். அவள் எங்கு ஆட்டம் போட சென்றாலும் ஆட்டம் பார்க்க 'உள்ளேன்' சொல்வது வழக்கம். பூக்கள் இருக்கும் இடத்தில் வண்டுக்கு வேலை இருக்கத் தானே செய்யும். பூமாரியும் இந்த மைனரைப் போல மேற்கே ஒரு மைனரின் ஆசை வார்த்தைகளை நம்பி வயிற்றில் வரத்தை வாங்கிக் கொண்டாள். அதை அவமான சின்னமாக நினைக்காமல் தன் திறமைக்கு ஆண்டவனின் பரிசு என ஏற்றுக் கொண்டு; ஏமாற்றம் அடைந்ததைக் கூட மனதில்

புதைத்துக் கொண்டு வைராக்கியத்துடன் பிழைப்பு நடத்துகிறாள்.

அரிதாரத்தை அளவாகப் பூசி அரிச்சந்திரனுக்கு அழகு சேர்க்க ஆயத்தமானான் பெத்தராசு. அதற்குள் பூமாரியும் தன் மாராப்பைச் சரிசெய்து கொண்டாள். தந்தையின் புது அவதாரத்தைப் பார்த்து வாய் பிளந்து நின்றாள் வெண்ணிலா. பூமாரியின் குழந்தையைக் கண்டவுடன் வேகமாக அருகிலே சென்று அந்தப் பிஞ்சு கைகளைப் பிடித்து கொண்டாள் வெண்ணிலா. ராசுவின் ஒப்பனையில் கொஞ்சம் மனசாந்தி அடைந்திருந்தான் கருமுண்டம். தர்மாகர்த்தாவையும் ஒரு வழியாகத் தன் வழிக்குக் கொண்டு வந்துவிட்டான் அய்யாவு. எல்லாம் சரியாக நடப்பதாக அங்கே ஒரு மாயைப் பின்னப்பட்டிருந்தது. அதைக் கண்டு அந்தகாரத்தில் யாரோ சிரிக்கும் சத்தம் கேட்டது. யார்க் கண்டா அது அந்தப் பட்டாளம்மனாக கூட இருக்கலாம்.

"ஏலேய் ராசு நீ நடிக்கப் போறது என்ன கத என்ன கதாபாத்திரம்னு தெரியுமா. அரிச்சந்திரன் கதைல அரிச்சந்திரனா நடிக்கப் போற" பெத்தராசு முகத்தில் அத்துனை மகிழ்ச்சி.

"ஆமா... அரிச்சந்திரன் கதத் தெரியும்ல" அய்யாவு கேட்டதற்கு எந்த வித குழப்பமும் இல்லாமல் தீர்க்கமாகச் சொன்னான் பெத்தராசு.

"தெரியும்னே எமன் கிட்ட மல்லுகட்டி நிக்க அவன் பொண்டாட்டி வந்து காப்பாத்துவாளே அதான"

"ம்ம் அதான்" பேச்சு வாக்கில் சொன்னான் அய்யாவு.

"அண்ணே" பதறினான் மூக்குறுஞ்சி.

"எது எமன் கிட்ட மல்லுக்கு நிப்பாளா" அய்யாவு பதற.

"கிழிஞ்சுது போ" தலையில் கைவைத்துச் சொன்னான் கருமுண்டம்.

"டேய் அரிச்சந்திரனாலே யாருனு தெரியாதா" அய்யாவு கேட்டான்.

"டேய் என்னடா இவன் நேரங் கெட்ட நேரத்துல தாலியறுக்குறான்" கருமுண்டம் கொஞ்சம் கலங்கினான்.

"டேய் அவனுக்கு அரிச்சந்திரன் கதயே தெரியாதுங்குறான்... நீ வேசங் கட்ட சொல்லிட்ட" கருமுண்டம் அய்யாவுவைக் கோபித்துக் கொண்டான்.

"கத வேனா தெரியாம இருக்கலாம்... ஆனா ஒரு பக்க வசனத்த மூச்சு விடாம பேசுவான்...

சுப்பராசு மவன் அதாலாம் பண்ணிருவான்... நீ கொஞ்சம் காப்பி தண்ணிய குடிச்சிட்டு அமைதியா இரு" ஆறுதல் சொல்லி நகர்ந்தான்.

வளர்பிறையின் ஐந்தாம் திங்கள் கூத்தைக் காண வானில் வந்து நின்றது. இரவு பத்து என்பதே தெரியாமல் ஜனக்கூட்டம் கூடி இருந்தது. பலர்க் கம்பத்துக்காரியின் ஆட்டத்தைக் காண காத்திருந்தனர், சிலர் அம்மனின் உச்சி கால பூஜை முடியும் வரைப் பொறுத்திருந்தனர். ஓரிருவர் மட்டும் கட்டியங்காரனின் வருகையை எண்ணி திரைசீலையைக் கண் கொண்டு பார்த்துக் கொண்டு இருந்தார்கள்.

தேனி வட்டம் பின்பாட்டுகாரர்கள் தயார் நிலையில் இருந்தார்கள். கருமுண்டம் ஆர்மோனியம் சகிதம் அவர்களோடு அமர்ந்து இருந்தான். மத்தளம், தாளம் மற்றும் முகவீனையும் இடம் பெற்று இருந்தது. களரி கட்டுதல் ஆரம்பாமாகி இருந்ததை உறுதிப்படுத்த கட்டியங்காரனாக அய்யாவு மக்கள் முன் தோன்றி இருந்தான்.

"அதாகப்பட்டது... அன்பார்ந்த சிரிரங்கபுரக் கிராம பொதுமக்களுக்கு வணக்கத்தைத் தெரிவித்துக் கொள்கிறோம். திண்டுக்கல் மாவட்டம்... கொடைக்கானல் தாலுக்கா... பூம்பாறைக் கிராமம்... சிங்காரம் தெருக்கூத்து கலைக்குழு சார்பாக நடத்த கூடிய சம்பூர்ண அரிசந்திரா என்ற காவியத்தைக் காண வருகைத் தந்திருக்கும் அனைவருக்கும் சிங்காரம் தெருக்கூத்து கலைக்குழு சார்பாக மனமார்ந்த நன்றியைத் தெரிவித்துக் கொண்டு இனிதே இந்தத் தெருக்கூத்தினை தொடங்குகிறோம்...

நன்றி வணக்கம்..." என்று சொல்லி முடிக்கும் போது திடிரென மின் விளக்குகள் அனைந்தன. இருள் மெள்ள அந்த இடத்தைக் கைப்பற்றி கொண்டது. நீண்ட நேரமாகி-

யும் இருள் விலகுவதற்கான அறிகுறி தெரியவில்லை. சிறிது நேரத்தில் சலசலப்புகள் எழுந்தன. மக்கள் ஒருவருக்கொருவர்ப் பேசிக் கொண்டு இருந்தார்கள். சட்டென ஒரு அலறல் எல்லோரும் திடுகிட்டார்கள். எல்லோர் வாயும் 'என்னாச்சு' என்ற வார்த்தையால் நிரம்பி இருந்தது.

இருள் விலகிய போது, பெத்தராசுவும், பரலோகமும் முகத்தில் இரத்தம் வழிய தேனி போலீஸ் ஸ்டேஷனில் அமர்ந்து இருந்தார்கள். இருவரும் கம்பிக்குப் பின் அமர்ந்து இருக்கக் கம்பி முன் இருந்த சுவற்றின் மணிக்காட்டியில் இரண்டு முள்ளும் ஒன்றை ஒன்று தழுவி மேல் நோக்கி இருந்தது. கம்பிகளுக்கு அருகே மிகச் சமீபத்தில் கருமுண்டம், பரலோகம் மற்றும் மூக்குறுஞ்சியும் உட்கார்ந்து இருந்தார்கள்.

"டேய் என்னங்கடா... எத்தன நாளா திட்டம் போட்டீங்க மைனரப் போட்டு தள்ள" என்று கேட்டார் அங்கிருந்த ரைட்டர்.

"ஐயா நீங்க வேற ஒண்ணு கணக்கா ஒண்ணு சொல்லிச் சோளிய முடிச்சுபுடாதீங்க" என்றான் கருமுண்டம்.

"ஆமாங்கயா தயவு பண்ணி எங்கள விட்டீங்கனா. உங்களுக்குக் கோடி புண்ணியமா போகும்" அய்யாவு இடையில் கட்டியங் கட்ட நினைத்தான்.

"தெய்வமே என்ன டவுசரோட அனுப்புனீங்கனா கூட சந்தோசம்னு ஊரு பக்கம் போயிருவேன்" தன் பங்குக்கு மூக்குறுஞ்சியும் ஒரு சொல்லைப் போட்டு விட்டு மாராப்பை இழுத்துக் கொண்டான்.

கம்பிகளுக்குப் பின்னே பரலோகம் தலைக்கு கையை வைத்து ஒருகணித்தான். பெத்தராசு நிலவைத் தொலைத்த ஆகாயத்தைப் போல பிரம்மைக் கொண்டு இருந்தான்.

"சார் நைட்டு டிபன் எதும் வாங்கித் தர்ற உத்தேசம் இருக்கா" தயங்கித் தயங்கி கேட்டான் மூக்குறுஞ்சி

"ஏன்டா"

"இல்ல அப்படி எதுவும் இருந்தா பொரட்டா இல்லனா பிரியாணி வாங்கி யாற சொல்லுங்க சார்..."

"எகத்தாளம் தான்டா. டேய் எல்லோரும் ஒழுங்கு மரியாதையா பேசாம இருங்கடா... இன்ஸ்பெக்டர் ஐயா வர்ற நேரம் ஆச்சு. இன்னைக்கு உங்களுக்கு இங்க தாண்டி கச்சேரி..." எனச் சப் இன்ஸ்பெக்டர் அவர்களை அடக்கி வைத்துவிட்டு ரேடியோவைச் சரி செய்து கொண்டு இருந்தான்.

"டேய் இப்படி மச மசனு உட்கார்ந்து கிடந்தீங்கனா ஒரு வருசம் ஆனாலும் இங்க இருந்து போய்கிற மாட்டீங்க... காசு கீசக் கொடுத்து தாஜா பண்ணுங்கடா" மெல்ல அய்யாவு காதில் ஓதினார் அருகே இருந்த ரைட்டர்.

"ம்ம் எம்புட்டுங்கயா" என்றான் பரிதாபமாக அய்யாவு.

"ஆன் ஒரு இரண்டாயிரத்த கொடுத்துட்டுப் போங்கடா"

"ஆத்தி... ஏன் மொத்த கூத்து காசே அவ்வளவு வராதே" என்று கருமுண்டம் புலம்பினான்

"அப்புறம் உங்க இஷ்டம் நான் ஒன்னும் சொல்லறதுகில்ல"

அன்று இரவு நடந்த சம்பவத்தில் இருந்து அவள் இன்னும் மீளவில்லை. தன் தந்தை வயது இருக்கும் ஒரு ஆண் இப்படிச் செய்வாரா? என்ற கேள்வி மட்டும் அவள் மண்டைக்குள் ஓடிக் கொண்டிருந்தது. பூமாரியின் அழகினைப் பார்த்து சபலபட்டவனுக்கு எதைக் கண்டு வெண்ணிலவின் மேல் சபலம் வந்ததோ தெரியவில்லை. அன்று பரலோகமும் பெத்தராசுவும் கூத்து கட்ட செல்லும் போது ஒப்பனை அறையில் ஒரு சிறிய சலசலப்பு வந்து கொண்டு இருந்தது. என்னவென்று போய் பார்க்கும் போது ஐந்தடி சர்ப்பம் ஒன்று வெண்ணிலவைத் தீண்ட எத்தனித்துக் கொண்டிருந்தது. பூமாரி எவ்வளவு தடுத்தும் அது தீண்ட துடித்தது. இதைக்கண்டு தந்தையாகப் பெத்தராசு துடித்ததை விட பரலோகத்தின் இரத்தம் கொதித்தது. நாவும் மனதும் வேறு வேறு தான் எனப் பரலோகம் நினைத்தானோ என்னவோ. சர்ப்பம் தீண்டுவதைக் கண்டு ஒரே பாய்ச்சலாகத் தாவினான். அவனுக்குப் பின்னே பெத்தராசுவும் பாய்ந்தான். மூவரும் ஒருவரை ஒருவர்க் கட்டி உருண்டு இருக்கச் சட்-

டென அந்தகாரம் சூழ்ந்தது. இதையும் தனக்குச் சாதகமாகப் பயன்படுத்திக் கொள்ள நினைத்த அந்தச் சர்ப்பம் மீண்டும் வெண்ணிலவிடம் சென்றது. திடிரென ஒரு அலறல் இரத்த வெள்ளத்தில் அந்தச் சர்ப்பம் மண்ணில் வீழ்ந்து கிடந்தது. அந்த அலறலின் மறுமுனையில் 'இச்' என்ற முத்த சத்தமும் கேட்டது அதற்கு 'மா' என்ற மறுமொழியும் கொடுத்தது அந்த வெண்ணிலா.

அவன் வருகையை எண்ணி காத்திருந்த அந்த வெண்ணிலாவுக்கு மேகத்தினுள் மறைய ஆசையில்லை. கோயிலின் அருகே இருந்த அந்த அரசமரத்தின் நிழலில் பூமாரியின் துணையுடன் அவள் காத்திருந்தாள். புண்டரீகம் மலரும் ஓசைக் கேட்கும் அளவுக்கு நிசப்தம் குடிக்கொண்டிருந்தது. கைகளில் ரேகைகளையும் உதட்டில் புன்னகையையும் வாஞ்சையுடன் சுமந்து கொண்டு வரும் தன் தந்தையை எண்ணி காத்திருந்தாள். எத்தனையோ ஆசைகளோடு அங்கு வந்தவளுக்கு அத்தனையும் பொய்யாய் போனதற்கு அந்தப் பூங்காற்று வந்து பதில் சொல்லிட போவதில்லை.

அந்த இருட்டறையில் கம்பிகளுக்குப் பின்னே அமர்ந்திருந்த பெத்தராசுவின் மேல் மேவிய பூங்காற்று அவனைப் பல ஞாபகச் சூழலுக்குள் மூழ்கடித்தது. ஒவ்வொரு முறையும் வேலைக்காக ஊர்த் திரும்பி வரும் போது அவள் ஆசையாகக் கேட்டதை வாங்கிக் கொண்டு வர முடியாத வக்கத்த தந்தையாகத் தான் நடைப்போட்டு உள்ளே வருவான். வெறுங்கையை வீசி கொண்டு வந்தவனின் கையை ஒரு தாமதம் பார்த்திருந்தாலும் அங்கேயே செத்திருப்பான் ஆனால் அவள் ஒருபோதும் அவன் கைகளைக் கவனிப்பதில்லை. தூரதேசப் போர் களத்தை வென்று வரும் ஒரு இராஜகுமாரனாகத் தான் அவள் முன் எப்போதும் தோன்றுவான்.

"டேய் கண்ணுல தண்ணி வருதா... கழுத அத எதுக்குப் புடிச்சு நிறுத்திகிட்டு இருக்க. அந்த கருமத்த வெளிய விடு போய் தலையட்டும். அது என்ன பாவம் பண்ணுச்சு"

என்று தூக்கம் கலைந்த பரலோகம் சொல்லும் போதே அந்தப் பூங்காற்று கண்ணதாசனின் வரிகளில் மலையாள வாடையில் வீசி கொண்டிருந்தது. அந்தப் பாடலை மென் புன்னகையுடன் முனுமுனுத்துக் கொண்டிருந்தவனை பூங்காற்று நினைவுகளின் ஊடே வெண்ணிலவை அவனருகே வந்து அவன் மடியில் அமரவைத்தது. சட்டெனத் தன் சட்டைப் பையில் இருந்த கைக்குட்டையை எடுத்துக் காற்றில் அசைத்து ஒரு வெண்புறாவைப் பறக்க செய்தான் பெத்தராசு. அதைப் பார்த்துக்கொண்டே அவன் மார்பில் சாய்ந்து தன் முகத்தைப் புதைத்து எப்பொழுதும் கேட்கும் அந்த ஒற்றைக் கேள்வியை இப்படிக் கேட்டாள் வெண்ணிலா "ஏன்பா உன் மேஜிக்ல நான் இராஜகுமாரியா வருவேனாப்பா?"

அதற்குத் தன் பதிலாக அவன் மவுனத்தை உதிர்க்கும் போது, அந்தப் பூங்காற்று இதை அவன் காதுகளில் உதிர்த்து விட்டு போனது.

"வருகின்ற காற்றும் சிறுபிள்ளையாகும்..
வருகின்ற காற்றும் சிறுபிள்ளை ஆகும்.!
மரகதக்கிள்ளை மொழிபேசும்..
மரகதக்கிள்ளை மொழிபேசும்..!
பூவானில் பொன்மேகமும் உன்போலே
நாளெல்லாம் விளையாடும்..!
பூங்காற்றுப் புதிதானது..
புதுவாழ்வு சதிராடுது..
இரண்டு உயிரை இணைத்து விளையாடும்..
உயிரை இணைத்து விளையாடும்..
பூங்காற்றுப் புதிதானது
புதுவாழ்வு சதிராடுது..
நதிஎங்கு செல்லும்? கடல்தன்னைத் தேடி..!
நதிஎங்கு செல்லும்? கடல்தன்னைத் தேடி..!
பொன்வண்டோடும் மலர்த் தேடி..
பொன்வண்டோடும் மலர்த் தேடி..!
என் வாழ்வில் நீ வந்தது விதியானால்
நீ எந்தன் உயிரன்றோ..!

பூங்காற்றுப் புதிதானது..
புதுவாழ்வு சதிராடுது..
இரண்டு உயிரை இணைத்து விளையாடும்..
உயிரை இணைத்து விளையாடும்..
பூங்காற்றுப் புதிதானது புதுவாழ்வு சதிராடுது.."

போன பூங்காற்று என்ன நினைத்ததோ மீண்டும் அவனை நோக்கி வந்தது. அவன் முகத்தில் மெள்ள படர்ந்து அவன் மார்பு கூட்டுக்குள் தன்னைத் தானே அவனுக்குச் சிறையாக்கி கொண்டது அந்தப் பூங்காற்று.

14

பிராப்தம்

சேர்மத்தாயின் கால்கள் பரபரத்தன. 'விக்கு' 'விக்கு' என்று நடந்து வந்ததில், அவளுக்கு முகம் எல்லாம் வியர்த்துக் கொட்டியது. அந்த வியர்வை துளிகள் மலர்ந்து மண்ணில் சிதறியது. அவளின் வேகத்தைக் கண்டு தங்களை ஆசுவா-சப்படுத்திக் கொண்டு இருந்த கோபுரத்து மாடப்புறாக்களும், பண்டங்களை மொய்த்த ஈக்களும் தெறித்துப் பறந்ததோடின. வந்தவள் நேரே கை இரண்டையும் கூப்பியபடி முணுமு-ணுக்கத் தொடங்கினாள். 'எப்பா சுடலை மாடா! அப்புக்-குட்டிக்கு சரியாகிடுச்சுனா உனக்குப் பொங்க வச்சு கிடா வெட்டுறேன் சாமி... எப்பா உனையே தான் நம்பி இருக்-கேன். நீ தான்பா துணை இருக்கணும்" இவ்விதம் நெல்-லையப்பர் கோயில் வாசல் முன் நின்று சுடலை மாடனுக்கு நேர்ந்து கொண்டு இருந்தாள் சேர்மத்தாய்.

கூப்பிய கைகளை இறக்கிச் சுற்றும் முற்றும் பார்த்து எதையோ தேடினாள். முகமெல்லாம் வியர்த்துக் கொட்டி-யதால் இடுப்பில் சொருகிய முந்தானையை எடுத்து முகம் துடைத்தாள். அப்போது தான் எதோ ஞாபகம் வந்தவள் போல முந்தானையை வெறித்துப் பார்த்தாள். கண்கள் சுழன்றது. விரல்களைப் பிசைந்தாள். ஒரு நீண்ட பெரு-மூச்சை விட்டபடி 'ஆபத்துக்கு பாவம் இல்லை' என்று மனதுக்குள் நினைத்துக் கொண்டு முந்தானையை விரித்து

அதில் ஒரு ஓரமாகக் கிழித்தாள். கோயில் கோபுர சுவரில் கொட்டப்பட்டு இருந்த மஞ்சளை எடுத்துக் கிழித்த துணியில் தேய்த்தாள் வெள்ளை இப்போது மஞ்சள் ஆனது. பின் ரவிக்கைக்குள் இருந்து பர்சை எடுத்தாள். துண்டு காகிதங்களாக ஒன்று இரண்டு இருந்தது. சில்லறையாகக் கொஞ்சம் கிடந்தது. பர்ஸை ஆழத் தோண்டி துழாவி கொற்கை அகழாய்வில் தாழியைக் கண்டெடுத்ததை போல ஒரு ஒற்றை ரூபாய் நாணயத்தைக் கண்டெடுத்தாள். அதைப் பதறாமல் எடுத்து மஞ்சள் துணியில் முடித்து மீண்டும் கிழிந்த முந்தானையிலேயே வைத்து முடித்தாள் சேர்மத்தாய்.

காசை முடித்து விட்டு, அண்ணாந்து கோபுரத்தைப் பார்த்தாள். அவளை அறியாமல் கண்களில் பரணி ஓடியது. நீண்ட நேரம் செப்பு சிலையாட்டம் அங்கேயே நின்று இருந்தாள். இருட்டு கடையெல்லாம் இருண்டு போய் கிடந்தது. ஜனக்கூட்டமும் அவ்வளவாக இல்லை அதனால் ஆசை தீரக் கோபுரத்தைப் பார்த்தபடி தன் பிரார்த்தனைகளில் மும்முரமாய் நின்று இருந்தாள். எந்த கோயிலுக்குள்ளும் இன்றுவரை அவள் போனதே கிடையாது. கருவறையில் கடவுள் எப்படி இருப்பான் என்று அவள் இதுவரை தெரிந்து வைத்திருக்கவில்லை. இந்த நிலைமையிலும் அவளுக்கு அந்த திண்ணம் இல்லை என்பது தான் ஆச்சரியம். 'முகத்த பார்த்தா தான் வரம் கொடுக்குமா சாமி' என்பது அவள் அபிப்பிராயம்.

அவள் ஊரான பொன்னாங்குறிச்சி சுடலை மாடனைக் கூட அவள் வெளியே நின்றபடி பார்த்துத் தான் கோரிக்கைகளை வைப்பாள். அவள் கோரிக்கைகள் எல்லாம் நிறைவேறியதா? என்று கேட்டாள் அவளுக்குப் பதில் சொல்லத் தெரியாது. ஆனால் அவளுக்கு என்ன துன்பம் துயரம் என்றாலும் மூக்கை சிந்தியபடி முந்தானையை நனைந்தபடி சுடலை மாடன் வாசலில் தான் நிற்பாள். தன் தந்தை முத்தையா தெய்வமான பிறகு அவளுக்கு உறுதுணையாக இருப்பது அந்த சுடலை மாடன் மட்டும் தான்.

நேரமானதை அறிந்தாளோ என்னவோ திடீரென பரப-ரப்பானாள். கடைவீதியில் புதிதாக வாங்கிய டவுசர் சட்-டையையும் பத்திரப்படுத்திக் கொண்டு கோயிலை விட்டு நகர்ந்தாள். அருகிலேயே தான் பஸ் ஸ்டாண்ட், அவசர அவசரமாக எங்கே போகிறது என்று கூட தெரியாமல் பஸ்-ஸில் ஏறினாள். மெடிக்கல் காலேஜுக்கு ஒரு டிக்கெட் என்றாள். "அங்க போகாது, ஜெயில்ல இறங்கி நடந்து போ" என்றான் கண்டக்டர். ஊர்ந்து கொண்டே சென்றது பஸ். ஜன்னல் வெளியே முகத்தைப் போட்டுப் பார்த்துக் கொண்டே வந்தாள். அந்த இதமான காலை தென்றல் அவள் முகத்தை வருடியும் அவள் மனதில் எந்த சலனமும் இல்லை. எதோ ஒன்று அவள் மனதை அரித்துக் கொண்டே இருந்தது. சிறிது நேரத்தில் துக்கம் அவள் தொண்டையைக் கவ்வியது. அவளை அறியாமலே எதிர் காற்றில் கண்ணீர்த் துளிகள் சிதறி ஓடியது.

பத்து வருடத்திற்கு முன்பு மூன்று மாத குழந்தையாக இருந்த அப்புக்குட்டியை அள்ளி அணைத்துத் தூக்கிக் கொண்டு வந்தது அவள் கண்களில் நிழலாடியது. நெற்-றியிலும் கன்னத்திலும் பெரிய திருஷ்டி பொட்டு வைத்து, முகம் நிரம்ப பவுடர் அடித்து, கால் இரண்டிலும் கொலுசு போட்டு விட்டு, கையில் வசம்பு கட்டிவிட்டு அள்ளி எடுத்து வந்தது என்னவோ சேர்மத்தாய்க்கு நேற்று நடந்தது போல இருந்தது. ஒவ்வொரு வருட தீவாளிக்கும் பொங்கலுக்கும் நெல்லை கடைத் தெருவில் அப்புக்குட்டியோடு நடந்ததை எல்லாம் அவள் மனம் அவ்வளவு சீக்கிரம் மறந்துவிடுமா என்ன. இந்த சம்பவங்களின் தொகுப்பு அவள் மனத்தி-ரையில் ஓடிக் கொண்டு இருக்கும்போதே பொன்னுதாயின் நினைவு வந்தது. மனம் இன்னும் பதறியது. பொன்னுத்-தாய்க்கு தெரிந்தால் என்ன நினைப்பாள் என்று வேறு சேர்-மத்தாயின் மனம் ஒரு இடத்தை ஒதுக்கி துயரம் கொண்-டது. அவள் எவ்வளவோ தடுத்தும் அந்த சித்திரை அனல் காற்று கடந்த காலத்தை அசைபோட வைத்தது.

தூத்துக்குடி காயல்பட்டினம் அருகே இருக்கும் மங்கலவாடி தான் சேர்மத்தாயின் பூர்வீகம். அவள் வாழ்க்கைப்பட்டு வந்த ஊர் தான் பொன்னாங்குறிச்சி. சேர்மத்தாய் முத்தையாவுக்கு நான்காவது மகள். சேர்மத்தாய்க்கு முன் பிறந்த மூன்று பெண் குழந்தைகளும் இறந்து போனதால் ஊர்க்காரர்கள் சேர்மத்தாயை 'மூணு முழுங்கி' என்றே அழைப்பார்கள். சேர்மத்தாய்க்கு பிறகு ஒரு பெண் குழந்தை பிறந்தது அதுவும் மூன்று பிள்ளைகள் இறந்து ஆறு வருடம் கழித்து. அகண்ட விழிகள், சிறிய பாதம், கோனை மூக்கு என்றாலும் உப்புக்காற்றில் இரண்டு வீசம் சக்கரை சேர்த்தாற்போல கொஞ்சம் அழகானவள். பெயரோ பொன்னுத்தாய். சேர்மத்தாய் 'மூணு முழுங்கி' என்றால் பொன்னுதாயோ 'ஆத்தாள் முழுங்கி'. பொன்னுத்தாயை பிரசவித்து விட்டு பேறுகாலம் போதும் என்று முத்தையா பெண்சாதி வீட்டுக் கொல்லையில் உறங்கிப் போனாள்.

கண்ணீரும் கம்பலையும் சேர்மத்தாய் வாங்கி வந்த இரட்டை வரங்கள். ஒரு வகையில் இந்த கண்ணீர் விசயத்தில் அவளும் ஆசீர்வதிக்கப்பட்டவள் தான் காரணம் காலம் முழுக்க அழுதாலும் வற்றாத கண்ணீருக்குச் சொந்தக்காரி. சிறுவயதிலிருந்தே அவளுக்கும் பொன்னுத்தாயிக்கும் ஆகவே ஆகாது. எதற்கெடுத்தாலும் இருவரும் ஓரவத்திகள் போலச் சண்டை பிடித்துக் கொண்டே தான் இருப்பார்கள். இவர்கள் இருவரின் மல்லுக்கட்டையும் தடுப்பதிலேயே முத்தையாவின் பாதி ஆயுள் கழிந்தது.

தன் கட்டை கொல்லையில் உறங்கப் போகும் முன்னமே இருவருக்கும் திருமணம் செய்துவைக்க வேண்டும் என்று பேராசை கொண்டார் முத்தையா. சேர்மத்தாய் வாயில்லா பூச்சி, தனக்கு என்ன வேண்டும் என்பது அவளுக்கே தெரியாது. ஆசைகள் எல்லாம் பணம் படைத்தவர்களுக்கு என்று நினைப்பவள். அப்படியே ஆசைப்பட்டாலும் அதை யாரிடமும் சொல்லாமல் மனதுக்குள்ளே பூட்டிவைத்து விடுவாள். ஆனால் பொன்னுத்தாய் அவளுக்கு நேரெதிர். தான் நினைத்ததை முடிக்காமல் கண் அயரமாட்டாள். எப்போதும்

பெரிய கனவுகளும் ஆசைகளுமாய் தான் வலம் வருவாள். சேர்மத்தாய்க்கு கல்யாணம் ஆனபோது அவளுக்கு வயது பதினாறு. பொன்னுத்தாய்க்கு பத்து வயது. என்னதான் ஓரவத்திகள் போலச் சண்டை பிடித்தாலும் பொன்னுத்தாயிக்கு சேர்மத்தாய் என்பவள் பெறாத ஆத்தாள். அதனால் அவள் மீது நெஞ்சோரத்தில் எப்போதும் கரிசனம் இருக்கத் தான் செய்தது. சேர்மத்தாய் வாழ்க்கைப்பட்டு பொன்னாங்குறிச்சிக்கு போன புதிதில் பொன்னுத்தாயி ஜன்னி வந்து கிடந்தாள். முத்தையா பதறிப் போய் அவளைத் தூக்கிக் கொண்டு திருநெல்வேலி பெரியாஸ்பத்திரிக்கு கூட்டி வந்ததை இன்னும் சேர்மத்தாய் மறந்திருக்கமாட்டாள். சேர்மத்தாய் முகத்தைப் பார்த்த போது தான் பொன்னுத்தாய்க்கு உயிரே வந்தது.

பொன்னுத்தாய்க்கு அம்மாவாகிப் போன சேர்மத்தாய் அவளை தன் கூடவே பொன்னாங்குறிச்சி அழைத்து வந்தாள். நல்ல நேரம் பார்த்து பொன்னுத்தாய் சமைந்தாள். அழகு கூடியது. வருடங்கள் ஓடியது. சுடலை மாடன் கோயிலைக் கட்ட வந்திருந்த வாலிபன் மேல் காதல் வயப்பட்டாள். இப்படி பொன்னுத்தாயின் காதல் கதை ஒரு பக்கம் போக சேர்மத்தாயின் சோக கதை மறுபக்கம் போனது.

கலியாணம் கட்டி வந்து எட்டு வருடங்கள் ஆகியும் சேர்மத்தாய் வயிற்றில் எதுவும் தங்கவில்லை. கட்டி வந்தவனோ நாளொரு கடை பொழுதொரு குடி என்று சுற்றித் திரிந்தான். அதுவும் சேர்மத்தாய் வீட்டு வேலை செய்து சம்பாதித்த காசை எடுத்துக் கொண்டு போவான். பிள்ளை இல்லாத வெறுமை என்று சொல்லி குடிக்குக் கற்பிதங்கள் சொல்லுவான். இவையெல்லாம் சேர்மத்தாய் மனதைப் போட்டு உலுக்கியது. ஊர் வாய் எல்லாம் அவனையும் சேர்மத்தாயையும் சுற்றித் தான் இருந்தது. சேர்மத்தாய் காதுபடவே ஊர்க்காரர்கள் "மலடி" என்றபோதும் கூட அந்த சொல் அவள் மனதை ஒரு நாளும் சுட்டதில்லை காரணம் ஊர் வாய் அவளுக்கு புதிது இல்லை ஆனால் கழுத்தை நீட்டி உயிரையும் மானத்தையும் படையலிட்ட கணவன்

அப்படி ஒரு வார்த்தை சொன்னதும் கொஞ்சம் கொந்தளித்துப் போனாள் சேர்மத்தாய்.

"பிள்ள பெக்க முடியாத சிலுப்பட்ட முண்ட... நீ மினிக்கிகிட்டு போக தான்டீ லாயக்கு... மலட்டு முண்ட... நீ எனக்கு பிள்ள பெத்து கொடுக்க வேணாம்.. உம்ம தங்கச்சிய எனக்கு கட்டி வை" என அலற்றிய கணவனை வாரியலாலேயே அடித்து ஆத்திரத்தைத் தீர்த்துக் கொண்டாள் சேர்மத்தாய். இனியும் பொறுக்க முடியாது என்று அவசர அவசரமாய் பொன்னுத்தாயை அவள் காதலித்தவனுக்கே கட்டி வைத்தாள். இதில் ஆத்திரம் கொண்ட சேர்மத்தாய் கணவன் எதிர் வீட்டு பட்டாளத்தான் பெண்சாதியைக் கூட்டிக் கொண்டு ஓடியது எல்லாம் அவள் மறக்க நினைத்த படுக்காளி கதை. பழைய நினைவுகள் சுகமாவதும் பாரமாவதும் நம் வாழ்ந்த வாழ்க்கையைச் சொல்லும் குறியீட்டு அர்த்தங்கள். இப்போது அந்த குறியீட்டில் தான் மூழ்கிப் போய் இருந்தாள் சேர்மத்தாய். பாளையங்கோட்டை ஜெயிலை நெருங்கியதும் ரயில் கூவும் சத்தம் கேட்டது உடனே சுதாரித்துக்கொண்டு பஸ்சை விட்டு இறங்கினாள் சேர்மத்தாய். மூச்சிரைக்க முகத்தைத் துடைத்துக்கொண்டே நடந்தாள்.

அன்னைக்கென்று விசேஷமாகப் பாம்பே தியேட்டர் வாசலில் கூட்டம் அலைமோதியது. ஜனக் கூட்டத்தையும் வாகனத்தையும் கட்டுப்படுத்த முடியாமல் அங்கும் இங்கும் காவிகள் திண்டாடிக் கொண்டு இருந்தார்கள். கால் இல்லாத கிழவன் பரபரப்பாக நான்கு சக்கர வண்டியில் யாசகம் செய்து கொண்டு இருந்தான். கல்லூரி மாணவர்கள் வகுப்புகளைப் புறக்கணித்துவிட்டு கேளிக்கையில் ஈடுபட்டு இருந்தார்கள். வாழைப்பழ வண்டிக்காரன் சீப்பு சீப்பாய் வாழைப்பழத்தை வைத்து வியாபாரத்தை அள்ளினான். இவர்களை முட்டி மோதி சேர்மத்தாய் ஒரு வழியாய் மக்கள் கடலை கடந்து வந்து சேர்ந்தாள். பார்த்தசாரதி, கிழவன் வேடத்திலிருந்த இந்தியன் பட சுவரொட்டிகளும், கட் அவுட்களும் சாலை எங்கும் நிறைந்து கிடந்தன. ஹவுஸ் புல் காட்சிக-

ளாக ஓடிக் கொண்டிருந்தது அந்த காலை வேளை. காணாததைக் கண்டவள் போல வெறித்துப் பார்த்துக் கொண்டே வந்தாள். இருந்தாலும் அவள் மனம் முழுவதும் வேண்டாத தெய்வத்தை எல்லாம் வேண்டிக்கொண்டு இருந்தது.

பிளாட்பாரத்தில் இருந்த டீ கடையைப் பார்த்ததும் வேகமாகச் சென்று டீயும் இரண்டு பன்னும் வாங்கிக் கொண்டு இருந்தாள் கூடவே அப்புக்குட்டிக்கு பிடிக்கும் என்று இரண்டு பொரி உருண்டையும் கட்டச் சொன்னாள். அப்போது எங்கிருந்து வந்தாள் என்று தெரியவில்லை கம்பவுண்டர் கூப்பிட்டதாகச் சொல்லி ஈஸ்வரி மூச்சிரைக்க ஓடி வந்து சேர்மத்தாயிடம் சொன்னாள். பதறியபடி "என்னாச்சு" என்று பன்னையும் பொரி உருண்டையையும் கீழே போட்டு விட்டு ஆஸ்பத்திரிக்குள் ஓடி வந்தாள். மாராப்பு விலகியது கூட தெரியாமல் பரபரப்புடன் அந்த பெரியாஸ்பத்திரிக்குள்ளே புகுந்தாள். முகம் முழுக்க வியர்வை வியர்த்துக் கொட்டியது. என்னவோ ஏதோ என்று கண்களிலும் நீர் கசிந்தது. வியர்வையையும் கண்ணீரையும் துடைத்துத் துடைத்து அவள் கிழிந்த முந்தானை முழுவதுமாக நனைந்து இருந்தது.

பெரியாஸ்பத்திரிக்கே உரித்தான மருந்து வாடை உள்ளே நுழைந்ததுமே மூக்கை துளைத்தது. எப்போதும் போல அங்கங்கே நோயாளிகள் கீழே கிடத்தப்பட்டு நோயோடு போராடிக் கொண்டு இருந்தார்கள். டாக்டர்களும் நர்ஸுகளும் தங்களுக்கே உரித்தான பரபரப்பில் இயங்கிக் கொண்டு இருந்தார்கள். ஒரு சில இடத்தில் நீக்கமற அமைதி இருந்தாலும் ஒரு சில இடத்தில் அலறல் சத்தம் விண்ணைப் பிளக்கும் அளவிலிருந்தது. சேர்மத்தாய்க்கு இது புதிதில்லை பொன்னுதாய் ஜன்னி வந்து கிடந்த காலத்திலிருந்து பார்த்துப் பழகிய இடம் தான். அதனால் எங்கும் நிற்காமல் சேர்மத்தாய் கால்கள் நேராகக் குழந்தைகள் வார்டை சென்றடைந்தது.

பிறந்தலிருந்து அப்புக்குட்டிக்குக் காய்ச்சல், இருமல் எல்லாம் வந்து இருக்கிறது சேர்மத்தாய் அதை எல்லாம் பாசத்-

தினாலேயே அடித்து விரட்டி இருக்கிறாள். ஆனால் இந்த முறை மட்டும் ஏனோ இப்படி ஆகிப் போனது. நேற்று நள்ளிரவு அப்புக்குட்டியின் உடல் நீல நிறமாக மாறி இருந்ததைப் பார்த்துப் பதறிப் போய் பெரியாஸ்பத்திருக்கு தூக்கி வந்தாள். எல்லா டெஸ்ட்டும் எடுத்த டாக்டர்கள் ஒரு முடிவுக்கு வரவில்லை. விவாதிக்கத் தொடங்கி இருந்தார்கள். எதோ காய்ச்சல் மண்டையடியாக இருக்கும் எல்லாம் சரியாகிவிடும் என்று தான் அவள் நினைத்திருந்தாள். அந்த நம்பிக்கையில் தான் இரண்டு கழித்து வரவிருக்கும் அப்புக்குட்டியின் பிறந்த நாளுக்காகத் துணி எடுக்க இன்று காலை கடைத்தெருவுக்கே வந்தாள். அப்படியே நெல்லையப்பனை பார்த்து வேண்டுதலையும் வைத்தாள்.

உள்ளே இருந்த கம்பவுண்டர் வெளியே வந்தான். சாவகாசமாக அவளைப் பார்த்து,

"எங்கவே போன! இம்புட்டு நேரம் உன்ன தாம்லே தேடிகிட்டு கிடந்தேன். வெறசா வா நிறைய சோலி கிடக்கு"

"என்ன அண்ணாச்சி என்னாச்சு" சேர்மத்தாய் பதறிப்போய் கேட்டாள்.

"ஒன்னுல்ல! நீ வா சொல்லுதேன்"

"அண்ணாச்சி! சொல்லுங்க அண்ணாச்சி! மனசு கிடந்து அடிச்சிக்குது"

கம்பவுண்டர் நேராக கூட்டிக் கொண்டு பழுத்த டாக்டர் பரந்தாமனிடம் வந்தான். டாக்டர் சேர்மத்தாயை ஏற இறங்க பார்த்துவிட்டு,

"ஒரே பையனா?"

"ஆமாங்க ஐய்யா!

என்னாச்சுங்க என் மவனுக்கு...

நல்லா இருக்கான்ல"

"புருஷன் வரலியா மா"

"இல்லங்கயா" சிறிது நேரம் யோசித்துவிட்டு மூக்கு கண்ணாடியை கீழே கழட்டி வைத்தார். கண்களை தேய்த்தபடி அசிஸிடண்ட் டாக்டர் ராமகிருஷ்ணனை அழைத்தார்.

"எஸ் ஆர் கே, ஐ திங்க் ஷி வாஸ் பிரைட்டன்ட். சோ யூ எக்ஸ்பிளேன் அபௌட் தி கேஸ் டீடெயில்ஸ் டு ஹர்... ஐ அம் டன் அன்ட் சோ டயர்டு... ஐ லீவ் பார் தி டே.. டேக் கேர்" சேர்மத்தாய்க்கு எதுவும் புரியவில்லை. அவர்கள் இருவரின் முகத்தையும் மாறி மாறி பரபரப்புடன் பார்த்து கொண்டு இருந்தாள். பெரிய டாக்டர் போன பிறகு சேர்மத்தாய் அருகே வந்தார் டாக்டர்.

"ஆச்சி! தாயுமானவன் தான் உன் பையன் பேரு"

"ஆமாங்க அய்யா"

"பிறந்ததுல இருந்து எதுவும் கவனிக்கலயா?"

"ஏன்யா அப்படி கேக்குறீங்க... இதுவரைக்கும் அவனுக்கு இந்த மாதிரி எதுவுமே வந்தது இல்ல.. அப்ப அப்ப சொனங்கி போய் படுத்துக்கிடுவான்... பெருசா ஒன்னும் வந்ததில்லை டாக்டரே"

"ம்ம்ம்... இல்லமா.. மே பி.. தனக்கு என்ன பண்ணுதுனு சொல்ல தெரியாம இருந்துருக்கலாம்..."

"என்னகைய்யா என்னென்னமோ சொல்றீங்க..., ஒன்னும் விளங்களையே"

"ஆச்சி! உன் பையனுக்கு பிறந்ததுல இருந்து 'ஏய் ட்ரி ஓ வென் ட்ரிக் லர் செப் டல் டீ பெக்ட்' இருந்திருக்கு"

"அப்படினா" அதிர்ச்சியோடு கேட்டாள் சேர்மத்தாய்.

"அப்படினா! இதயத்துல ஓட்டை இருந்திருக்கு" டாக்டர் பட்டென்று சொன்னான்.

"ஒன்னும் பிரச்சனை இல்லைலங்கைய்யா" டாக்டர் குழம்பி போய் கம்பவுண்டரை பார்த்தார்.

"ஏலே! சொல்லலையா"

"எங்க சொல்ல!

காலைல இருந்து இத எங்கெல்லாம் தேடி கிட்டு கிடக்கேன்.

குறுக்க ஆட்டிகிட்டு ராத்தலுக்கு போய்ருக்கு.

எம்புட்டு சோலி கிடக்கு இது பொறத்தாலே சுத்திகிட்டு கிடக்க முடியுமா.

பிள்ளைய பாட்டத்துக்கு விட்டுட்டு போன மாதிரி நொம்பலம் இல்லாம இடும்பா போயிருக்கு.

புறவாட்டி அந்த பக்கத்து பெட் ஈஸ்வரிகிட்ட சொன்னதுக்கு பிறவு தான் இங்கன வந்துருக்கு.

நீங்களே சொல்லுங்க." கம்பவுண்டர் ரொம்பவும் கோவித்து கொண்டான்.

"ஆச்சி!

காலையில இருந்து மூச்சு விட ரொம்ப கஷ்டப்பட்டுருக்கார்... நீங்க வேற பக்கத்துல இல்ல... மனச தைரியப்படுத்திக்கோங்க...

எங்களால பையன காப்பாத்த முடில.." என்று பட்டென்று சொன்னார் டாக்டர். சேர்மத்தாய்க்கு நெஞ்சை அடைத்து தலை சுற்றியது.

மேலும் தொடர்ந்த டாக்டர்,

"மார்ச்சுவரி போய் கையெழுத்து போட்டு எடுத்துட்டு போங்க" என்றார்.

சேர்மத்தாய்க்கு ஒன்றும் புரியவில்லை. எதோ கோட்டிக்காரியைப் போல டாக்டரையே வெறித்துப் பார்த்துக் கொண்டிருந்தாள். அதிர்ச்சியில் உறைந்து போய் இருந்தது அவள் ஆன்மா.

அவள் முகத்தைப் பார்த்துப் புரிந்து கொண்ட டாக்டர்,

"ஏம்ல! சொல்லி கூட்டிட்டு போவே"

கம்பவுண்டர் சலித்துக் கொண்டே "இதோட சிரையா போச்சு...

வா த்தா" என்று அழைத்தபடி சேர்மத்தாயை அழைத்துக் கொண்டு பிணவறைக்குச் சென்றான். வழிநெடுகிலும் நடைப் பிணத்தைப் போல நடந்து வந்தாள். அருகிலிருந்த அறைக்குள் சென்று ஒரு நொட்டையும் பேனாவையும் எடுத்து வந்தான் கம்பவுண்டர். இரண்டையும் சேர்மத்தாய் முன் நீட்டினான். அவள் அதையே உற்றுப் பார்த்தாள். "என்ன கை நாட்டா" அவள் ஆமாம் என்பது போலத் தலையசைத்தாள். ரேகையை வாங்கிவிட்டு "போ த்தா! போய் பாரு" என்றான். இப்போதும் அவளுக்கு ஒன்றும் விளங்கவில்லை. கெட்ட

கனவாகத் தான் அதை நினைத்துக் கொண்டு இருந்தாள்.

"என்ன கண்ண போட்டு உருட்டிட்டு கிடக்க

உன் மவன் செத்து போயிட்டு. போ போய் ஆகுற சோலிய பாரு"

அப்புக்குட்டியின் முகத்தைக் காட்டச் சொல்லி நின்ற இடத்திலிருந்தே குரல் கொடுத்தான் கம்பவுண்டர். நடுநடுங்கிக் கொண்டே போனாள். தீடிரென்று பேய் அலறல். தலையை மாரையும் மாறி மாறி அடித்துக் கொண்டு கத்தினாள், கதறினாள். அந்த அலறல் அடங்க வெகு நேரம் ஆனது. அங்குச் சுற்றி நின்றிருந்த எல்லோரும் அவளை வித்தியாசமாகப் பார்த்தார்கள். கண்ணில் கண்ணீர் பீறிட்டு கொட்டியது. தலை கிடுகிடுவென சுத்தியது. உடம்பு என்னவோ பண்ணியது. உடலை அங்கும் இங்கும் ஆட்டி மாரடித்தால். கண்ணீர் வற்றும் வரை அழுது தீர்த்தாள்.

அவனைப் பவ்வியமாகத் தூக்கிக் கொண்டு வந்தான். அழகாக மடிப்பு கலையாமல் முகம் வரை வெள்ளை போர்வை போர்த்தி அவன் எடுத்து வருகையில் சேர்மத்தாயின் உயிர் பாதி இறந்து கொண்டு இருந்தது. முகம் எல்லாம் வீங்கிப் போயிருந்த சேர்மத்தாயின் கண்களில் எங்குக் கண்ணீர் ஒளிந்து கொண்டு இருந்ததோ மீண்டும் அலைக்கடலாய் ஆர்ப்பரிக்கத் தொடங்கியது. அந்த சுனாமியில் அப்புக்குட்டி நனைந்து கிடந்தான். அத்தனை அத்தனை பேரலை எல்லாம் அவனைத் தாக்க வந்தபோதிலும் எந்த வித சச்சரவுமின்றி உறங்கிப் போய் இருந்தான்.

மெதுவாக அந்த மார்ச்சுவரி டைனர் சேர்மத்தாய் காதருகே வந்து "எதாவது பார்த்து செய்மா" என்றான். சேர்மத்தாய் காதுகளுக்கு அது விழவில்லை. அவள் கண்ணீர் கடலை ஆர்ப்பரிப்பதில் மனதைப் பறி கொடுத்து இருந்தாள். அவள் உடம்பெல்லாம் சுழல்காற்றில் சிக்குண்ட படகைப் போல நடுங்கிப் பதறியது. அவனும் சலிக்காமல் இரண்டு மூன்று முறை கேட்டும் பார்த்துவிட்டான். எந்த பயனும் இல்லை. தலையை அடித்தபடி "சரியான கோட்டிக்காரியா இருக்கும் போல" என்று நகர்ந்தான்.

பக்கத்து பெட் அட்டெண்டர் ஈஸ்வரி சேர்மத்தாய் அப்புக்குட்டி ஆகியோரின் துணிமணியை எல்லாம் கட்டை பையில் எடுத்து வந்து கொடுத்தாள். அவளைப் பார்த்தும் ஒன்றும் பேசவில்லை சேர்மத்தாய். ஈஸ்வரிக்கும் என்ன தேறுதல் சொல்வது என்று தெரியவில்லை. வெகு நேரம் அவள் அருகில் உட்கார்ந்திருந்தாள். பழக்கத்திற்காக அவளும் இரண்டு கண்ணீர்த் துளிகளை அப்புக்குட்டிக்கு காணிக்கை ஆக்கினாள்.

சூரியன் உச்சியிலிருந்து மெல்லச் சாயத் தொடங்கினான். இன்னும் அழுது கொண்டு தான் இருந்தாள் சேர்மத்தாய். ஆனால் கண்ணில் நீர் வற்றிப் போய் இருந்தது. தீடிரென்று என்ன நினைத்தாளோ அப்புக்குட்டி உடம்பை சுற்றி இருந்த துணியைக் கழட்டி எறிந்தாள். அருகிலிருந்த ஈஸ்வரிக்கு ஒன்றும் புரியவில்லை சேர்மத்தாயை கண் இமைக்காமல் பார்த்துக் கொண்டிருந்தாள். பிறந்த மேனியாய் இருந்த அப்புக்குட்டிக்கு வாங்கி வந்த துணியைப் போட்டு விட்டாள். தலையை கைகளாலேயே வாரிவிட்டு. இடுப்பிலிருந்த விபூதி பொட்டலத்தைப் பிரித்து நெற்றியில் இட்டாள். இரண்டு கையையும் அகலச் சுழற்றி அவனுக்குத் திருஷ்டி கழித்தாள். ஈஸ்வரி பதறிப்போய் உறக்க "அக்கா! என்ன பண்ணீங்க" என்றாள். அங்கு இருப்பவர்கள் எல்லோரும் ஒன்று கூடினார்கள். சட்டென்று எழுந்தவள் அப்புக்குட்டியை மாரில் தூக்கிப் போட்டு நடக்கத் தொடங்கினாள். ஈஸ்வரி வெறித்துப் போய் பார்த்தாள். நாலைந்து கம்பவுண்டர்களும் நர்ஸுகளும் அவளைத் தடுக்க ஓடி வந்தார்கள். எல்லோரையும் தடாலடியாய் தள்ளி விட்டு ஓட தொடங்கினாள். உயிரைப் பிடித்துக் கொண்டு ஓடியது போல அவள் கால்கள் ஓடியது. லோகிதாசனை தூக்கிக் கொண்டு ஓடிய சந்திரமதியைப் போல அவளை யாராலும் கட்டுப்படுத்த முடியவில்லை. துரத்திக்கொண்டு வந்தவர்கள் எல்லோரும் ஓய்ந்து போனார்கள். அவள் கால்கள் மட்டும் ஓயவில்லை.

மேகம் கருகத் தொடங்கி இருந்தது. சந்திரன் மெல்லத் தேய்ந்து கொண்டு இருந்தான். அழுகக் கூட கண்ணீர் இல்-

லாமல் முழுவதுமாக வற்றி சேர்மத்தாய்க்கு கண்கள் இரண்டும் வீங்கி இருந்தது. மாரை அடித்து அடித்து அவள் மார் சிவந்து கிடந்தது. கை விரல் நீலம் கூட அப்படியே இருந்தது. உடம்பெல்லாம் வெட வெடத்து வியர்த்துக் கொட்டி, அவள் சீலை முழுவதும் நனைந்து கிடந்தது. கண்டக்டர் பஸ்ஸின் மேற்கூரையைத் தட்டி 'பொன்னாங்குறிச்சி ஸ்டாப்! இறங்குறவங்க எல்லாம் வாங்க' என்றான். இரண்டு மூன்று பேர் எழுந்து முன்னும் பின்னுமாக வந்து நின்றார்கள். பேருந்து சரியாக பொன்னாங்குறிச்சி ஸ்டாபில் நின்றது. சேர்மத்தாய்க்கு கண்களும் காதுகளும் திறந்து இருந்ததே தவிர அவள் பார்வையும் செவியும் உறைந்து போய் இருந்தது. பஸ் சென்ற பின்னும் அப்படியே பிடித்து வைத்தவள் போல இருந்தாள். பொன்னாங்குறிச்சி தாண்டியதும் கண்டக்டர் அதிர்ச்சியாகி சேர்மத்தாயை பார்த்தான்

"ஏ ஆத்தா ! என்னத்தா நீ பொன்னாங்குறிச்சியில இறங்கலயா!" அப்படி அவன் உறக்க கேட்டும் கூட அவள் சேவி திறன் அற்று கிடந்தது. மெல்ல நடந்து சேர்மத்தாய் முன் வந்து 'டங்' 'டங்' என்று சத்தம் எழுப்ப ஆரம்பித்தான். அப்போது தான் அவள் பார்வை காட்சியை தேட தொடங்கியது. சட்டென்று கண்டக்டரை பார்த்து "பொன்னாங்குறிச்சி வந்துருச்சா"

"நல்லா கேட்ட போ? ஏத்தா காட்டு கத்து கத்துனேன். உம்ம காதுல விழுகலயா...உன் ஊரு தாண்டி ஒரு கிலோ மீட்டர் வந்தாச்சு.யோவ் வண்டிய நிறுத்து..." என்று விசிலை சத்தமாக ஊதினான் கண்டக்டர். படார் என பிரேக் பிடித்து வண்டி நின்றது.

"ஏத்தா! வீட்டுக்கு போய் பிள்ளைக்கு பத்து போட்டு விட்டு சுடலை மாடன் துன்னூர அள்ளி நெத்தியில பூசிவிட்டு படுக்க போடு. சரியாகிரும்... சரியா!" அருகில் இருந்த வேலம்மா சொன்னாள்.

தலையை அசைத்தபடியே அப்புக்குட்டியை கைத்தாங்கலாக தொட்டு தூக்கி மாரில் போட்டால். கை, கால் எல்லாம் விறைக்க தொடங்கி இருந்தது. பிஞ்சு கைகளை இப்படி கற்-

சிலை போல கண்டதும் அவளுக்கு கண்ணில் நீர் முட்டியது. வேக வேகமாக பஸ்ஸை விட்டு இறங்கி நடையை கட்டி-னாள். ஆனால் நடையில் துரிதம் இல்லை, மெல்ல எட்டு வைத்து தான் நடந்தாள். அவள் உடம்பில் உயிர் இருந்-ததே தவிர ஒரு மனுஷிக்கு உண்டான எந்தவித அறிகுறி-யும் தென்படவில்லை, தேமேவென்று தான் அப்புக்குட்டியை சுமந்து கொண்டு வந்தாள். பார்க்கும் தூரத்தில் தான் சுட-லைமாடனின் கோயில். இரவு நேர காவலுக்கு செல்லும் வழிப்போக்கன் ஒருவன் அப்போது தான் சூடம் ஏற்றி வழி-பட்டு சொன்றிருந்தனால், சேர்மத்தாய் கண்களுக்கு சுடலை-மாடனின் அருவாள் நன்றாகவே தெரிந்தது. கால் பாதையை அறிந்தது, இப்போது நடையின் கதி அளவு கூடியது. மூச்-சிறைக்க நடந்து சென்றாள்.

கோயில் அருகே வந்ததும் சட்டென்று நின்றாள், மாரில் போட்டிருந்த அப்புக்குட்டியை அப்படியே இறக்கிச் சுடலை மாடன் கோவில் வாசல் முன் இருந்த அரிவாள் அருகே கிடத்தினாள். இதே இடத்தில் தான் பொன்னுத்தாய் ஈரைந்து மாதம் சுமந்து பெற்ற தன் குழந்தையை சேர்மத்தாய்க்கு தாரை வார்த்தாள். மலடி என்ற ஊர் சொல்லுக்குப் பலியாகி இருந்த சேர்மத்தாய் மீண்டும் உயிர்த்தெழுந்தது அன்று தான். மார் காம்பில் பால் சுரக்கவில்லை என்றாலும் அவனை அள்ளி எடுத்து வாஞ்சையாய் நெஞ்சோடு அணைத்து கதகதப்பைக் கொடுத்து நெற்றியில் முத்தம் இட்-டதும் இதே சுடலை மாடன் முன்பு தான். அவன் காதருகே மூன்று முறை தாயுமானவன் என்று கிசு கிசுத்ததும் அதே சுடலை மாடன் சாட்சியாகத் தான்.

சேர்மத்தாய் செங்கண்களில் கண்ணீருக்கு பதில் எரிக்கும் அக்னி பிழம்பு கொதித்துக் கொண்டு இருந்தது. முந்தானை-யில் முடிந்து வைத்த காசை வேக வேகமாக அவிழ்த்து எடுத்துச் சுடலை மாடனைப் பார்த்து வீசினாள். அவள் முகத்தில் அப்படி ஒரு ஆங்காரம். என்ன பேசப் போகி-றாளோ என்று சுடலை மாடனும் கூட பயந்தானோ என்-னவோ அதுவரை எரிந்து கொண்டிருந்த சூடம் அடங்கியது.

சூழ்ந்திருந்த வெளிச்சம் மட்டுப்பட்டது. நீண்ட நிசப்தம் நிலவியது. சேர்மத்தாய் எதுவும் பேசவில்லை. ஒற்றை வார்த்தை கூட அவள் வாயிலிருந்து வரவில்லை. சுடலை மாடனுக்குச் சாத்தப்பட்ட அரிவாளின் அருகில் போய் அமர்ந்தாள்.

அவனையே கண் இமைக்காமல் பார்த்துக் கொண்டு இருந்தாள். அந்த பார்வை ஆயிரம் கேள்விகளைக் கேட்டது. அந்த கேள்விகளுக்கெல்லாம் சுடலை மாடனிடம் பதில் இல்லை. அப்படியே பதிலிருந்தாலும் அவள் அதை ஏற்பதாய் இல்லை. இன்னும் கூட சேர்மத்தாய் மனதுக்குள் உறுதியாக நினைத்துக் கொண்டு இருந்தாள் சுடலை மாடன் வந்து அப்புக்குட்டியை உயிர்ப்பிக்கப் போகிறான் என்று. சிறுத்தொண்டனுக்குக் கிடைத்த பிராப்தம் அவளுக்கு வாய்க்கவில்லை.

கொடுத்தவனே பறித்து கொண்டானடி என்று சொல்ல வேப்ப மர காற்று கூட அங்கலாய்த்தது. ஆசிர்வதிக்கப்பட்டவனோ சபிக்கப்பட்டவனோ இந்த உலகத்தில் ஒருவனுக்குக் கொடுக்கப் பெற்றது எல்லாம் ஒரு நாள் பறிக்கப்படும் என்பதை அவள் அறியாமல் போனாள். இரவின் நிழல் படர்ந்துகொண்டே இருந்தது. அவள் கண்கள் அப்புக்குட்டியையே சுற்றிச் சுற்றி வந்தது. "உனக்கு ஒன்னும் இல்லடே, எல்லாம் சரியாகிடும்" என்று முணுமுணுத்தபடி உடலை மொய்த்துக் கொண்டு இருந்த ஈக்களை விரட்டினாள் சேர்மத்தாய் ஆனால் அந்த ஈக்கள் அதைச் சட்டை செய்யவே இல்லை.

15

பன்னிரண்டு யானை

வீரமே வாகை சூடும்

வேகமாக ஓடி வந்த திமில் கொண்ட காளை மாடு, ஜனக் கூட்டத்தை நோக்கித் திமிறிக்கொண்டு சென்றது. கதிரவன் அந்த ஜனக் கூட்டத்தினுள்ளே நின்று கொண்டு இருந்தான். தன் முன்னங்காலால் மண்ணை கிளறியபடி ஓடி வந்த மாடு கதிரவனை அல்லேக்காக தூக்கிப் போட்டது. ஒரு நிமிடம் அவனுக்கு என்ன நடந்தது என்றே தெரியவில்லை.

சிவனே என்று நின்று கொண்டு இருந்தவனை சிவகங்கையின் மருது காளை அவனை அப்புடிச் செய்து விட்டுப் போய் இருந்தது. சீராவயல் மஞ்சு விரட்டில் கூடி இருந்த எல்லோரும் கதிரவனைப் பார்த்துக் கெக்கலித்துச் சிரித்தார்கள்.

வருடா வருடம் பொங்கல் விடுமுறைக்குக் கதிரவன் தன் சொந்த ஊரான காரைக்குடியின் அருகில் இருக்கும் கழனிவாசலுக்கு வருவது வழக்கம். அங்கு இருக்கும் தன் தாயையும் தன் தாத்தனையும் பார்த்து விட்டுச் செல்வான். குறைந்தது ஐந்து நாட்களாவது தங்கி உண்டு உறங்கிப் போவான்.

கதிரவன் சென்னையில் ஒரு தனியார் மோட்டார் கம்பெனியில் அசெம்பிளி செக்சனில் வேலை பார்த்து வருகிறான். நாள் முழுவதும் பன்னிரண்டு மணி நேரம் வேலை

செய்வான். ஞாயிற்றுக்கிழமை, விடுமுறை தினம் என்று கூடப் பார்க்காமல் எல்லா நாளும் மாடு போல உழைப்பான். கிடைக்கும் ஊதியத்தைத் தேவைக்குப் போக மீதியை அப்படியே ஊரில் இருக்கும் அம்மாவின் பேங்க் அக்கவுண்டில் போட்டு விடுவான். எந்த வித கெட்ட பழக்கமும் இல்லை டீ மட்டும் ஒரு நாளைக்கு ஆறு முறை குடிப்பது உண்டு அதுவும் இப்போது மூன்று குறைந்து விட்டது. சினிமா என்றால் கொள்ளை பிரியம் வெள்ளிக்கிழமை ஆனால் தியேட்டர்களுக்கு வரும் புதுப்படத்திற்குச் சென்று விடுவான் அதுவும் செகண்ட் ஷோ தான்.

தீபாவளி, பொங்கல் வந்தால் மட்டும் தான் ஊர்ப் பக்கம் அவன் எட்டிப் பார்ப்பான். வருடா வருடம் கழனிவாசலுக்கு வரும் போது சீராவயல் மஞ்சு விரட்டுக்கு போகாமல் அவனுக்கு அந்த ஆண்டின் பொங்கலே பொங்காது. சிறுவயதில் அவன் தாத்தன் அவனைத் தோளிலும் மார்பிலும் போட்டு மஞ்சு விரட்டை காணக் கூட்டி வருவார். அந்த வயதில் குச்சி மிட்டாய், குருவி ரொட்டி, பலூன், பதநீருக்காகவே தாத்தனை நச்சரித்துக் கூட்டி வருவான். அப்பனின் தோளிலும் பார்த்து ரசித்தவன். பின்பு அவன் தந்தை இறந்ததும், தாத்தன் தள்ளாடியதும் தனியாக வர ஆரம்பித்தான்.

சுமார் நூறு ஏக்கர் பரப்பளவில் பரந்து விரிந்த மைதானத்தில் தொழு அமைத்து சீராவயல் மஞ்சுவிரட்டு பிரம்மாண்டமாக நடைபெறும் சீராவயல் மஞ்சு விரட்டை பார்க்க இருபத்தி ஐந்து வருடமாக வந்து கொண்டு இருக்கிறான் கதிரவன்.

அப்படி ஒரு பைத்தியம் சீராவயல் மஞ்சு விரட்டின் மீது. ஒவ்வொரு முறையும் சீராவயலுக்குள் காலெடுத்து வைக்கும் போது அவனுக்கு மாடுகளைப் பிடிக்க வேண்டும் என்று அலாதி பிரியம் ஏற்படும் ஆனால் திமிலை துருத்திக் கொண்டு கொம்பு வைத்த சிங்கத்தை போலச் சீறும் காளைகளைக் கண்டதும் மருகி கொண்டே போய்விடுவான்.

களமாட்டை பிடிக்க வில்லை என்றாலும் மக்கள் கூட்டத்தில் அவிழ்த்து விடப்படும் கட்டு மாட்டையாவது பிடித்து

விட வேண்டும் என்று வீரத்தோடு போவான். ஆனால் ஒரு முறை கூட அந்த மாடுகள் இவன் இருக்கும் திசைப்பக்கம் கூட வராது.

சென்னையில் சக ஊழிய நண்பர்களிடம் ஒவ்வொரு தடவையும் பொங்கலுக்குப் போகும் போது "மச்சான் போன தடவ நாலு இந்த தடவ ஆறாவது பிடிக்கனும் டா" என்று ஜம்பமாகச் சொல்லி விட்டு வருவான். எல்லாம் ஒரு விதச் சால்ஜாப்பு தான். இந்த முறையும் அப்படித் தான் "இந்த வாட்டி பத்து மாட்டையாவது பந்தாடாம வரமாட்டான் டா இந்தக் கதிர்" என்று சொல்லி விட்டுத் தான் ரயிலேறினான்.

பொங்கலுக்கு ஊர் வந்த நாள் முதலே நண்பர்களோடு அரட்டை அடிக்க சென்று விடுவான். இந்த வருடம் கதிரவன் தன் நண்பர்களைப் பார்க்கவில்லை . எல்லோரும் வேலைக்காகச் சிங்கப்பூர், துபாய், மும்பை என்று தூர தேசத்தில் இருக்கிறார்கள். அதனால் பொழுது போகாமல் ஊரையே சுற்றிக் கொண்டு இருந்தான். பொங்கலுக்கு வெளியான புதுப்படத்தை காரைக்குடிக்குச் சென்று இரண்டாவது ஆட்டம் பார்த்து விட்டு வந்தான். அடுத்த நாள் மாட்டுப் பொங்கல் சீராவயல் மஞ்சு விரட்டு அன்று தான் நடை பெறுகிறது என்று பேப்பரை பார்த்துத் தெரிந்து கொண்டான். அன்று இரவு முழுவதும் அவனுக்குத் தூக்கமே வரவில்லை. கண் விழித்துக் கொண்டு மாட்டை அடக்குவது போல நினைத்துக் கொண்டு இருந்தான். சேவல் கூவுவதற்கு முன்பாகவே எழுந்த கதிரவன் குளித்துக் கிளம்பி சீராவயலுக்கு சென்றான்.

ஒரு நாலைந்து வருடமாக சீராவயல் பஸ் ஸ்டாண்டின் பின் புறம் இருக்கும் பாப்பம்மா கிழவியிடம் தான் ஆப்பம் சாப்பிட்டு மஞ்சு விரட்டுக்கு போகிறான் கதிரவன். பாப்பம்மா கிழவிக்குக் கதிரவனை நன்றாகத் தெரியும் "மாடு பிடிக்க போறேன்! கிழவி நீ வந்து ஒரு நாளாவது பாரேன்" என்று சொல்லி ஆப்பம் சாப்பிட்டுப் போகும் கதிரவனை அவள் என்றும் மறந்ததே இல்லை. "இந்தக் கிழட்டுச் சிறுக்கி பார்த்து உனக்கு வாக்கப்படவா போறேன்" என்று சொல்லி

தன் பொக்கை வாயைக் காட்டுவாள் பாப்பம்மா கிழவி. அன்றும் அப்படித்தான் அந்தப் பொக்கை வாயைப் பார்த்து விட்டு கூட்டத்துக்குள் சென்றான்.

களத்துக்குச் செல்லும் முன்பே கட்டு மாடுகளை அவிழ்த்து விட்டு இருந்தார்கள். சுமார் ஐந்நூறு மாடுகள் இருக்கும் எல்லா மாடுகளும் கதிரவன் இருந்த எதிர்த் திசையில் ஓடிக் கொண்டிருந்தது. வீரத்தோடு களமிறங்கிய கதிரவனை ஒரு மாடும் சீண்டவில்லை. வீரம் வீணாகக் கூடாது என்று சில காளைக் கன்றுகளை அவிழ்த்து விட்-டுக் கொண்டு இருந்த இடத்திற்குச் சென்றான் கதிரவன். சிவகங்கை மருது அப்போது கட்டுமாடாக அவிழ்த்து விட்டு இருந்தார்கள். கதிரவனைக் காண அது ஓடோடி சென்று கொண்டு இருந்தது. இடுப்புப் பகுதியில் முட்டி சட்டையோடு தூக்கி வீசி விட்டுப் போனது. கதிரவன் இடுப்பில் இரத்தம் வழிந்தது. எல்லோரும் அவனைப் பார்த்துச் சிரித்தார்கள். கதிரவன் தன் வீரத்தை கண்டு தானே மெச்சிக்கொண்டான்.

காதலும் கத்திரிக்காயும்

சுமதி கதிரவனைப் பார்த்து 'நானும் தான் லவ் யூ டா தங்கம்' என்றாள். காதல் கதிரவனுக்குப் புதிதில்லை எத்-தனையோ காதல்களை அவன் பார்த்து இருக்கிறான். காத-லில் அவனுக்குத் தோல்வியும் வெற்றியும் எல்லாம் ஒன்று தான். இது வரை சுமார் பன்னிரண்டு முறை காதல் கொண்டு இருப்பான். அதெப்படி ஒருவன் பன்னிரண்டு பேரைக் காதலிக்க முடியும். முடியும் என்று தான் கதிரவன் செய்து காட்டி இருக்கிறான்.

கழனிவாசலில் கதிரவன் பிறந்த புதிதில் கல்கத்தாவிலி-ருந்து வந்த ஒரு குடும்பம் அவன் பக்கத்து வீட்டில் வந்து தங்கினார்கள். அந்தப் பக்கத்து வீட்டுப் பெண்ணின் பெயரை யாரும் தெரிந்து வைத்திருக்கவில்லை. கல்கத்தாவிலிருந்து வந்ததினால் அந்தப் பெண்ணை எல்லோரும் கல்கத்தாகாரி என்று தான் அழைத்தார்கள். கதிரவன் சிறு வயதில் சாமா-னியமாக யாரிடமும் செல்ல மாட்டான். அப்படியே அவன் அம்மா பிறரிடம் கொடுத்தாலும் கத்தி ஊரைக் கூட்டுவான்.

என்னமோ தெரியவில்லை கல்கத்தாகாரி வந்து கை நீட்டி-னால் பாய்ந்து கொண்டு செல்வான் அவளும் அவனைத் தூக்கி மார்பில் போட்டுக் கொண்டு சுற்றும் கல்கத்தாகாரி-யின் கழுத்தைக் கட்டி அணைத்துக் கொண்டு சிரிப்பான் கதிரவன். கதிரவனின் முதல் காதலி இந்த கல்கத்தாகாரி தான்.

கதிரவன் பள்ளி செல்லும் வயதில் தான் கல்கத்தாகாரி வீட்டில் டீவி வாங்கி இருந்தார்கள். டீவி வந்த நாளிலிருந்து அவன் கல்கத்தாகாரி வீட்டில் தான் எல்லா நேரமும் இருப்-பான். அப்போது தான் தொலைக்காட்சியில் அமலா அவனுக்கு அறிமுகம் ஆகிறாள். 'வளையோசை கலகல-வென கவிதை படிக்கிது' எனக் கமலுடன் புட்போர்ட் அடிக்-கும் அமலா தான் கதிரவனின் இரண்டாம் காதலி. அமலா-வுடனான காதல் தொடங்கிய கணமே கல்கத்தாகாரியின் உடனான காதல் முறிந்து போனது. இதில் சுவாரஸ்யமான விஷயம் என்னவென்றால் அந்தக் காதல் முறிவில் இருவ-ருக்கும் எந்த வித வருத்தமும் இல்லாதது தான்.

அமலாவின் காதலும் ஒரு நாள் முறிந்து போனது. அதற்குக் காரணம் பள்ளிக்கூடத்துக்குப் புதிதாக வந்த சோசியல் டீச்சர் தான். சோசியல் டீச்சரோடு காதல் கொண்-டிருந்த கதிரவன் ஒரு நாள் கூட ஸ்கூலை கட் அடித்ததே இல்லை. அசோகரும் அக்பரும் அவனுக்கு நண்பனாகிப் போனார்கள். காந்தி அவன் காதில் காதல் சொல்லிப் போனான். ஜாலியன் வாலாபாக்கும், உப்பு சத்தியாகிரகமும் காதல் போராட்டம் ஆனது.

சோசியல் டீச்சர் என்று செல்லமாகக் கூப்பிடும் கதிர-வனை 'தங்கம் தங்கம்' என்று சொல்லும் சோசியல் டீச்ச-ரின் வாய் மொழி தான் கதிரவனுக்கு சமூக அறிவியலின் சாராம்சம்.

சோசியல் டீச்சருக்கு கத்திரிக்காய் என்றால் கொள்ளை பிரியம். அதுவும் கதிரவன் பள்ளியில் அருகில் இருந்த நாராயணன் தோட்டத்துக் கத்திரிக்காயைச் சாப்பிட வேண்-டும் என்பது சோசியல் டீச்சரின் ரொம்ப நாள் கனவு.

காதலியின் ஆசையை நிறைவேற்றுவது தானே காதலனின் கடமை. நாராயணன் தோட்டத்துக் கத்திரிக்காய்களைக் கதிரவன் கை வைத்ததும் கத்திரிப் பூக்கள் மலர்ந்தது. பூக்கள் பூப்பது எல்லாம் காதலுக்குத் தானே அது கத்தரி பூவாக இருந்தால் என்ன ரோஜா பூவாக இருந்தால் என்ன.

கத்திரிக்காய்களோடு கத்திரிப் பூவையும் சோசியல் டீச்சருக்கு கதிரவன் கொடுத்த போது அவன் மனம் நிறையக் காதல் இருந்தது. சோசியல் டீச்சரை பார்த்து "ஐ லவ் யூ டீச்சர்" என்று சொன்ன போது காதலோடு சோசியல் டீச்சர் சுமதி சொன்ன வார்த்தை தான் கதிரவன் சொல்லிய காதலின் முதல் வெற்றி.

காதல் வெற்றியில் சுற்றித் திருந்தக் கதிரவனுக்கு மற்ற காதல்கள் எல்லாம் மறந்தே போனது. இந்தக் காதலை உறுதி செய்யக் கதிரவன் சோசியல் டீச்சரிடம் 'டீச்சர் நீங்க என்ன தானக் கல்யாணம் செய்வீங்க' எனக் கேட்டதற்கு 'ஆமாடா தங்கம்' என்று உறுதி சொன்னதும் கதிரவன் வாழ்க்கையில் சில மறக்க முடியாத சம்பவங்கள்.

ஆனால் கல்யாணம் வரை தொடர வில்லை. ஆறாம் வகுப்பு படிக்கும் கதிரவன் தன் சோசியல் டீச்சர் சுமதியை கணவரோடு பார்த்த போது தான் அவன் காதல் தோல்வி அடைந்தது என்றே புரிந்தது. இதனால் சோசியல் டீச்சர் மீது கோபமாக இருந்தான். இந்தக் கோபத்தை முடித்துக் கொண்டு சுமதியை காணச் செல்லும் போது அவள் தூர தேசத்தில் இருந்தாள். ஆனால் அவள் வீட்டில் நட்டு வைத்த கத்திரிக்காய் செடிகள் மட்டும் பூத்துக் குலுங்கிக் கொண்டு தான் இருந்தது.

அதன் பிறகு ஏழாம் வகுப்பில் ஒரு டீச்சர் எட்டாம் வகுப்பில் ஒரு டீச்சர் பத்தாம் வகுப்பு படிக்கும் போது எதிர் வீட்டு பாத்திமா. கல்லூரியில் நிறையப் பெண்கள் நடுவில் சில சினிமா ஹீரோயின்கள் என்று பதினோரு பெண்களைக் காதலித்தாகிவிட்டது. இது பன்னிரண்டாவது காதல் அதுவும் தான் தினமும் வேலைக்கு பஸ் ஏறும் பஸ் ஸ்டாபில் பூத்த காதல். காதலைச் சொல்வது பழக்கபட்டது தான் என்றாலும்

கதிரவனுக்கு இன்னும் பயம் இருக்கத் தான் செய்தது.

அவளைத் தினமும் பார்க்கும் போது எல்லாம் காதலைச் சொல்ல ஒத்திகை நடத்துவான் ஆனால் காதால் சொன்ன பாடில்லை. காதலர் தினத்தன்று காதலைச் சொல்லத் தைரியத்தை வரவழைத்து ஒரு ரோஜா பூவை கையில் ஏந்திய படி பஸ் ஸ்டாபிற்கு வந்தான். அன்று வழக்கத்தை விடக் கூட்டம் அதிகமாகவே இருந்தது. தட்டுத் தடுமாறி அவளிடம் போய்ச் சேரும் போது அவள் பேருந்தில் இருந்தாள். அது வரை முட்டி மோதிக் கொண்டு இருந்த கூட்டம் கலைந்தது. பேருந்து நிலையத்தில் அவன் மட்டும் தன்னந்தனியாக அமர்ந்து இருந்தான் எங்கிருந்தோ வந்த கூடையை எடுத்துக் கொண்டு வந்த கிழவி பஸ் ஸ்டாபில் கதிரவன் அருகில் வந்து அமர்ந்தாள். கதிரவனை ஏற இறங்கப் பார்த்தவள் "கத்திரிக்காய் வாங்கிரியா! தோட்டத்து கத்திரிக்காய்" என்றாள். அந்தக் கிழவியைப் பார்த்துக் கொண்டே சிரித்தான் கதிரவன். வீட்டிற்குச் செல்லும் போது அவன் கையில் அரை கிலோ கத்திரிக்காய் இருந்தது.

கோபம் கொண்ட அய்யனார்

அருவாளும் கையுமாக இருந்த அய்யனாரை பார்த்து ஆங்காரமாக 'இனிமே உன் வாசலுக்கு இந்த ஜென்மத்துல மிதிக்க மாட்டேன்' என்று கதிரவன் கோபமாகச் சொல்லி கண்கள் முழுக்க நீர் வழிய நின்று கொண்டு இருந்தான். கோபம் எல்லோருக்கும் வருவது தான் சிலருக்கு கம்மியாக சிலருக்கு ஒரு சிட்டிகை தூக்கலாக, இன்னும் சிலருக்கோ சொல்ல முடியாத அளவுக்கு அதிகமாக.

கதிரவன் இயல்பாகவே அமைதியான சுபாவம் கொண்டவன். கோபம் என்று கடுகளவு கூட அவனுக்கு வந்ததாக யாரும் பார்த்ததில்லை அந்தளவுக்கு எதையும் நிதானமாகவும் பொறுமையாகவும் சிந்தித்து செயல் செய்பவன்.

சிறு வயதில் தன் நண்பர்களோடு ஏற்படும் சிறு சிறு சண்டைகளைக் கூடப் பக்குவமாகக் கையாள்வான். காதல் விவகாரத்தில் கூடப் பெரிய கோபம் என்று அவனுக்கு எதுவும் இருந்ததில்லை. பெற்ற தாயின் மீது கூட அவ்வப்போது

கோபம் கொள்ளும் பழக்கம் கொண்ட கதிரவனுக்கு அது எல்லாம் அடுத்த வேளை உணவு வரும் வரை தான். பிறகு தாய் மடியைக் கன்றுக் குட்டி தேடி ஓடுவதைப் போலக் கதிரவன் தாயிடம் அடங்கிப் போய் விடுவான்.

பிடித்தவர்கள் மீது கோபம் என்பது எப்போதும் அர்த்தமுள்ளதாகத் தான் இருக்கும். கதிரவனுக்குக் கோபம் என்று வருவது என்றாலே அது பிடித்தவர்கள் மீது தான். அவர்கள் செய்யும் காரியங்கள் காயப்படுத்துமேயானால் அந்தக் கோபம் கதிரவனுக்குத் தலைக்கேறும்.

அய்யனாருக்கும் அவனுக்குமான உறவு என்பது வார்த்தைகளுக்குள் அடங்காத ஒரு தெய்வீக உணர்வு. நினைவு தெரிந்த நாளிலிருந்து தன் ஆத்தாள் கூட்டி வந்து 'இது தான் சாமி! நம்ம குலதெய்வம். இவர் எப்பவும் உன் கூட இருப்பார் சாமி. அவர எக்காரணத்தைக் கொண்டு நீ மறந்துராத' அப்படிச் சொல்லியதிலிருந்து அய்யனார் தான் அவன் சேக்காளி.

ஐந்தாம் வகுப்பு படிக்கும் போது பரீட்சையில் பாஸாக வேண்டும் என்று முதலில் கதிரவன் கேட்டது அய்யனாரிடம் தான். அதுவே பின்னாளில் சீட்டு எழுதிக் கேட்கும் பழக்கமாக கதிரவனுக்கு மாறிப்போனது. சோசியல் டீச்சர் சுமதி மிஸ் காதலை நிறைவேற்ற சொல்லி அவன் அய்யனாரிடம் முறையிட்டதும் சீட்டுப் போட்டுத் தான். தன்னுடைய தாத்தன் காமாலை வந்து படுத்த படுக்கை ஆன போது அவன் மண்டியிட்டதும் அய்யனாரிடம் தான். சந்தோஷம் வந்தாலும் அய்யனார் தான் துக்கம் வந்தாலும் அய்யனார் தான். எதுவும் இல்லாமல் வெற்றிடமான மனதை நிரப்புவதும் அய்யனார் தான்.

பள்ளிக்கூடத்துக்கு டவுசர் சட்டை போட்டுக் கொண்டு பை மூட்டையில் சாப்பாட்டைக் கட்டி சுமந்து கொண்டு அவன் நேராகச் செல்வது அய்யனாரை காணத் தான். டிபன் பாக்ஸில் கட்டி வந்ததை எடுத்து அய்யனாருக்கு கொடுத்து விட்டுத் தான் பள்ளிக்கூடத்துக்கே செல்வான். தினமும் அய்யனாரை பார்த்து அவனோடு உரையாடாமல்

அவனுக்கு அன்றைய பொழுதே விடியாது. அய்யனாரும் கதிரவனோடு பேசுவது உண்டு அது ஒரு நயனப் பாஷை அது கதிரவனுக்கு மட்டும் தான் புரியும்.

முக்கியமாக ஒவ்வொரு சிவராத்திரிக்கும் பொங்கல் வைத்து அய்யனாரை அழகு பார்ப்பது கதிரவனுக்கு அப்படி ஒரு பிரியம். சிவராத்திரி வருகிறது என்றாலே அய்யனா-ரோடு கொண்டாடக் கதிரவன் தயாராகி விடுவான்.

முப்போகம் விளைந்த முதல் போகத்தில் எடுத்த நெல்லை, சினை மாட்டுப் பாலிலிருந்து எடுத்த நெய் விட்டு, அடிக் கரும்பின் சாறு எடுத்து ஆத்தாளைச் சமைக்கச் சொல்வான். அதோடு மட்டும் நிறுத்த மாட்டான் பொங்க-லுக்கு அந்த வருடம் முழுவதும் சேர்த்து வைத்த காசில் அய்யனாருக்கு அருவாள் செய்து கொடுப்பான்.

எப்போதும் அவன் கொடுக்கும் அருவாள் அடுத்த குல-சாமி பூஜை வரை அய்யனார் கைகளில் இருக்கும். இதைப் பார்க்கும் ஊர் மக்கள் எல்லோரும் 'கதிரவன் பையன் கொடுத்து வச்சவன். அவன் சாத்துர அருவாளால தான் அய்யனாரே கம்பீரமா இருக்கார்''. இதை எல்லாம் கதிரவன் கேட்கும் போது அய்யனார் தன் மீது எவ்வளவு அன்பு வைத்திருக்கிறான் என்று புரிந்தது.

இப்படி ஏழு வயதில் தொடங்கிய அருவாள் பன்னிரண்டு அருவாள்களாக வந்து நின்றது. கதிரவன் கொடுத்த பன்-னிரண்டு அருவாள்களும் அய்யனாரை அலங்கரித்துக் கொண்டே தான் இருந்தது.

இப்படி அய்யனாருக்கும் அவனுக்குமான உறவு ஆத்-மார்த்தமானது எதார்த்தமானது. அப்படி இருந்தும் எப்படி இந்த வார்த்தையை அவனால் உச்சரிக்க முடிந்தது. காலேஜ் ஃபர்ஸ்ட் இயர் படிக்கும் கதிரவன் அய்யனாருக்காக சிவ-ராத்திரி குலசாமி பூஜைக்கு வழக்கம் போலப் பொங்கல் வைக்கத் தயாரானான். இந்த முறை கூடுதல் சிறப்பாக இருக்க வேண்டும் என்று காலையில் சைக்கிள் ஓட்டி பேப்-பர் போட்ட காசில் அய்யனாருக்கு மூன்று அடியில் அரு-வாள் செய்யச் சொன்னான்.

சிவராத்திரியும் வந்ததும் கதிரவனும் தன் ஆஸ்தான நாயகனைப் பிரம்மாண்டமாக அலங்கரிக்கத் தயாராகிக் கொண்டு இருந்தான். ஆத்தாளிடம் பச்சரிசி போட்டு கரும்புச் சாறு கலந்து நெய்யூத்தி பொங்கல் செய்யச் சொன்னான்.

கோயிலில் கூட்டத்தை விலக்கி விட்டு மூன்றடி அருவாளைப் பிடித்துக் கொண்டு ஒய்யாரமாக நடந்து வந்த கதிரவனுக்கு அன்று காத்திருந்தது அதிர்ச்சி மட்டும் தான். ஆறடி அருவாளில் இன்னும் பிரம்மாண்டமாக அய்யனார் அங்கே வீற்றிருந்தார். ஊரு சனம் எல்லாம் ஆறடி அருவாள் கொடுத்த மகராசனைப் புகழ்ந்து தள்ளியது. தான் கொண்டு வந்து அருவாளை அன்று ஏனோ கோபம் கொண்டு அய்யனார் மறுத்து விட்டதாக நினைத்தான் கதிரவன். தன் மீது இருந்த அன்பில் களங்கம் விளைந்ததாக நினைத்து மனதுக்குள் புழுங்கினான். தன் அய்யனாரே இப்படி ஒரு காரியத்தை செய்தததை அவனால் பொறுத்துக் கொள்ள முடியவில்லை. கோபம் புத்தியை மறைத்தது.

அன்றிலிருந்து சிவராத்திரி வந்தாலே அய்யனாரின் ஞாபகம் தான் கதிரவன் மனம் முழுவதும் நிறைந்து கிடக்கும். இப்போது அதை நினைக்கும் போது அவனுக்குச் சிரிப்பு வந்தாலும் எங்கோ மனதின் ஓரத்தில் இன்னும் சிறியதாய் அய்யனாரின் மேல் கோபம் இருக்கத்தான் செய்கிறது.

காமம் என்றால் என்ன

"நீங்க புதுசா!" இப்படிக் கதிரவன் கேட்டும் அவளிடம் எந்தப் பதிலும் இல்லை. கதிரவன் அவளை ஏற இறங்கப் பார்த்து விட்டு மெல்ல நகர்ந்தான். 'புதுசு போல' என்று நினைத்துக் கொண்டு அருகில் இருந்த குட்டி சுவற்றில் அமர்ந்தான்.

அந்தச் சாலைக்கே காமச் சாலை என்று தான் பெயர். சரியாக ஒன்பது மணி ஆனால் போதும் விலைமாதுக்கள் அங்கு வரிசைக் கட்டி நிற்பார்கள். இரவு பன்னிரண்டு மணிக்கெல்லாம் அங்கு எல்லோரும் போனியாகி விடுவார்கள். அதுவும் சனிக்கிழமை என்றால் இன்னும் சீக்கிரம்

கூட வியாபாரம் நடக்கும். பிறகு எவரையும் அங்குக் காண முடியாது. கதிரவனுக்கு நைட் சிப்ட் போகும் போதெல்லாம் ஆபிஸ் பேருந்துக்காக அங்கு இருக்கும் குட்டி சுவற்றில் உட்கார்ந்து தான் காத்திருப்பான்.

அப்போது அங்கு வரும் விலைமாதுக்கள் எல்லோரும் கதிரவனுக்கு பரிட்சயமான முகங்கள் தான். ரேவதி, புனிதா, காஞ்சனா எல்லோரும் அவனுக்கு மிகவும் நெருக்கமான-வர்கள். அவர்கள் கதிரவனை 'தம்பி' என்று தான் சொல்லி அரவணைப்பார்கள். வீட்டில் எதாவது சமைத்தால் அவன் நைட் சிப்ட் போகும் போது கொண்டு வந்து கொடுப்பார்கள். அதுவும் புனிதா பணியாரம் சுடுவதில் கெட்டிக்காரி கதிர-வனுக்குப் பிடிக்கும் என்று தூக்கு சட்டி நிரம்ப எடுத்துக் கொண்டு வருவாள்.

சென்னைக்கு வந்த புதிதில் ரேவதி கதிரவனைப் பார்த்து 'வர்றியா' என்று கேட்டபோது கதிரவன் கண்கள் கலங்க 'அக்கா என்ன விட்டுருக்கா' என்று அவன் அழுததை இன்னமும் சொல்லிச் சிரிப்பாள் ரேவதி.

காஞ்சனாவுக்கும் இவனுக்குமான உறவு கொஞ்சம் வித்-தியாசமானது. ஒருவகையில் குரு சிஷ்ய உறவு என்று சொல்லலாம். காஞ்சனாவுக்கு ஜெயகாந்தன் என்றாள் உயிர். ஜெயகாந்தனின் கதைகளைப் படித்துவிட்டு அதைக் கதிர-வனிடம் வந்து மணிக்கணக்காகப் பேசி சிலாகிப்பாள். ஒரு முறை கதிரவனின் பிறந்த நாளுக்குத் தன் உடம்பை விற்ற காசில் கதிரவனுக்கு ஜெகேவின் 'ஒரு நடிகை நாடகம் பார்க்கிறாள்' புத்தகத்தைப் பரிசாகக் கொடுத்தாள். அதை இன்னமும் பத்திரமாக வைத்திருக்கிறான் கதிரவன். அது-மட்டும் இல்லை எப்போதெல்லாம் காஞ்சனா புத்தகம் வாங்-கச் செல்கிறாளோ அப்போதெல்லாம் கதிரவனையும் கூட்டிச் செல்வாள். ஒரு புத்தகத்தை எப்படி வாங்க வேண்டும் அதை எப்படிப் படிக்க வேண்டும் என்று கதிரவனுக்கு கற்-றுக் கொடுத்தவள் காஞ்சனா தான். அதனால் காஞ்சனா-வுக்கும் கதிரவனுக்கும் எப்போதும் புத்தகங்களைப் பற்றித் தான் பேச்சு இருக்கும்.

காஞ்சனா, புனிதா மற்றும் ரேவதி மூவரோடு இன்னும் இரண்டு பேர் இருக்கிறார்கள். அவர்கள் இருவரும் மூன்றாம் பாலினத்தைச் சேர்ந்தவர்கள். அவர்களும் கதிரவனுக்கு நல்ல பழக்கம் தான். அந்தக் காமச் சாலை பஸ் ஸ்டாபின் பின்புறம் இருக்கும் ரெயில்வே டிராக்கின் அந்தாண்டையில் தான் வீடு. மாதத்தின் எதாவது ஒரு வேலை இல்லாத ஞாயிற்றுக்கிழமை அவர்கள் வீட்டிற்குச் சென்று மதிய உணவு சாப்பிட்டு விட்டு வருவான். பல நேரங்களில் அவனே மீனையோ அல்லது பீப்பையோ வாங்கிக் கொண்டு போவான். அவர்களோடு சமைத்துச் சாப்பிட்டு பிறகு சிறிது நேரம் சீட்டாடி விட்டு பொழுது சாய்ந்ததும் செல்வான்.

இந்த ஐவரும் விலைமாதுக்கள் என்றாலும் ஒரு நாள் கூட அவர்களைத் தீண்டத்தகாதவர்களாக நினைத்ததே இல்லை. எல்லோரும் தன் அக்கா தங்கையைப் போலத் தான் நினைப்பான். வாழ்க்கை பாடத்தில் காலம் சொல்லிக் கொடுக்காத பக்கங்களை எல்லாம் அவர்கள் இவனுக்குச் சொல்லிக் கொடுத்து இருக்கிறார்கள்.

அவர்கள் ஐவரும் சரி கதிரவனும் சரி வாய் வார்த்தைக்காகப் பழகியவர்கள் இல்லை அறத்திற்காகப் பழகியவர்கள். புனிதாவை ஒரு காமுகன் இரத்த வெள்ளத்துக்கு ஆளாக்கிய போது அவள் நிர்வாண உடம்பைத் தொட்டு தூக்கி தன் சட்டையை கழட்டி போட்டுவிட்டு ஆஸ்பத்திரிக்குச் எடுத்து சென்றவன் கதிரவன் தான். அதே போல ஜன்னி வந்து படுக்கையில் இருந்த போது கக்கல் கழிசலோடு கிடந்தவனைப் பார்த்துக் கொண்டவள் ரேவதி தான்.

இப்படி எந்த பராபலமும் இல்லாமல் தான் இன்றுவரை இருக்கிறது அவர்களுடனான கதிரவனின் உறவு. இதை வைத்துத் தான் அந்த இரவு அந்தப் பெண்ணை பார்த்ததும் அப்படிக் கேட்டான் கதிரவன்.

கதிரவனை அடுத்து மற்றொரு நபர் அந்தப் பெண்ணை பார்த்து ‘உனக்கு எவ்வளவு’ என்று கேட்டான். இதைக் கேட்டதும் அவளுக்குத் தூக்கி வாரிப் போட்டது ‘ச்சீ இடியட்’ என்று அவள் முணுமுணுத்தது கதிரவன் காதுகளுக்கு

விழுந்தது.

அந்த நள்ளிரவில் அவள் நின்றிருக்கக் கூடாது தான். ஆனால் அவள் நின்று விட்டாள். அவள் நின்ற காரணத்தை அறிய யாரும் முற்படவில்லை கதிரவனையும் சேர்த்துத் தான். அந்தச் சாலை இன்னது என்று முத்திரை குத்தப் பட்டு இருந்ததால் அப்படித் தான் ஆண்களுக்குக் கேட்கத் தோன்றுகிறது. ஆனால் சம்பந்தப்பட்ட ஆணின் தாயோ மனைவியோ சகோதரியோ அங்கு நின்று கொண்டு இருந்தாலும் அப்படித் தான் கேட்பார்களா என்ற சந்தேகமும் இல்லாமல் இல்லை.

அவள் நிலைமையை அறிந்து கொண்டு கதிரவன் அருகில் வந்தான். அவள் அருகாமையில் அவன் சென்றதும் பயத்தில் தள்ளி நின்றாள். கதிரவன் மீண்டும் முயற்சி செய்தான். அவள் ஒரே அடியாகத் தள்ளிப் போய் நின்றாள். அதற்கு மேல் அடுத்த அடி எடுத்து வைக்கக் கதிரவனுக்கு மனம் இல்லை.

இருந்தாலும் அவளைத் தனித்து விடவும் கதிரவன் ஆண்மை இடம் தர வில்லை அவளுக்கு ஒரு பாதுகாப்பு வளையம் ஏற்படுத்த நினைத்தான். அவளிடம் அந்த இடத்தை பற்றி எப்படிச் சொல்வது என்று தவித்தான். அப்போது தான் அவனுக்கு ஒன்று விளங்கியது அவளை ஏன் நாம் பாதுகாக்க வேண்டும். நள்ளிரவில் தன்னந்தனியாக நிற்கும் பெண்ணுக்கு எல்லாம் ஆண்கள் காவல் நிற்க முடியுமா என்ன. அவளை அவள் தான் தற்காத்துக் கொள்ள வேண்டும். ‘அந்த நேரத்தில் சுதந்திரமாக நிற்க அவளுக்கு உரிமை இல்லையா!’ என்று நினைத்துக் கொண்டான்.

மீண்டும் ஒரு காமம் முற்றிய காமுகன் அவளை நோக்கி வந்தான். அவளை எதோ கழிவறை என்று தான் அடக்கி வைத்த காம இச்சையைக் கழிக்க வந்தான். கதிரவன், ‘அவள் என்ன செய்யப் போகிறாள்’ என்று பார்த்துக் கொண்டு இருந்தான். கதிரவனுக்கு இப்போது வாய் முழுவதும் சிரிப்பை அடக்க முடியவில்லை. காமம் என்றால் என்னவென்றே அறியாத ஒரு அற்ப மானுடனைப் பார்த்து

விட்டு அவளையும் பார்த்தான். அவள் கையில் பெப்பர் ஸ்பிரேவை ரெடியாக வைத்திருந்தாள்.

அச்சம் என்பது மடமையடா

அன்று கத்தியைக் காட்டி நிற்பவனைப் பார்த்து அஸ்தியில் ஜுரம் ஏற்படும் அளவுக்குப் பயந்து நடுங்கினான் கதிரவன். வாழ்க்கை அவ்வப்போது கதிரவனுக்கு இப்படித் தான் பயம் காட்டிக் கொண்டு இருந்தது. பயம் காட்டுவது வாழ்க்கையின் அன்றாட வேலை அதை நாம் எப்படி எதிர்கொள்கிறோம் என்பது தான் கேள்வி. கதிரவன் மனதளவில் கொஞ்சம் பயந்தான்கொள்ளி தான். எதற்கெடுத்தாலும் அதற்கு ஒரு பின் கதை ஏற்படுத்தி தன்னை தானே பயத்துக்குள் ஆட்படுத்திக் கொள்வான்.

‘அம்மா எனக்கு உச்சா வருது துணைக்கு வா’ என்று சிறு வயதில் தனியாக இருட்டில் போகப் பயந்து அம்மாவைக் கூட்டிச் சென்றதிலிருந்து தொடங்கியது பய மயம். அது பேய்க்கோ பிசாசுக்கோ என்று நினைத்து கதிரவனின் அம்மா அவனைப் பள்ளிவாசலுக்குக் கூட்டிக் கொண்டு போய் மந்திரித்துக் கூட்டி வருவாள். அடலோசன்ஸ் ஏஜில் முகத்தில் பரு வருவது என்பது இயற்கை தான். அந்தப் பூக்கள் கதிரவன் முகத்திலும் மலர்ந்தது. தன் முகப்பொலிவு என்ன ஆகுமோ என்று வாழ்க்கையே வெறுத்துப் பயந்தான்.

பள்ளி வயதில் தந்தையை இழந்த போது நியாயமாகத் தந்தை இல்லாமல் என்ன செய்யப் போகிறோம் என்று அவனுக்குப் பயம் வந்திருக்க வேண்டும். ஆனால் இழவுக்கு வந்த கூட்டத்தைப் பார்த்து அவன் பயந்து மிரண்டு போனது தான் கதிரவனின் உண்மையான பயத்தின் ஆழம். அவனுக்குப் பேய் பிசாசு இருட்டு மரணம் என்பவை பற்றி எல்லாம் பயம் இல்லை. அவன் பயம் எல்லாம் வாழ்க்கை மீது தான் அடுத்த நொடியின் ஆச்சரியத்தின் மீது தான்.

பள்ளியின் இறுதி நாட்களில் தேறுவோமா மாட்டோமா என்று தான் பரீட்சைக்கே போனான். யார் செய்த புண்ணியமோ பயத்தை மீறி பன்னிரண்டாம் வகுப்பை நூலிழையில் தப்பினான்.

அய்யனாரை துணைக்கு வைத்துக் கொண்டது கூடப் பயத்தின் காரணமாகத் தான். இந்தப் பயம் எல்லாம் உச்சக் கட்டம் அடைந்தது அவன் கல்லூரியில் தான். கல்லூரி வாழ்க்கை என்பது ஒவ்வொருவருக்கும் பல அனுபவத்தை கற்றுக் கொடுக்கும் பல கற்பிதங்களைச் சொல்லிக் கொடுக்கும். கதிரவனுக்குக் கல்லூரி நாட்கள் வாழ்க்கையின் ஒட்டு மொத்தப் பயத்தையும் கொடுத்தது. காரைக்குடியின் தனியார் பொறியியல் கல்லூரியில் தான் கதிரவன் படித்தான். மெக்கானிக்கல் இன்ஜினியரிங் படிப்பு தான் அவன் தேர்ந்தெடுத்தது. முதல் நாளே கல்லூரிக்குத் தாமதம் ஆனது. அந்தத் தாமதத்தில் பயம் தொற்றிக் கொண்டு அவனோடு பயணிக்க ஆரம்பித்தது.

கல்லூரியில் சக மாணவர்களிடம் பேசி பழகக் கூடப் பயந்தான். சக மாணவர்களும் கூட அவனை வேறு விதமாகத் தான் பார்த்தார்கள். ராகிகிங்க்கு கூடக் கதிரவன் உட்படுத்தப்பட்டு இருக்கிறான். இதெல்லாம் சேர்ந்து கதிரவனை ஒரு மரண பயத்திலேயே வைத்திருந்தது.

சுமதி டீச்சரிடம் காதல் தோல்வியுற்ற போது சூழ்ந்த அதே பயம் கல்லூரியிலும் தொடர்ந்தது. ரஞ்சனி, கதிரவனோடு அவன் படிக்கும் கல்லூரியில் படித்தவள். ரஞ்சனி நல்ல வடிவழகி, காலா லில்லி நிறத்தழகி. கதிரவனைப் பார்த்தவுடன் என்னவோ அவளுக்கும் மிகவும் பிடித்துப் போனது. கதிரவனைச் சுற்றிச் சுற்றி வருவாள். கல்லூரி எங்கும் இவர்கள் இருவரின் கால் தடம் தான் தென்படும்.

ரஞ்சனிக்குக் கதிரவன் மீது ஒரு நல்ல நட்பு இருந்தது. அது நட்பு தான் என்று தெரிந்து கொண்டே அதைக் கதிரவன் காதலாக்க நினைத்தான். ஆனால் ரஞ்சனியின் பாதையை அறிந்து பின்வாங்கினான்

ரஞ்சனி கம்யூனிசக் கோட்பாடுகளைக் கொண்டவள். பாட்டனார் வழி தந்தை வழியாக ரஞ்சனியின் குடும்பம் மார்க்சியச் சிந்தனை உடையவர்கள். கதிரவனுக்கு கார்ல் மார்க்ஸ் என்றாலும் கூடப் பயம் தான். கதிரவனின் அந்தப் பயத்தை வேரறுக்க எவ்வளவோ முயற்சி செய்தாள் ரஞ்சனி

அது எல்லாம் கனவாகவே போனது.

கதிரவனின் தாய் கதிரவனை மூன்றாம் மனிதர்களிடம் அறிமுகம் செய்யும் போது பெயரோடு வாயில்லாப் பூச்சி என்று சொல்லி அனுதாபத்தைக் கூட்டுவாள். இது தான் நாளடைவில் பயமாக மாறியதோ என்று அடிக்கடி கதிரவன் நினைப்பது உண்டு.

பற்றாக்குறைக்கு ஜாதகத்தின் மேல் நம்பிக்கை கொண்ட கதிரவனின் தாய் கதிரவன் சிறு வயதாக இருக்கும் போது ஒரு நாடி ஜோதிடனிடம் கதிரவனின் கட்டத்தைக் காண்பித்து பிரசன்னம் கேட்டாள். அந்த ஜோதிடக்காரன் என்ன நிலையில் இருந்தானோ இந்த ஜாதக காரனுக்குச் சிவப்பு வஸ்திரம் ஆகாது, தண்ணியில கண்டம் இருக்கு, மழை பிரதேசம் பக்கம் போகக் கூடாது, எண்ணெய் பண்டம் திங்க கூடாது, நாய்க்கும் இவனுக்கும் ஆகவே ஆகாதென்று ஜாதகத்தில் இல்லதது பொல்லாதது எல்லாம் சொன்னான். இன்று வரைக்கும் கதிரவனிடம் ஒரு சிவப்பு கலர் டிரஸ் கூட இல்லை. சென்னையிலே இருந்தும் இது வரைக்கும் மெரினா பக்கம் கூட ஒதுங்கியது இல்லை.

இப்படிப் பயம் பல ரூபத்தில் கதிரவனை வாட்டி வதைத்தது. அன்றைக்கும் வழக்கம் போலத் தான் வேலையை முடித்துவிட்டு வீட்டுக்கு போய்க் கொண்டு இருந்தான். எப்போதும் ஆள் நடமாட்டம் இருக்கும் அந்த தெருவில் அன்று மட்டும் நிசப்தமாக இருந்தது. ஆள் அரவம் இல்லாத அந்த தெருக்குள்ளே பயத்தோடு தான் தனியாக கதிரவன் போய்க்கொண்டு இருந்தான். அப்போது தான் அவனை வழி மறித்தார்கள் பிக் பாக்கெட் திருடர்கள். அவர்களைப் பார்த்ததும் பயப்படுவதைத் தவிர வேறு எதைக் கதிரவனால் செய்ய முடியும்.

கத்தியைப் பார்த்ததும் அனிச்சையாக பாக்கெடிற்குள் தானாக கைகள் சென்று பர்ஸை எடுத்துக் கொடுத்தது. பர்ஸை பறித்துக் கொண்டு கத்தியைச் சுழற்றிய படி நின்றவன் வேகமாக பர்ஸை துலாவினான். பன்னிரண்டு ரூபாய் சில்லறையாக பத்து இரண்டுமாய் இருந்தது. இதை அறிந்-

ததும் திருடனுக்குக் கோபத்தை விடச் சிரிப்பு தான் வந்தது. எங்கே பர்ஸில் பணம் இல்லை என்று குத்திவிடுவானோ என்று நடுநடுங்க நின்று கொண்டு இருந்த கதிரவன் திருடனின் கத்தியையே பயத்துடன் பார்த்துக் கொண்டு இருந்தான்.

ஆச்சரியம் ஆயிரம்

கையில் அதைக் கண்டதும் ஆச்சரியம் தாங்கவில்லை கதிரவனுக்கு, ஆச்சரியங்கள் நிறைந்தது தானே இந்த உலகம். கதிரவன் எப்போதும் தன்னை துரதிருஷ்டசாலி என்று தான் நினைத்துக் கொள்வேன். அவன் தொட்டது எதுவும் துலங்காது என்று அவனுக்குள்ளே தெரிந்தும் தெரியாமலும் ஒரு தாழ்வு மனப்பான்மை குடி வந்து விட்டது. அதற்கு ஒரு காரணமும் உண்டு. கதிரவன் எந்த ஒரு செயலில் ஈடுபட்டாலும் அதன் முதல் முயற்சியில் அவன் வெற்றி பெற்றதே இல்லை ஒரு காரியத்தில் வெற்றி பெற வேண்டும் என்றால் அவன் ஒன்றுக்கு மூன்று முறை முயற்சி செய்ய வேண்டும்.

க்யூவில் நிற்கும் எல்லோருக்கும் கிடைக்கும் ரேசன், கதிரவன் வரும்போது தீர்ந்து விடும். ஹோட்டலில் சூடாக இட்லி கேட்டால் இருக்கு என்று சொல்லிப் போகும் சப்ளையர் 'முடிஞ்சிருச்சு' என்று தோசையைக் கொண்டு வந்து வைப்பான். படம் பார்க்கத் தியேட்டருக்குச் சென்றால் பின் வரிசையில் நடுசீட் கேட்டால் முன் வரிசையில் கடைசி சீட் கொடுப்பார்கள். டிரஸ் கடையில் இவன் பார்த்து வைத்திருக்கும் சட்டையை வேறு எவனோ ஒருவன் வாங்கிக் கொண்டு செல்வான். அவ்வளவு ஏன் கோயிலில் எல்லோருக்கும் தரிசனம் காட்டும் கபாலீஸ்வரர் கூடக் கதிரவனைக் கண்டதும் திரை போட்டுக் கொள்வார்.

மேம்போக்காகப் பார்த்தால் இது எதேச்சையாக நடக்கும் விசயமாகத் தான் தெரியும் ஆனால் கதிரவனைப் பொருத்த வரை இதெல்லாம் அவன் துரதிருஷ்டத்தின் குறியீடு. அதற்கு மிகப் பெரிய சம்பவங்களும் கூட அவன் சொல்வதுண்டு. உதாரணமாக அய்யனார் கோயிலில் நடந்த விடயம்

கூட அவனுக்கு அப்படி ஒரு பிம்பத்தை தான் ஏற்படுத்-திக் கொடுத்தது. காதல் கதையிலும் அவன் அதைத் தான் தீர்க்கமாக நம்பினான்.

கல்லூரிக் காலத்தில் அரியர் வைத்தபோதும் அதிர்ஷ்-டத்தை தான் குறை சொன்னான். ஒரு முறை அவன் நெருங்கிய தோழி ரஞ்சனியோடு ஒரு நீண்ட பயணம் செய்ய நினைத்தான். நண்பனிடம் பைக் ஒன்றை வாங்கிக் கொண்டு காரைக்குடியிலிருந்து ரஞ்சனியையும் கூட்டிக் கொண்டு கிளம்பினான் எங்குச் செல்வதென்று எந்த ஒரு யோசனையும் இல்லை பாதைகள் முடியும் வரை செல்ல வேண்டும் என்பது தான் கதிரவனின் விருப்பம்.

காரைக்குடியிலிருந்து மதுரையை நோக்கிப் புறப்பட்டது அந்த இரும்பு குதிரை. போகும் வழியில் கதிரவனின் மனதுக்குள் ஆயிரம் பட்டாம்பூச்சிகள் பறந்தோடியது. பிடித்த பெண்ணுடன் பிடித்த பயணம் என்பது வாழ்க்கையில் எத்-தனை பேருக்கு வாய்க்கும் அதுவும் அவனுக்குப் பிடித்த யமஹா ஹன்ரட் வண்டி வேறு இறக்கை மட்டும் தான் இல்லை மற்றபடி கதிரவன் பறந்து கொண்டு இருந்தான். அந்தப் பயணத்தின் இலக்கு இந்தியாவின் கடைசி என்று சொல்லப்படும் தனுஷ்கோடி தான். அன்று சூரியன் என்ன நினைத்தானோ தெரியவில்லை மெல்ல மறைய தொடங்கி-னான் வருண பகவானை வேலைக்கு அழைத்தான் அவனும் கொட்டித் தீர்த்து விட்டுப் போனான். இத்தனைக்கும் அது ஒரு கோடை நாள்.

பயணம் மதுரையைக் கூட நெருங்கவில்லை வந்த வேகத்தில் இருவரும் காரைக்குடிக்கே திரும்பினார்கள். இந்-தப் பயணத்தை எப்படியாவது முடித்தே ஆக வேண்டும் என்று உறுதியாக இருந்தான் கதிரவன். ஒன்றல்ல இரண்-டல்ல பன்னிரண்டு முறை அந்தப் பயணம் தடைப்பட்டது. ஒவ்வொரு முறையும் ஒவ்வொரு காரணங்கள் வந்து பல் இளிக்கும். தன்னுடைய துரதிருஷ்டத்தின் மீது கதிரவன் பெரிதும் ஆச்சரியம் கொண்டான். இப்படிக் கூட இந்த மண்ணில் பிறவிகள் இருக்கிறதா! என்று கண்ணாடி முன்-

னின்று தன்னைத் தானே கேட்டுக் கொள்வான்.

தனக்குத் தான் இப்படி ஒரு துரதிருஷ்டம் என்றால் அடுத்தவர்களுக்குச் செய்யும் சிறு உதவி கூட உபத்திரவமாக போய் முடிவதைத் தான் கதிரவனால் ஜீரணித்துக் கொள்ளவே முடிவதில்லை. விவரம் தெரிந்த வயதில் கதிரவனின் தாத்தா அவனைக் கூட்டிக் கொண்டு கழனிவாசலுக்கு பத்து ஊர் தள்ளி இருந்த ஒரு பூர்வீகச் சொத்தை விற்பதற்காகச் சென்றார். அப்போது தான் கதிரவன் தாத்தாவுக்கு அதிர்ச்சி. கதிரவன் தாத்தாவின் பூர்வீக நிலத்தில் ஒருவன் வீடு கட்டி காம்பவுண்ட் சுவரே எழுப்பி இருந்தான். கட்டி பத்து வருடத்திற்கு மேல் இருக்கும். கதிரவனுக்கு விவரம் தெரிந்தாலும் அதை எப்படிக் கையாள வேண்டும் என்பது பற்றி அவனுக்குத் தெரியவில்லை.

கதிரவன் தாத்தா கதிரவனைக் கூட்டிக் கொண்டு ஆபிஸ் ஆபிஸாக அலைந்தார் எதற்கும் சரியான பதில் கிடைக்கவில்லை. கோர்ட்டில் கேஸ் நடந்தது. ஒரு கட்டத்தில் கதிரவன் கல்லூரிக்கே செல்லும் வயது வந்துவிட்டது ஆனால் இன்னும் அந்தப் பிரச்சனை தீர்ந்தபாடில்லை. இதற்குத் தான் தான் காரணம் என்று முழுமையாக நம்பினான். நம்பிய அன்றிலிருந்து தாத்தா தனியாகச் செல்ல ஆரம்பித்தார் எண்ணி மூன்றாவது வாய்தாவில் தீர்ப்பு தாத்தாவுக்குச் சாதகமாக வந்தது. இதனால் இன்னும் அதிகமாகத் தன் மீது இருக்கும் பலன்களை நம்ப ஆரம்பித்தான். தாத்தா அந்த இடத்தை அவன் பெயருக்கு எழுதி வைக்கிறேன் என்று சொன்னதை கூட மறுத்து விட்டான். எங்குத் தன் பெயருக்கு வந்து அது மீண்டும் சிக்கலுக்குள் சிக்கப் போகிறதோ என்று பயந்தான்.

இப்படி வாழ்க்கையின் ஒவ்வொரு தருணத்தையும் அவன் அணுகும் விதம் நமக்கு ஆச்சரியமாகத் தான் இருக்கும். அன்று அப்படித் தான் பேருந்து கூட்டமாக வந்தது. தாவிப் பிடித்து புட் போர்டு அடித்தான். சட்டை பாக்கெட்டில் இருந்த கடைசி நூறு ரூபாயை டிக்கெட்டுக்காக எடுத்து ஒரு பாட்டியிடம் கொடுத்தான். அப்போதே இந்த நூறு ரூபாய்க்கு

மீதி சில்லறை வருமா என்று யோசிக்கத் தொடங்கிவிட்-டான். மாசக் கடைசி என்பதால் கையில் நூறு ரூபாய் தான் இருந்தது அதை வைத்துத் தான் அடுத்த இரண்டு நாட்-களை ஓட்ட வேண்டும்.

அப்படி வராத பட்சத்தில் என்ன செய்ய வேண்டும் என்ன செய்யலாம் என்றும் யோசிக்கத் தொடங்கி இருந்-தான். அந்த நூறு ரூபாய் கைமாறிக் கைமாறி கடைசி ஒரு பெண்ணின் கைகளில் சேர்ந்தது அவளும் கண்டெக்டரிடம் டிக்கெட் வாங்கி கைமாறிக் கைமாறி கதிரவனிடம் வந்-தது. அவன் நினைத்த படி டிக்கெட் மட்டும் தான் இருந்-தது அதில் மீதி சில்லறை இல்லை. அவன் இறங்கும் பஸ் ஸ்டாபும் வந்தது. மீதி சில்லறை அவ்வளவு தான் என்று இறங்க முற்பட்டவனை ஆச்சரியம் அழைத்து சில்லறை-யைக் கொடுத்தது. கதிரவன் வாயெல்லாம் சிரிப்பு .

அருவருப்பு புன்னகை

அப்புவை பார்ப்பதற்குக் கதிரவனுக்கு அருவருப்பாகத் தான் இருந்தது. அவனின் மொட்டைத் தலை எப்போதும் மூக்கில் மாட்டி இருக்கும் ட்யூப் அடிக்கடி எடுக்கும் இரத்த வாந்தி தன்னை அறியாமல் கழிக்கும் மலஜலம் மூக்கைத் துளைக்கும் மருந்து நெடி என்று அப்புவை நினைக்கும் போதே கதிரவனுக்குக் குமட்டிக் கொண்டு வரும்.

கதிரவனும் சுத்தம் சுத்தமாகப் பிடிக்கும். காக்கை அவன் மேல் எச்சம் விட்டால் கூட மீண்டும் சென்று குளித்து விட்டுத் தான் கிளம்புவான். கைகளைக் கழுவாமல் சோற்-றில் கைவைக்க மாட்டான். துவைக்காத துணியை மீண்டும் கனவிலும் கூட உடுத்த மாட்டான். தண்ணீர் நிறம் சற்று மாறி இருந்தாலும் தொண்டை கவ்வும் விக்கலையும் பொருட்படுத்தாமல் கீழே ஊற்றி விடுவான்.

இந்தச் சுத்த பத்தம் எப்போது தொற்றிக் கொண்டது என்று தெரியவில்லை. இப்போது அது தான் அவனைப் பாதுகாக்கிறது என்று நம்புகிறான். சிறு வயதில் அடிக்கடி காய்ச்சல், இருமல் என்று படுத்துக் கொள்வான். கழனிவா-சலில் அவன் வசிக்கும் தெரு முழுக்க மாடுகள் கோழி-

கள் சுற்றித் திரியும். இத்தனைக்கும் அவன் வீட்டில் கூடக் கோழிகள் நிறைந்து இருந்தது. ஆனால் இதைக் கண்டாலே கதிரவனுக்கு அழற்சி. தெருவில் மாட்டின் சாணத்தைப் பார்த்தாலே இரண்டு தெரு சுற்றி வருவான்.

கிராமத்தில் இருக்கும் சுத்தம் எல்லாம் கதிரவனுக்குச் சுத்தப்படாது. இதனால் எப்போது அந்த நரகத்தை விட்டுப் போவோம் என்றே இருப்பான். முதன் முதலில் சென்னைக்கு வேலை தேடி வந்த போது நிறைய மேன்சன்களை தேடி அலைந்தான். அந்த மேன்சன்கள் எல்லாம் ஆண்களின் குப்பை கூடாரமாகத் தான் கதிரவனுக்குக் காட்சி அளித்தது.

சென்னைக்கு வந்த புதிதில் எப்படியாவது வேலையைத் தேடி விட வேண்டும் என்ற வைராக்கியத்தில் இருந்ததனால் தங்குவதற்கு ஒரு இருப்பிடம் அவசியம் என்பதை உணர்ந்து ஒரு மேன்சனை பார்த்தான். அதுவும் விதிவிலக்கு அல்ல குப்பை கூடாரமாக இருந்தாலும் மனதைத் திடப்படுத்திக் கொண்டு அட்வான்ஸ் கொடுத்துச் சேர்ந்தான்.

கதிரவனுக்கு ஒதுக்கப்பட்ட ரூமில் அவனோடு சேர்ந்து மூன்று பேர். அதில் முதல் நபர் ஒரு நடுத்தர வயது மூன்றாம் நபர் ஐம்பதைக் கடந்த முது இளைஞர். முதல் பார்வையிலேயே கைலியும் கையுமாக அக்குளுக்குள் கையை விட்டுக் கொண்டு வரவேற்ற முது இளைஞர் கதிரவனுக்கு அதே கையில் குடத்தில் கை நனையத் தண்ணீர் எடுத்துக் கொடுத்தார். அருவருப்பின் பிடியில் சிக்கித் தவித்த கதிரவன் அன்று முழுவதும் தண்ணீரே குடிக்கவில்லை.

இவர் இப்படி இருக்க அடுத்து வந்து நடுத்தர வயதுக்காரர் வரும்போதே டாஸ்மாக்கில் சரக்கை வாங்கிக் கொண்டு ரூமுக்குள் வந்தார். இரவு முழுவதும் சரக்கை ஊற்றிக் குடித்து மகிழ்ந்த இருவரையும் வெறித்துப் பார்த்தது கதிரவன் கண்கள். அவன் தூங்காத இரவுகளில் அதுவும் ஒன்று. அதுமட்டுமா முரட்டுப் போதையாகிப் போன இருவரும் வாந்தி எடுத்து அதிலே உருண்டு பிரண்டதில் குடலை பிடுங்கி மூக்கையே கழற்றி வைக்கும் நாற்றத்தைக் கதிரவன் உணர்ந்தது அன்று தான்.

இது ஒருபக்கம் இருக்க அந்த மேன்சனில் கதிரவன் கண்ணில் படும் அத்தனை விஷயங்களும் கதிரவனை அருவருப்பின் உச்சத்துக்கே கூட்டிச் சென்றுள்ளது. ஓரினச் சேர்க்கையாளர்களின் முனங்கல் சத்தம், டோப் கைகளின் இழுவைகள், ஆங்காங்கே சிதறிக் கிடக்கும் ஆணுறைகள், குளியலறை சுவற்றில் வரைந்து இருக்கும் பெண்ணின் அந்தரங்கங்கள், கழிவறையில் எழுதப்பட்டிருக்கும் படிக்க முடியாத வசவுகள் என்று தினந்தோறும் சித்திரவதைக்கு உள்ளானான்.

அதுமட்டுமா காலையில் மெஸ்ஸில் சாப்பிடும் உணவில் கதிரவனுக்கு மட்டும் மயிர்களும் கண்ட கண்ட கண்ணறவுகளும் தென்படும். இதெல்லாம் சேர்த்து மொத்தமாக அவனை வைரஸ் காய்ச்சலுக்கு ஆளாக்கியது. அப்போது அவன் சக ரூம் மேட்கள் அவனைத் தூக்கிக் கொண்டு தர்மாஸ்பத்திரியில் போட்டார்கள். மேன்சனே பரவாயில்லை எனும் அளவுக்கு ஆஸ்பத்திரி அனுபவம் அவனுக்கு மற்றும் ஒரு மறக்க முடியாத அனுபவத்தைக் கொடுத்தது.

இதன் பின்னர் தான் வேலை கிடைத்து 'போதும் டா சாமி' என்று தனி வீடு தேடி அலைந்தான். அதுவும் கதிரவனுக்கு ஒழுங்காக வாய்க்கவில்லை எத்தனையோ வீடுகளை ஏறி இறங்கினான் சுமார் ஐம்பதுக்கும் மேல் வீடுகளை அது வரை பார்த்திருப்பான் எதிலும் திருப்தி இல்லை இறுதியாக வடசென்னையில் கொஞ்சம் பரவலான ஒரு குடியிருப்பில் கதிரவனுக்கு ஏற்றார் போல வீடு கிடைத்தது. தனிவீட்டை எதிர்பார்த்தவனுக்கு அருகில் மூன்று வீடுகள் நெருக்கமாக இருக்கும் வீடு. எதுவாக இருந்தாலும் பரவாயில்லை என்று குடி புகுந்தான். வாடகையும் பட்ஜெட்டுக்குள் இருப்பதால் மனசைத் தேற்றிக் கொண்டான்.

அதுவரை அவன் வீட்டின் அண்டை வீட்டுக்காரர்களை அவன் பார்த்ததே இல்லை. மூன்று வருடத்தில் கதிரவனின் அக்கம்பக்கத்தினர் இதுவரை பன்னிரண்டு பேர் மாறி இருக்கிறார்கள். ஆனால் ஒருவர் முகத்தை கூட அவன் முழுமையாகப் பார்த்ததில்லை. சமீபத்தில் கதிரவன் வசிக்கும்

வீட்டின் அருகே தந்தையும் மகனுமாக இருவர் குடியேறினார்கள். தனியாரில் வேலை பார்க்கும் அந்த அப்பாவுக்கு ஒரே ஒரு மகன் பெயர் அப்பு பன்னிரண்டு வயது சிறு வயதிலேயே தாயை இழந்து கேன்சர் நோயால் அவதிப்படும் அவனை அவன் தந்தை தான் பராமரிக்கிறார். அலுவலகத்துக்குச் செல்லும் போது மகனை வீட்டில் பூட்டி விட்டுத் தான் செல்வார்.

அன்றும் அப்படித் தான் பூட்டி விட்டுச் சென்றார் ஆனால் அவசரத்தில் பூட்டை ஒழுங்காகப் பூட்டவில்லை. கதிரவனுக்கு நைட் சிப்ட் என்பதால் வீட்டைத் திறந்து போட்டு உறங்கிக் கொண்டு இருந்தான். வெளி உலகத்தைக் காணாத அந்தச் சிறுவன் என்ன செய்வதென்று தெரியாமல் கதிரவன் வீட்டுக்குள் நுழைந்தான். அவனுக்கு என்ன செய்ததோ தெரியவில்லை வயிற்றைப் பிரட்டிக் கொண்டு தொண்டைக் குழி அடைத்தது. தன்னையே அறியாமல் படுத்திருந்த கதிரவன் மேல் இரத்த வாந்தி எடுத்தான். இரத்தம் அவன் கழுத்தில் வழிந்தோடியது, அதிர்ச்சியில் அலறி அடித்து எழுந்த கதிரவன் இரத்த வெள்ளத்தில் கிடந்தான். அப்பு அவனைப் பார்த்து மிரட்சியுடன் அழுதான். மேனி எல்லாம் இரத்த வாந்தியைக் கண்டு கதிரவனுக்கு அருவருப்பாக இருந்தது. மீண்டும் அப்புவுக்கு குமட்டியது இந்த முறை அதை கையில் வாங்கினான் பவ்வியமாக. என்ன செய்வது என்று தெரியவில்லை, அழுது கொண்டு இருந்த அப்புவை பார்த்து புன்னகை புரிந்தான் கதிரவன்.

வெட்கி எறியுது தேகம்

ஆண்களைக் கண்டாலே என்னவோ வெட்கம் வந்து தொற்றிக் கொள்ளும் கதிரவனுக்கு அன்றும் புதிதாக அலுவலகத்துக்கு வந்த மேலாளரைப் பார்த்து உடல் பற்றி எறிந்தது. வெட்கம் என்றால் பெண்களின் நற்பண்புகளில் குறிப்பிடும் நாணம் அல்ல இது சகமனிதரிடம் ஏற்படும் அசௌகரியம் காரணமாக வரும் சங்கோஜம்.

வாட்டசாட்டமான ஆண்களைக் கதிரவன் பார்த்தாலே அவன் உடம்புக்குள் என்னவோ ஊறுவது போலத் தோன்றும். இது ஓர் உளவியல் சார்ந்த பிரச்சினை என்று கதிரவனுக்கு நன்கு தெரியும். இதற்காக இரண்டு மூன்று டாக்டரை கூடப் பார்த்து இருக்கிறான். ஆனால் மருத்துவரும் ஆணாக இருந்ததால் அதுவும் பிரயோஜனம் இல்லாமல் போனது.

ஆண்களைக் கண்டாலே கதிரவனின் உடம்பு தந்தி அடிக்கும் தொண்டை அடைக்கும் நா குளறும் வியர்த்துக் கொட்டும் இதற்கெல்லாம் காரணம் கதிரவன் கடந்து வந்த ஆண்கள் தான் காரணம். சிறு வயதில் கதிரவனின் மாமா இவனைக் கூட்டிக் கொண்டு தியேட்டருக்குச் செல்வார். இன்டர்வல்லில் அடிவயிறு முட்டும் போது மாமனைத் துணைக்கு அழைப்பான். அவனும் இது தான் சாக்கு என்று கதிரவனைப் பார்த்து 'இன்டர்வெல் முடியட்டும்' என்பான். இன்டர்வெல் முடிந்ததும் கதிரவனைக் கழிவறைக்கு அழைத்துச் செல்வான். கழிவறையை விட்டுத் திரும்பும் போது கதிரவனின் கண்களில் கண்ணீர் தேங்கி நிற்கும். எதோ ஒரு சொல்ல முடியாத பாரத்தை மனதில் பூட்டி வைத்தபடி வீட்டுக்குச் செல்வான். அன்றிலிருந்து அந்த மாமன் அவன் திசை பக்கம் வந்தால் கூடத் தலை தெறிக்க ஓடத் தொடங்கினான்.

இது தான் சகமனிதரைப் பார்த்து கதிரவன் வெட்கிய முதல் தருணம். பள்ளியில் படிக்கும் போது ஆண் ஆசிரியர்கள் சிலர் இதே அணுகுமுறையைக் கையாண்டதைத் தொடர்ந்து மன உளைச்சலாகி ஆறு மாதங்கள் பள்ளி பக்கமே செல்லாத நாட்களும் கதிரவனுக்கு உண்டு. தானும் ஓர் ஆண் என்ற போதும் ஆண்கள் மீதான நிலைப்பாடு கதிரவனுக்கு வித்தியாசமாகவே இருந்தது. திருவிழா முதல் கல்யாணம் இழவு என்று எதுவாக இருந்தாலும் ஆண்கள் கூட்டத்தைக் கண்டாலே தெறித்து பெண்கள் கூட்டத்துக்குள் புகுந்து விடுவான்.

எப்போதும் பெண்களுடனே சுற்றித் திரியும் கதிரவனை அவன் வயது சேர்ந்தவர்களே கேலி பேசுவார்கள் இன்னும் சிலர் அவன் காதுபடவே 'பொண்டுக பையன்' என்று சொல்லிச் சிரிப்பார்கள். வெட்கத்தைத் தின்னும் இந்த ஆண்களுக்கு அரவணைக்கும் பெண்களே மேல் எத்தனை பெரிய வசவுகள் வந்தாலும் அதே பெரிதாக எடுத்துக் கொள்ளவில்லை கதிரவன்.

தன் மீது ஏற்படுத்திய பாலியல் சீண்டல்களை அப்போது கதிரவனால் உணர்ந்து கொள்ள முடிந்தாலும் அதைத் தாத்தனிடமோ அம்மாவிடமோ அவனால் சொல்ல முடியவில்லை. எங்கு நாம் சொல்லப் போய் நம்மை அடித்து விடுவார்களோ என்று பல முறை மறைத்திருக்கிறான்.

பள்ளிக் காலங்களில் ஆசிரியர் மட்டும் இல்லாமல் சக மாணவர்களிடம் கூடக் காம இச்சைகளினால் பாதிக்கப்பட்டு இருக்கிறான் கதிரவன். பத்தாம் வகுப்பு படிக்கும் போதெல்லாம் கதிரவன் உடல் பருமனோடு இருப்பான் இதன் காரணமாகவே பல சீண்டல்களுக்கு உள்ளாகி மனதளவில் பாதிக்கப்பட்டு இருந்தான். இதனால் கல்லூரி வாசலை மிதிக்கக் கூடப் பயந்தான் இருந்தும் மனதைத் திடப்படுத்திக் கொண்டு கல்லூரிக்குச் சென்றான்.

கல்லூரியின் முதல் நாளே ராகிங் என்ற பெயரில் அவனை ஒரு வழி ஆக்கினார்கள் மாணவர்கள். வாழ்க்கை எங்குச் சென்றாலும் துரத்துகிறது என்று பயந்து ஓடினான். ஓடிக் கொண்டே இருந்தவன் ஒரு கட்டத்தில் மூச்சு வாங்கி நின்றான். இனியும் ஓட முடியாத சூழ்நிலை எதிர்த்து நிற்கவும் திராணி இல்லை உள்ளே சென்று அடிபட்டுச் சாவது என்று சீண்டல்களைப் பொறுத்துக் கொண்டான்.

பள்ளிக்குக் கல்லூரி எவ்வளவோ தேவலை போலக் கதிரவனுக்குத் தோன்றினாலும் சீண்டல்கள் குறைந்தபாடில்லை. சிலர் கண்கள் மூலமும் கேலிப் பேச்சுக்கள் மூலமும் அதைத் தொடர்ந்து கொண்டே இருந்தார்கள். இன்னும் உச்சத்திற்குச் சென்றவர்கள் கதிரவனின் மார்பைக் கிள்ளி விளையாடும் கொடூர தனங்களும் அரங்கேறிய வண்ணம் தான் இருந்தது.

இப்படித் தான் கல்லூரி நாட்கள் கதிரவனுக்கு மறக்க முடியாத பல வடுக்களைக் கொடுத்துச் சென்றது. அந்த நாட்களை இப்போது நினைத்தாலும் கதிரவனுக்குத் தூக்கம் வராது. வெட்கம் அவன் உடம்பில் மின்சாரம் போலப் பரவும். ஆண்களைக் கண்டாலே பூரான்கள் நெளிவது போல உடம்பு வெட்கி கூசும்.

சென்னையில் மேன்சனில் தங்கிய போது கூட அருவருப்பைத் தாண்டி ஆண் வர்க்கத்தின் மீதான வெட்கம் தான் கதிரவனை ஓட வைத்தது. உடம்பைத் தின்னும் மானிடக் கூட்டத்துக்குள் எப்படி வாழ்வது என்று பல முறை தலையணைகளை நனைத்திருக்கிறான். ஆனால் அவன் பயப்படாத ஒரே ஆண்மகன் கழனிவாசல் அய்யனார் மட்டும் தான்.

பேருந்துகளில் பெண்களுக்கு மட்டும் தானா பாலியல் சீண்டல்கள் இருக்கும் ஆண்களுக்கும் தான் என்று கதிரவன் உணர்ந்தது வேலைக்காக சென்னை வந்த போது தான். பேருந்தில் உட்கார்ந்து சிங்கார சென்னையை வேடிக்கை பார்த்துக் கொண்டு வரும் போது அருகில் அமர்ந்திருக்கும் ஓர் ஆண் தொடையைத் தடவுவது எவ்வளவு ஒரு மரண பயத்தைக் கொடுக்கும் என்பது ஆண்களுக்குத் தான் தெரியும் கதிரவனுக்குத் தான் அது நன்கு தெரியும்.

இந்தச் சம்பவத்தைத் தொடர்ந்து கூட்டமான பேருந்தில் கதிரவன் ஏறுவதை நிறுத்தி விட்டான் அப்படியே ஏறினாலும் சீட் கிடைத்தால் உட்கார மாட்டான். எல்லாம் இந்த மனிதர்கள் காட்டிய பயம் தான். இந்தப் பயம் தான் வெட்கமாக உருவெடுத்து இப்போது அலுவலகத்தில் வந்து நிற்கிறது.

அந்த புது மேலாளர் ஓங்கு தாங்கான ஆள் தான் ஜிம்மில் கிடையாக கிடப்பான் போலக் கட்டுடல் தேகம் சட்டையில் பிரதிபலிக்கும். கதிரவனைப் பார்த்தவுடன் அவனுக்குப் பிடித்துப் போனது. அவனுடன் பேச நினைத்தான் ஆனால் கதிரவனோ அவனைக் கண்டு விலகிச் சென்றான். அவனை நண்பனாக்க என்னனவோ செய்தான். அப்போது தான் கதி-

ரவன் மேலாளரின் கையை பார்த்தான் பாரதியார் வரிகள் பளிச்சென்று தெரிந்தது. கதிரவன் தன்னை தானே வெட்கினான். 'ஆண்மை தவறேல்' க்கு அப்படி ஒரு சக்தி.

மவுனமே பதிலாய்

அந்தக் கேள்வி அவன் காதுகளில் விழுந்தாலே மவுனமாகி விடுவான் கதிரவன். கேள்விகளும் கேலிகளும் அவனைத் துரத்திய வண்ணம் தான் இருக்கிறது. இது எல்லாம் எப்போது மாறும் என்று அவனுக்குத் தெரியவில்லை. இந்தத் துரத்தல் அவன் பிறப்பதற்கு முன்பு இருந்தே நடந்து கொண்டு தான் இருக்கிறது.

கதிரவனின் தந்தையும் தாயும் காதலித்து திருமணம் செய்தவர்கள் அதுவும் கலப்புத் திருமணம். இருவரும் கழனிவாசலின் அருகே இருந்த கிராமத்தைச் சேர்ந்தவர்கள். கதிரவனின் தாய் ஒடுக்கப்பட்ட சமூகத்தைச் சேர்ந்தவள். கதிரவனின் அப்பனோ ஒடுக்கும் சமூகம் என்று சொல்லிக் கொள்ளும் அரைவேக்காட்டு மேதாவி சமூகத்தைச் சேர்ந்தவன். கதிரவனின் தந்தை சிறு வயதிலிருந்து ஏனோ தன் சமூகத்தின் மீது பற்றில்லாமல் இருந்தான் போதாக் குறைக்குப் பெரியாரின் கோட்பாடுகளை மனதில் நிறுத்தியவன் தன்னை போன்று ஒரு பெண்ணை பார்த்ததும் காதலில் விழுந்து விட்டான். பின்னர் அவர்களுக்குச் சீர் திருத்த முறையில் திருமணம் நடைபெற்றது.

கதிரவன் தந்தை வழி சமூகத்தினர் அதை எதிர்த்தார்கள் அவனை ஊரை விட்டே ஒதுக்கி வைத்தார்கள். வீட்டிலும் அவனுக்குத் துணையாக யாரும் முன்வரவில்லை. இதற்கெல்லாம் கதிரவனின் தந்தை கலங்கவில்லை அவன் மனைவியைக் கூட்டிக் கொண்டு கழனிவாசலுக்கு வந்தான். அப்போது தான் கதிரவனும் பிறந்தான்.

கதிரவன் பிறந்து சில நாட்களிலேயே கதிரவனின் தந்தையைச் சில சமூக சீர் தரித்திர வாதிகள் நயவஞ்சகமாகக் கொன்றார்கள். கதிரவன் அப்போது ஐந்து வயது சிறுவன். அவனுக்கு எதுவும் புரியவில்லை. கதிரவன் தந்தையின்

கடைசி ஆசை பிறந்து வளர்ந்த கிராமத்தில் இறக்க வேண்டும் என்று தான். கதிரவன் தந்தையைத் தூர தேசம் போய் வேலை பார்க்கச் சொன்னால் அடிக்கடி கதிரவன் தாயிடம் அவன் சொல்லும் வார்த்தைகள் இவை தான் 'கழுத! சொந்த ஊருல வாழ்ந்து சாவுறது தாண்டீ சந்தோஷம்'. இறப்பது தான் நிறைவேறவில்லை அவனைச் சுடு காட்டிலாவது அனுமதிப்பார்கள் என்றால் அதுவும் இல்லை.

இதை எல்லாம் மவுனமாக வேடிக்கை பார்த்துக் கொண்டு இருந்த ஐந்து வயது கதிரவனை அந்த மூடர் கூட்டம், வன்மத்தைக் கொட்டி அவனை எதோ ஒரு இழிவான ஜென்மம் போலச் சித்தரித்தது. அதைக் கேட்கும் போதெல்லாம் அமைதியாக அவர்கள் வாயையே பார்ப்பான் கதிரவன்.

இந்த அமைதி அவன் வளர வளர வளர்ந்து கொண்டே வந்தது. சிறு வயதில் ஒன்றும் புரியாமல் அமைதியாக இருந்தான். இப்போது எல்லாம் புரிந்தும் அமைதி காக்கிறான். இந்த முதிர்ச்சியின் காரணமாகத் தான் எதிராளிகள் கேலி பேசி சிரித்தாலும் கோபம் கொள்ளாமல் அமைதி காத்துச் செல்வான்.

கதிரவனைத் துரத்திய அந்தப் பேச்சுகள் அவன் எங்குச் சென்றாலும் துரத்த ஆரம்பித்தது. தன் சமூகத்தைச் சுட்டிக் காட்டி அவனைப் புறக்கணித்ததை அவன் மவுனத்தினால் தான் கடந்தான். ஒரு நாள் பள்ளியில் வகுப்பு ஆசிரியர் 'நீ என்ன ஆளுடா' என்று கேட்க ஒன்றும் புரியாமல் விழித்தான். சக மாணவர்கள் அவனை இன்னார் என்று கேலி பேசியபோது கூனிக் குறுகி நின்றவனை அதோடு விட்டுவிடவில்லை இந்தச் சமுதாயம். அந்தப் பள்ளி ஆசிரியர் கொஞ்சம் கூட மனசாட்சியே இல்லாமல் அவனைக் கழிவறைக்கு அழைத்துச் சென்று சுத்தம் செய்யச் சொன்னான்.

அப்போதும் கூடக் கதிரவன் முகத்தில் புத்தனின் மவுனம் தான் குடி கொண்டு இருந்தது. அவனுக்கு அதை எப்படி எதிர்கொள்வது என்று தெரியவில்லை. கண்களில் நீர் கூட எட்டிப் பார்க்கவில்லை அப்படி ஒரு மோன நிலையில் அன்று இருந்தான்.

பள்ளி நாட்கள் இவ்வாறு இருக்க இதே மனிதக் கூட்டத்தின் அந்த வெறி அவனைக் கல்லூரியிலும் துரத்தியது. எல்லோரும் கதிரவனோடு சகஜமாகப் பழகுவதில் கூடத் தயக்கம் காட்டினார்கள். நண்பர்கள் என்று அவனுக்கு அரிதாகவே கிடைத்தார்கள். அப்படிப் பன்னிரண்டு ஆண்டுகளுக்கு ஒரு முறை பூக்கும் குறிஞ்சி மலர் போலத் தான் ரஞ்சனியும் வந்தாள்.

அமைதி கதிரவனுக்குப் பிடித்துப் போனது. வாழ்க்கையில் வரும் இன்பத்தையும் துன்பத்தையும் எல்லா விதமான உணர்வுகளையும் மவுனத்தாலே கடந்தான். அந்த அமைதியில் ஒரு நிம்மதி இருப்பதை உணர்ந்தான். அவன் முன் நின்ற அவமானங்களும் விமர்சனங்களும் கேலிப் பேச்சுக்களும் மவுனத்தைக் கொண்டு விரட்டி அடித்தான்.

சில நேரங்களில் இந்த அமைதி நல்லது தான் ஆனால் பல சமயங்களில் இந்த அமைதியே வில்லனாகவும் தோன்றலாம். அப்படி ஒரு நிலைமையில் தான் அன்று கதிரவனும் இருந்தான்.

கல்யாணம் செய்யும் வயது எய்திய கதிரவனுக்கு ஒரு கால் கட்டுப் போட வேண்டும் என்பது தான் கதிரவனின் தாயுடைய ஒரே கனவு. பல பெண்களை பார்த்தாகிவிட்டது எதுவும் பேசி முடிவான பாடில்லை. தெரிந்தவர் மூலம் ஒரு வரன் தேடி கதிரவன் தாயிடம் வந்தது. அவளும் கதிரவனை அரும்பாடுபட்டு ஊருக்கு வரவழைத்தாள்.

கை நிறைய மல்லிப் பூவை வாங்கிக் கொண்டு பெண் வீட்டில் அமர்ந்தார்கள். முதல் கேள்வியைக் கேட்க ஆரம்பித்தான் பெண்ணை பெற்றவன் 'தம்பி எங்க வேலை பாக்குறீங்க' இரண்டாவது கேள்வி வந்தது 'எவ்வளவு சம்பளம்' அதைத் தொடர்ந்து அடுத்து 'சொந்த வீடு இருக்குங்களா' இந்தக் கேள்விக்கெல்லாம் பட்டுப் பட்டு பட்டென்று பதில் கூறியவன் அடுத்தாக கேட்கப்பட்டக் கேள்விக்கு மட்டும் மவுனம் காத்தான் 'தம்பி நீங்க என்ன ஆளுங்க' கதிரவனின் தாயும் தயக்கத்தோடு 'அவர் சொல்லலீங்களா' என்றாள். 'அவர் சொல்லி இருந்தா நான் ஏன் கேக்க போறேன்.'

இன்னமும் கதிரவனிடம் மவுனம் தொடர்ந்தது. இன்னும் எத்தனை காலம் தான் இந்தக் கேள்விக்கு மவுனத்தைப் பதில் அளிக்கப் போகிறான் என்று காலம் அவனைக் கேட்-டதா என்று தெரியவில்லை நீண்ட ஒரு பெரு மூச்சு விட்-டபடி 'மனுச ஆளுங்க' என்றான்.

கருணைக் கடல்

கருணை உள்ளம் கிடைப்பதெல்லாம் கொடுக்கப் பெற்ற-வனாகத் தான் இருக்க வேண்டும். அந்த வகையில் கதிர-வன் நிச்சயமாக இறைவனால் கொடுக்கப் பெற்றவன் தான். கருணை என்றால் இன்னது தான் என்று விளக்கிக் கூறும் அளவுக்குக் கதிரவனுக்குக் கருணையைப் பற்றித் தெரியாது. அவனுக்குத் தெரிந்தது எல்லாம் பிறருக்காக வாழவும் தனக்-காகச் சுவாசிக்கவும் தான்.

மனங்களில் எத்தனையோ வகை உண்டு ஒவ்வொரு மனமும் ஒவ்வொன்றை நாடும் தேடும் அல்லது கொடுக்கும். இதில் கதிரவன் மனமோ தேடி நாடிச் சென்று கொடுக்கும் வகையறா. சிறு வயதில் பள்ளிக் கூடத்தில் கதிரவனை அடித்த ஒரு சிறுவனைத் திருப்பி அடிக்காமல் அவனைப் பார்த்துச் சிரித்தான். இதைக் கவனித்துக் கொண்டு இருந்த சுமதி டீச்சர் கோபம் கொண்டு கதிரவனிடம் 'ஏன்டா அவன் தான் உன்னய அடிச்சிட்டு போறான் நீ திருப்பி அடிக்காம சிரிச்சிட்டு இருக்க'

அதற்குக் கதிரவன் சொன்ன பதிலை இன்று வரை ஞாபகம் வைத்திருப்பாள் சோசியல் டீச்சர் சுமதி. 'பாவம் டீச்சர் அவனுக்கு அப்பா இல்லல நான் அடிச்சா அவன் எங்க போய் அழுவான்' 'உனக்கும் தான்டா அப்பா இல்ல' 'எனக்கு தான் அய்யனார் இருக்காரே'

அய்யனாரை அவன் அப்பனாக நண்பனாகத் தான் பார்த்தான். இந்தக் கருணையை அப்போது சுமதி டீச்சர் எல்லோரிடமும் சொல்லிப் பூரித்துப் போனாள். இதெல்லாம் அவன் கருணையின் ஒரு சோற்றுப் பதம் தான். இதே போல இன்னொரு சம்பவமும் அவன் கருணை வள்ளல் என்பதைப் பறைசாற்றும். கல்லூரி படிக்கும் போது கதிரவன்

பள்ளிக் காலத்தில் கழிவறையைக் கழுவச் சொன்ன ஆசிரியர் அடிப்பட்டு ஆஸ்பத்திரியில் கிடந்தான். இரண்டு பாட்டில் இரத்தம் தேவை என்றார்கள். அந்த மாபெரும் ஆசிரியனுக்காகத் தன் இரத்தத்தைக் கொடுத்தது மட்டுமல்லாமல் தேடிக் கண்டுபிடித்து ஒருவனை அழைத்து இரத்தத்தைக் கொடுக்க வைத்தான்.

இதைப் பார்த்து அவன் தாயே மிரண்டு போய் 'உனக்கு வெட்கம் மானம் சூடு சுரணைனு எதுவுமே கிடையாதாடா' என்றாள். வள்ளலாரை படித்தவன் என்ன சொன்னான் தெரியுமா 'வெட்கம் மானம் சூடு சுரணை எல்லாம் வச்சு அடுத்த உசுர காப்பத்த முடியுமா'. கதிரவனின் இந்த வியாக்கியானம் கழனிவாசல் முழுவதும் பிரசித்தி. கதிரவனின் இந்தக் கருணையைக் கண்டு அவ்வப்போது சிலர் 'ஏமாந்த பய' என்று அவனை ஏமாற்றுவார்கள். கையில் காசு இருந்தாலும் கதிரவனிடம் வந்து அஞ்சு பத்து கொடு என்று பறித்து விட்டு அதில் பீடி சிகரெட் வாங்கி இழுப்பார்கள்.

இதெல்லாம் கதிரவனுக்கும் நன்கு தெரியும் இருந்தாலும் அவன் கொடுப்பது ஒன்றே ஒன்றுக்காகத் தான் அறம் என்ற ஒன்றே ஒன்றுக்காக. 'நல்லதோ கெட்டதோ இருக்குறவனோ இல்லாதவனோ நம்மக்கிட்ட வந்து கையேந்தி நிக்கிறவன் கிட்ட கருணை காட்டாம வாழ்க்கையில் யாருக்கு கருணை காட்ட போறோம்' என்பது தான் கதிரவனின் தத்துவம்.

இதனால் பல பேரிடம் கேலி கிண்டல் பேச்சுக்கு ஆளாகி இருக்கிறான் கதிரவன். அவனிடம் இதைப் பற்றிக் கேட்கும் போது கதிரவன் சொல்வது 'பேசுற வாய்க்கும் வாய் வலிக்குமேனு கருணை காட்ட வேண்டியது தான்'.

ஜீவகாருண்யம் எல்லாம் அன்பைத் தாண்டி வருவது என்று கதிரவன் நம்புகிறான். அதனால் தான் பார்க்கும் எல்லோரும் கருணையைப் பொழிகிறான். இதனை அவனை முட்டாள்தனம் என்று சொன்னாலும் அது அவனுக்கு ஆனந்தத்தைத் தான் கொடுக்கும்.

ஒரு முறை பேருந்தில் யாரோ ஒரு புண்ணியவான் எந்தப் பெண்ணையோ உரசியதற்குக் கதிரவனைக் காலில் இருப்பதைக் கழட்டி அடித்தாள். அப்போதும் கூட வலியை மீறி அந்தப் பெண்ணின் இயலாமையின் மீது தான் கதிரவனுக்குக் கருணை வந்தது. சில சமயங்களில் என்ன பல சமயங்களில் தன்னை தானே மானம் கெட்டவன் என்று கதிரவன் நினைத்தது உண்டு. அதெல்லாம் அடுத்த நொடி வரை தான் அதற்குள் யாரிடமாவது கருணை காட்ட சென்றிடுவான்.

தன் வாழ்க்கையில் அது வரை அத்தனை அடக்குமுறை, விமர்சனம், அவமானம் என்று பலவற்றைப் பார்த்த கதிரவன் மனதில் ஆழமாக இருப்பது சக மனிதரிடம் காட்டும் கருணை மனம் இல்லாதது ஒட்டு மொத்த உலகத்துக்கே ஆக்ஸிஜனை நிறுத்துவது போல. அழித்துத் தின்னும் புலி கூடப் பசி என்ற ஒரு கொடுமை இல்லையென்றால் அருகில் இருக்கும் மானோடு துள்ளி விளையாடும்.

இப்படிக் கருணைக் கடலாய் இருக்கும் கதிரவனிடம் அன்று இன்னொரு சக மனிதர் கருணை காட்டியதைக் கண்டு மனம் இளகினான். தன் அம்மாவுக்காக மாதா மாதம் தன் சம்பளப் பணத்தைப் போடுவது வழக்கம் அன்றும் அப்படித் தான் வங்கிக்குச் சென்றான். வங்கியில் செலானை பில் பண்ணி கியூவில் நின்றான். திங்கட்கிழமை என்பதால் கூட்டம் களைகட்டியது. அதில் அவனுக்கு முன்னர் ஒரு முதியவரும் இருந்தார். நல்ல பழுத்த என்பது வயது முதியவர். கீயூ ஆமை வேகத்தில் நகர்ந்தது. அந்த முதியவர் பணம் கட்டும் முறை வந்தது செலானை கொடுத்து விட்டு மஞ்சபையைத் துழாவினார். அதிர்ந்து போனார் முதியவர், பையில் வைத்திருந்த இரண்டாயிரம் ரூபாய் பணத்தைக் காணவில்லை. முதியவர் கண்களில் தாரை தாரையாகக் கண்ணீர் என்ன செய்வது என்று தெரியாமல் அப்படியே தவித்துக் கொண்டிருந்தார்.

கதிரவனுக்கு இதைக் காண மனம் ஒப்பவில்லை அவனும் தேடித் துழாவினான். இறுதியில் பணத்தை எடுத்து

'ஐயா இந்தாங்க உங்க பணம் இங்க கிடந்தது' என்று நான்கு ஐநூறு ருபாய் நோட்டை நீட்டினான். ஆர்வமாக வாங்கி பார்த்த அந்த முதியவர் கதிரவனை ஏற இறங்கப் பார்த்தார். 'உங்க நல்ல மனசுக்கு நீங்க நல்லா இருப்பீங்க. இத நீங்க வச்சுக்கோங்க' 'இது உங்க பணம் தான் பெரியவரே'. பெரியவர் கதிரவனைப் பார்த்துச் சிரித்துவிட்டு 'நான் கொண்டாந்தது எல்லாம் பத்து ரூபா நோட்டு'.

சிரித்து வாழவேண்டும்

சிரித்துச் சிரித்து வயிறு வலிக்கும் போது எல்லாம் கதிரவனுக்குள் ஒரு பயம் தொற்றிக் கொள்ளும். 'இன்னைக்கு ஓவரா சிரிச்சிருக்கோமே என்ன நடக்க போகுதோ' என்று. கதிரவனுக்குத் தெரியாது அது ஒரு விதமான மனநோய் என்று கெலடோபோபியா என்று யாராவது சொல்லிப் புரிய வைத்தால் கூட அந்தப் பயம் அவனை விட்டு நீங்காது. உளவியல் ரீதியாகவே அவனுக்குள் அதிகமாகச் சிரித்தால் நமக்குப் பெரிய ஆப்பு வைக்கக் கடவுள் காத்திருப்பார் என்று அவன் மனதுக்குள் ஆழமாகப் பதிந்துள்ளது. கடவுள் என்ன மனநோயாளியா நாம் அதிகமாகச் சிரித்தால் உடனே கஷ்டத்தைக் கொடுப்பதற்கு.

கதிரவனிடம் ரஞ்சனி கூட ஒரு முறை சிரிப்புக்கு விடுப்பு கொடுத்தால் என்னவாகும் என்று சொன்னாள் ஆனால் கதிரவன் மனம் கேட்கவே இல்லை அதற்குக் காரணம் அவன் வாழ்வில் நடந்த நிகழ்வுகள் தான். தன் வாழ்க்கையில் என்றாவது அதிகமாகச் சிரித்தால் அன்றே எதாவது ஒரு கெட்ட காரியம் நடந்து விடும் என்று கதிரவன் நினைக்கிறான்.

சிறுவயதில் வயக்காட்டில் நண்டு பிடித்து சந்தோஷமாக இருந்த சமயத்தில் தான் கதிரவன் தந்தை இரத்த வெள்ளத்தில் கிடத்தப்பட்டார். பிறகு பதின்ம வயதில் கழனிவாசல் டென்ட் கொட்டாயில் சிரித்துச் சிரித்து சிங்கார வேலன் படம் பார்த்துக் கொண்டு இருக்கும் போது தான் அவன் தாத்தன் கொல்லையில் விழுந்து வாரினார்.

இதன் பின்னர் தான் கதிரவன் யோசிக்கத் தொடங்கினான். சுமதி டீச்சரிடம் சிரித்து சிரித்து பேசும் கதிரவனுக்குக் கூடிய சீக்கிரம் எதோ ஒரு துக்கம் நடைபெறும் என்று நினைத்தான் அதே போல சுமதி டீச்சர் தன் கணவனைக் கதிரவனுக்கு அறிமுகம் செய்து வைத்தாள்.

இப்படிச் சின்னச் சின்ன விடயங்களைக் கூட ஒன்றுக்கு ஒன்று தொடர்பு படுத்திக் கொண்டு சிரிக்க மறந்து போனான். தன் இஷ்ட தெய்வம் அய்யனாரிடம் காட்டும் புன்னகையும் கூட அவர் அருவாளை மறுத்ததும் வெறுத்துப் போனான்.

பன்னிரண்டாம் வகுப்பு படிக்கும் போது பள்ளித் தோழி சாந்தியிடம் சிரித்துச் சிரித்து பேசியதால் தான் கணக்கு பரீட்சையில் பெயில் ஆனேன் என்று இன்று வரை நம்புகிறான். உண்மையில் கதிரவனுக்குக் கணக்கு என்றால் ஆகவே ஆகாது. பிறகு எப்படியோ அட்டெம்ட் எழுதி பாஸான மகிழ்ச்சியில் இன்ஜினியரிங்க்கு அப்பளை செய்து கவுன்சிலிங் சென்றான்.

பொறியியலில் தன் பெயரைப் பதிக்கப் போகிறோம் என்ற பூரிப்பில் அப்போது சென்னைக்கு வந்த கதிரவனின் சான்றிதழ்களைச் சரி பார்த்த அதிகாரிகள் கொண்டு வந்தது எல்லாம் போலி என்று சொல்லி வித் ஹெல்ட் போட்டு அனுப்பி வைத்தார்கள். ஊருக்கு வந்த கதிரவன் நடையோ நடை என்று அலைந்து காத்திருந்து அந்தச் சான்றிதழைப் பெற்றுக் கொண்டு மீண்டும் சென்னைக்கு ஓடினான். இப்போது சென்னையில் இருந்தாலும் இதை நினைக்கும் போது எல்லாம் அன்றைய சிங்கார சென்னையின் ஞாபகங்கள் அவன் நினைவுக்கு வரும்.

இந்தக் கொடுமையை முடித்துக் கொண்டு மனசெல்லாம் நிறைந்த மனதோடு வாயெல்லாம் பற்கள் தெரியக் கல்லூரிக்குச் சென்றான். காசு பற்றாக்குறை காரணமாகக் கல்லூரிப் படிப்புக்கு லோன் வாங்கலாம் என்று பேங்க்கு சென்றான். அங்குக் கதிரவனுக்கு மட்டும் லோன் மறுக்கப்பட்டது. அந்தத் தருணத்திலும் கதிரவன் தன் நிலைமையை

நினைக்காமல் கல்லூரியில் சிரித்துப் பேசிக் கொண்டு இருந்ததால் தான் இப்படி நிகழ்ந்ததோ என்று நினைத்து வருந்தினான்.

இப்படி ஒவ்வொரு முறையும் தான் சிரிப்பும் சந்தோஷமுமாக இருந்தால் அடுத்து நிகழவிருக்கும் காரியம் பயங்கரமாக இருக்கும் என்று தனக்குள்ளே ஒரு உருவகத்தைச் செய்து வைத்திருந்தான்.

வேலைக்குத் தேடி சென்னை வந்த போது கூட இதன் காரணமாக யாருடனும் நெருங்கிப் பழகாமல் மனது விட்டுச் சிரிக்காமல் ஒரு இறுக்கத்துடனேயே வாழ்ந்து வந்தான். இப்போதும் கூடச் சிரிப்பை அளந்து அளந்து சென்டிமீட்டர் கணக்காகத் தான் சிரிக்கிறான். புது மேனேஜர் வந்த போது கூட எங்குச் சிரித்தால் அடுத்து நம்மை வீட்டுக்கு அனுப்பி விடுவார்களோ என்று நினைத்து முறைத்து முறைத்துப் பார்த்துக் கொண்டு இருகிறான்.

சிரிப்பை மறந்து விட்டு வாழ்க்கையில் நாம் வேறு சாதித்து என்ன பயன் இருக்கிறது. ‘சிரிக்காத நாள் எல்லாம் வீணான நாள் என்று சாப்ளின் சொல்வது வாஸ்தவம் தான் இருந்தாலும் நமக்கு இறைவன் கொடுத்த சாபம் தான் சிரிப்பு’ என்பான் கதிரவன்.

இது கதிரவன் வாழ்க்கையைத் தொடர்ந்து வந்து இறுதியில் அவன் திருமண வாழ்க்கையில் கூட மூக்கை நுழைக்கப் பார்த்தது. அதுவரை சுமார் ஐந்து பெண்களுக்கும் மேல் பெண் பார்த்திருப்பான் அதில் மூன்று பேரிடம் தனியாகப் பேசி இருப்பான். எங்குச் சிரித்துப் பேசி விட்டாள் நமக்குக் கல்யாணம் நடக்காதோ என்று உதடுகளைப் பசை போட்டு ஒட்டிக் கொண்டான் விரித்த உதடுகள் தானே மனித மனங்களை அள்ளும் என்பதை அவன் மறந்து போனான். ஒன்னு சொன்னாற்போல எல்லா பெண்களும் கதிரவனை ரிஜெக்ட் செய்தார்கள். ‘சிரிக்க கூட தெரியாதவன கட்டி லோல் படுறதுக்கா’ என்பது அவர்கள் வாதம்.

தன் சிரிப்பைத் தடை செய்து விட்டு அசடு போலத் திருமணத் தடை நீங்க ஜோசியரைப் பார்த்தான். அவனும்

தை வந்தால் மகாலட்சுமியே தேடி வரும் என்றும் அந்த பெண்ணைத் தான் கலியாணம் செய்வீர்கள் என்று அடித்துச் சொன்னான். ஜாதகத்தின் மீது நம்பிக்கை இல்லை என்றாலும் அந்த ஜோசியர் சொன்னது போல அந்தப் பெண்ணை பார்த்தான் இவன் சிரிக்காவிட்டாலும் அவளுக்குப் பிடித்தே இருந்தது கதிரவனுக்கு நம்பிக்கை பிறந்தது ஆனால் அப்போது தான் பெண்ணை பெற்றவன் 'நீங்கள் என்ன ஆளுக' என்று கேட்டு அதிலும் ஒரு லோடு மண்ணை அள்ளி போட்டான்.

இந்த விரக்தியில் கொலை கோபத்துடன் தான் ஜோசியரைத் தேடினான். ஆனால் அந்த ஜோசியரைப் பார்த்ததும் அவனை அறியாமலேயே மனது விட்டுச் சிரிக்கத் தொடங்கிவிட்டான்.

அன்பு நின்று பேசும்

அந்த நிலைமையில் அதைப் பார்த்ததும் கதிரவன் கண்கள் கலங்கின அவனையும் மீறி அவன் மனது முழுவதும் அன்பு நிரம்பி வழிந்தது. வார்த்தைகளால் வர்ணிக்க முடியாத கதிரவன் விக்கித்து போய் நின்றான்.

'அன்பு' இந்த வார்த்தை மட்டும் உலகத்தில் இல்லாது போய் இருந்தால் நம் புவியில் புல் கூட முளைத்திருக்காது. ஒரு மனிதனிடம் எத்தனையோ விதமான உணர்வுகள் கொட்டிக் கிடக்கும். நம் மனதில் பன்னிரண்டு யானைகளான வீரம், வெட்கம், நகை, அச்சம், அருவருப்பு, சாந்தம், வியப்பு, கருணை, கோபம், காதல், காமம் எல்லாவற்றையும் எதாவது ஒரு தருணத்தில் யாரோ ஒருவரிடம் மட்டும் தான் பயன்படுத்த முடியும் ஆனால் எல்லைகளற்று எந்த வித நிபந்தனைகளும் அற்று நாம் ஒன்றை மற்றவரிடம் செலுத்த முடியும் என்றால் அது அன்பு என்ற ஒற்றை மத யானையால் மட்டுமே முடியும்.

வாள் கொண்டு போர் செய்ய வரும் எதிரி ஜென்ம ஜென்மமாய் பகை வளர்க்கும் விரோதி சுயநலம் மிக்க துரோகி என்று எவர் வந்தாலும் தான் அன்பு நின்று பேசும்.

ஆன்றோர்களும் சான்றோர்களும் அன்பைப் பற்றி எவ்வளவோ பேசி விட்டார்கள் இருந்தாலும் அந்த அன்பைப் பற்றி மட்டும் எந்த மானுடப் பிறவியும் புரிந்து கொள்ள வில்லை. அதில் சில பேர் விதிவிலக்கு.

கதிரவனுக்குக் கூட அது சொல்லித் தெரிந்தது இல்லை. கதிரவனைப் பொறுத்த வரை அன்பு என்பது அவன் உள்ளத்தில் ஏற்கனவே விதைக்கப் பட்டு இருந்தது. இன்றல்ல நேற்றல்ல சிறு வயதிலிருந்து அன்பு என்றால் கதிரவன் அதற்கு இலக்கணமாக இருந்தான்.

பள்ளி வயதில் சக மாணவர்களுடன் சண்டை பிடிக்கும் போது தாயைப் பற்றி ஒருவன் இழிவாகப் பேசிவிட்டான். அந்த இடத்தில் யாராக இருந்திருந்தாலும் கோபம் கொப்பளித்துக் கொண்டு வந்திருக்கும் ஆனால் கதிரவன் அதை அன்பால் எதிர் கொண்டான். அன்புக்கு அடிப்படையே சமத்துவமும் பொறுமையும் தான் அது கதிரவனிடம் ஏராளமாகவே இருந்தது.

கதிரவன் சிறுவயதில் கீரை விற்கும் பொன்னம்மா பாட்டி தினமும் கதிரவன் வீட்டுக்கு வருவாள். ஊரெல்லாம் அலைந்து திரிந்து களைத்துப் போய் வரும் அந்தப் பாட்டியைக் கதிரவனுக்கு ரொம்பவும் பிடிக்கும். தினமும் கூடை நிறையக் கீரைக் கட்டுகளை எடுத்துக் கொண்டு வியர்த்து விருவிருத்து கதிரவனைப் பார்க்க வருவாள். அவனோடு சிறிது நேரம் விளையாடி விட்டு கதிரவனின் தாய் கொடுக்கும் கூழையோ கஞ்சியையோ குடித்து விட்டுக் கிளம்புவாள்.

இந்த பொன்னம்மாளின் தின விஜயம் ஒருநாள் சட்டென்று நின்று போனது. பொன்னம்மாளை பார்க்காமல் ஏங்கிப் போய் கண்கள் வீங்க தேமி அழுதான். மனம் கேட்காமல் கதிரவனின் தாய் கதிரவனைக் கூட்டிக் கொண்டு அலைந்து திரிந்து பொன்னம்மாளைப் பார்க்கக் கூட்டிச் சென்றாள். அவர்கள் அவளைக் கண்டுபிடித்த போது பொன்னம்மாள் போட்டோவில் தொங்கிக் கொண்டு இருந்தாள். அந்த வயதில் பொன்னம்மாள் எங்கே போனாள் என்று கதிரவனுக்கு விளங்கவில்லை ஆனால் அவளுக்காக

அவன் சேமித்து வைத்த அன்பு மட்டும் நிரம்ப இருந்தது.

இப்படித் தான் பார்க்கும் பழகும் மனிதர்களிடத்தில் அன்பை அள்ளி கொடுத்துத் தான் கதிரவன் வாழ்ந்தான். காசு பணத்தை அள்ளி அள்ளி கொடுத்திருந்தால் கூட அவனுடன் பழகிய மனிதர்கள் அவனை மறந்திருப்பார்கள். ஆனால் அவன் திகட்டத் திகட்ட அன்பை அல்லவா கொடுத்திருந்தான். அதற்கு ஒரு சம்பவம் கூட ஒரு உதாரணம்.

கல்லூரி படிக்கும் போது மேலுக்கு முடியாமல் வீட்டில் படுத்துக் கிடந்தான் கதிரவன். அவனைப் பார்த்து நலம் விசாரிக்க அந்தக் கல்லூரியின் செக்கியூரிட்டி ஒரு நாள் விடுப்பு எடுத்துக் கொண்டு நடந்தே காரைக்குடியிலிருந்து கழனிவாசல் வந்து பார்த்து விட்டுச் சென்றான். அது தான் கதிரவன் அது தான் அவன் அன்பு.

மனிதர்களிடம் மட்டும் தான் அன்பு காட்ட வேண்டுமா என்ன? மிருகங்களுக்கும் அன்பு பொது தான். அதை ஏன் விட்டு வைப்பானே என்று அவற்றிடமும் அன்பு செலுத்தினான். சென்னையில் அவன் வசிக்கும் வீட்டின் தெரு முக்கில் ஒரு டீ கடை இருக்கும். பொழுது அன்னைக்கும் அந்த டீ கடையில் தான் கிடையாய் கிடப்பான் கதிரவன். அந்தக் கடையைச் சுற்றியே வட்டமிட்டபடி சுற்றித் திரிந்து கொண்டு இருக்கும் ஒரு நாய். அந்த நாய்க்குக் கதிரவன் மேல் என்ன பிரியம் என்று தெரியவில்லை கதிரவன் வருவதைப் பார்த்தாலே வால் ஆட்டிக் கொண்டு கதிரவனை நோக்கி வரும். தனக்கு ஒரு டீ வாங்கினால் அதற்கு ஒரு பன் வாங்கி கொடுப்பான். அதுவும் வாலை ஆட்டிக் கொண்டே சாப்பிட்டு விட்டுப் போகும்.

இப்படித் தினமும் கதிரவனின் வருகைக்காகக் காத்திருக்கும் அந்த நாய். கதிரவன் ஊருக்கு எங்காவது போனால் அவன் வரும் வரை தேவுடு காத்துக் கொண்டு இருக்கும். அதுக்கு அவன் தானே கடவுள். அவன் வந்து வாங்கி போடும் பன்னை சாப்பிட்டுத் தான் பிறகு உண்ணா நோன்பையே துறக்கும். தான் வாங்கி கொடுக்கும் பன்னை மட்டும்

தான் அது சாப்பிடும் என்று அப்போது கதிரவனுக்குத் தெரியாது.

அன்று ஒரு நாள் கையை கடிக்கும் அளவுக்குப் பற்றாக்குறை கடன் சொல்லியும் பழக்கம் இல்லை இதனால் அன்று டீயை மட்டும் வாங்கிக் கொண்டு வந்து அமர்ந்தான். அந்த நாய்க்கு பன் வாங்கி கொடுக்க முடியவில்லை என்று அவன் மனது புழுங்கியது. ஆனால் எந்த வித சலனமும் இல்லாமல் வாலை ஆட்டிக் கொண்டு வந்த நாய் அவனை ஏற இறங்கப் பார்த்தது. அதற்கும் புரிந்ததோ என்னவோ அமைதியாக எதுவும் செய்யாமல் வாலை ஆட்டிக்கொண்டே கதிரவனின் காலுக்கு அடியில் வந்து படுத்துக் கொண்டது.